ನಾರಾಯಣಗುರುಗಳ ಆಪ್ತ

ಡಾ. ಪದ್ಮನಾಭನ್ ಪಲ್ಪು

(ವ್ಯಕ್ತಿಚಿತ್ರ)

ಲಕ್ಷ್ಮಣ ಕೊಡಸೆ

ವಿಕ್ರಂ ಪ್ರಕಾಶನ
ಬೆಂಗಳೂರು

Narayanagurugala Apta Dr Padmanabhan Palpu,
A portrait written by **Lakshmana Kodase**
Published by

Published by
Vikram Prakashana
No.23, 'Arka' , 18th 'A' Cross, 1st Main Road,
hebbal, Bhuvaneshwari Nagar,
Near coffee board layout park, Bangalore 560024
E-Mail : vikramprakashana1993@gmail.com

First Impression	:	2020
Pages	:	viii+104+4
©	:	Authors
Price	:	115/-
Copies	:	1000
Paper Used	:	70 Gsm
Layout and Cover page	:	Muralidhar V Rathod

ನಾರಾಯಣ ಗುರುಗಳ ಆಪ್ತ ಡಾ. ಪದ್ಮನಾಭನ್ ಪಲ್ಪು, ವ್ಯಕ್ತಿಚಿತ್ರ
ಲೇಖಕರು: **ಲಕ್ಷ್ಮಣ ಕೊಡಸೆ**

ಪ್ರಕಾಶಕರು:
ನಂ.23, 'ಅರ್ಕ',.18ನೇ 'ಎ' ಅಡ್ಡರಸ್ತೆ,
1ನೇ ಮುಖ್ಯ ರಸ್ತೆ, ಹೆಬ್ಬಾಳ, ಭುವನೇಶ್ವರಿ ನಗರ,
ಕಾಫಿಬೋರ್ಡ್ ಪಾರ್ಕ್ ಲೇ ಔಟ್ ಪಾರ್ಕ್ ಹತ್ತಿರ, ಬೆಂಗಳೂರು 560024
E-Mail: vikramprakashana1993@gmail.com

ಹಕ್ಕುಗಳು	:	ಲೇಖಕರು
ಮೊದಲ ಮುದ್ರಣ	:	2020
ಪುಟಗಳು	:	VIII+104+4
ಬೆಲೆ	:	115/–
ಮುಖಪುಟ ಮತ್ತು ಒಳಪುಟ ವಿನ್ಯಾಸ	:	ಮುರಳಿಧರ್ ವಿ ರಾಠೋಡ್
ಮುದ್ರಣ	:	ಗಣಪತಿ ಪ್ರಿಂಟರ್ಸ್ ಬೆಂಗಳೂರು–560070

ಅರ್ಪಣೆ

ಬ್ರಹ್ಮಶ್ರೀ ನಾರಾಯಣಗುರುಗಳು ಸ್ಥಾಪಿಸಿದ
ಕುದ್ರೋಳಿಯ ಶ್ರೀ ಗೋಕರ್ಣನಾಥ ದೇವಾಲಯದ
ನವೀಕರಣದ ರೂವಾರಿ, ದೇಶದ ಪ್ರಾಮಾಣಿಕ
ರಾಜಕಾರಣಿ **ಶ್ರೀ ಬಿ.ಜನಾರ್ದನ ಪೂಜಾರಿ** ಅವರಿಗೆ
ಗೌರವಪೂರ್ವಕವಾಗಿ

ನನ್ನ ಮಾತು

ನಾರಾಯಣಗುರುಗಳನ್ನು ಕುರಿತ ಓದುತ್ತಿದ್ದಾಗ ಅವರ ಜೊತೆ ಕೈ ಜೋಡಿಸಿದ್ದ ಡಾ.ಪಲ್ಪು ಅವರ ಹೆಸರಿನ ಪರಿಚಯವಾಯಿತು. ಮೈಸೂರು ಸಂಸ್ಥಾನದ ಆರೋಗ್ಯ ಇಲಾಖೆಯಲ್ಲಿ ಸೇವೆ ಸಲ್ಲಿಸಿದ್ದ ಅವರು ಆಧುನಿಕ ಬೆಂಗಳೂರು ನಗರದ ವಿನ್ಯಾಸದಲ್ಲಿ ಪ್ರಮುಖ ಪಾತ್ರ ವಹಿಸಿದ್ದರು. ದಕ್ಷ ಅಧಿಕಾರಿಯಾಗಿದ್ದು ಮಾನವೀಯ ಕಾಳಜಿ ಹೊಂದಿದ್ದ ಅವರು ಸ್ವಾಮಿ ವಿವೇಕಾನಂದರ ಸಂಪರ್ಕಕ್ಕೆ ಬಂದು ಅವರ ಸಲಹೆಯಂತೆ ಮುಂದೆ ನಾರಾಯಣಗುರುಗಳ ಜೊತೆ ಸೇರಿ ನಡೆಸಿದ ಸಾಮಾಜಿಕ ಹೋರಾಟ ಮಹತ್ವದ್ದು. ಶೂದ್ರ ಸಮುದಾಯದಲ್ಲಿ ಸ್ವಾವಲಂಬನೆ, ಆತ್ಮವಿಶ್ವಾಸ, ಹೋರಾಟದ ಕೆಚ್ಚನ್ನು ಮೂಡಿಸಲು ಅವರು ಗುರುಗಳ ಮಾರ್ಗದರ್ಶನದಲ್ಲಿ ಕೈಗೊಂಡಿದ್ದ ಕಾರ್ಯಕ್ರಮಗಳು ದೇಶದ ಸಾಮಾಜಿಕ ಹೋರಾಟಗಳಲ್ಲಿ ಚಾರಿತ್ರಿಕವಾದವು. ಆ ಮಾಹಿತಿಗಳನ್ನು ಕಲೆ ಹಾಕಿ ಈ ಕೃತಿಯನ್ನು ಸಿದ್ಧಪಡಿಸಿದೆ. ಮುಂಬೈ ಹೋಟಲು ಉದ್ಯಮಿ, ಸಂಶೋಧಕ ಬಾಬು ಶಿವಪೂಜಾರಿ ಅವರು ಈ ದಿಸೆಯಲ್ಲಿ ಹೆಚ್ಚಿನ ಸಾಮಗ್ರಿಯನ್ನು ತಮ್ಮ 'ಶ್ರೀ ನಾರಾಯಣಗುರು ವಿಜಯ ದರ್ಶನ' ಕೃತಿಯಲ್ಲಿ ಒದಗಿಸಿದ್ದಾರೆ. ಅವರಿಗೆ ನಾನು ತುಂಬಾ ಋಣಿಯಾಗಿದ್ದೇನೆ.

ಡಾ.ಪಲ್ಪು ಅವರು ಮೈಸೂರು ಸಂಸ್ಥಾನದಲ್ಲಿ ಸೇವೆಯಲ್ಲಿದ್ದ ಕಾಲದಲ್ಲಿಯೇ ಕರ್ನಾಟಕದ ಕರಾವಳಿ ಭಾಗದಲ್ಲಿ ಕುದ್ಮುಲ್ ರಂಗರಾವ್ ಅವರು ದಲಿತರಿಗೆ ಶಿಕ್ಷಣ ನೀಡುವ ಕ್ರಾಂತಿಕಾರಕ ಸುಧಾರಣೆಗಳನ್ನು ಪ್ರಾರಂಭಿಸಿದ್ದರು. ಕುದ್ಮುಲ್ ರಂಗರಾವ್ ಅವರ ಜೀವನ ವಿವರಗಳನ್ನು ಇಲ್ಲಿ ಅನುಬಂಧ ರೂಪದಲ್ಲಿ

ವಿಸ್ತೃತವಾಗಿ ನೀಡಲಾಗಿದೆ. ಈ ಇಬ್ಬರೂ ಸಮಾಜ ಸುಧಾರಕರು ಏಕಕಾಲದಲ್ಲಿ ನಾಡಿನ ಬೇರೆ ಬೇರೆ ಕಡೆ ನಡೆಸಿದ ದಲಿತೋದ್ಧಾರದ ಯೋಜನೆಗಳನ್ನು ಇಂದಿನ ಸಾಮಾಜಿಕ ಕಾರ್ಯಕರ್ತರು ಮರೆಯಬಾರದು.

ನನ್ನ ಬರಹವನ್ನು ಕರಡು ಹಂತದಲ್ಲಿ ನೋಡಿದ ಅನೇಕ ಸಹೃದಯರು ಸಾಮಾಜಿಕ ಜಾಲತಾಣದಲ್ಲಿ ಉತ್ತೇಜಿಸಿದ್ದಾರೆ. ಪ್ರತಿಭಾವಂತ ಪತ್ರಕರ್ತ ಚ.ಹ.ರಘುನಾಥ್ ಡಾ.ಪಲ್ಪು ಅವರ ಪರಿಚಯದ ಕೃತಿಗೆ ಪ್ರವೇಶ ರೂಪದ ಮಾತುಗಳನ್ನು ಸೇರಿಸಿದ್ದಾರೆ. ಹಿರಿಯ ವಿದ್ವಾಂಸ ಎಚ್.ಎಸ್.ರಾಘವೇಂದ್ರ ರಾವ್, ಮಿತ್ರ ಸರ್ಜಾಶಂಕರ ಹರಳಿಮಠ, ಕಾನೂನು ತಜ್ಞ ಎನ್.ಪಿ.ಧರ್ಮರಾಜ್ ಸೇರಿದಂತೆ ಹಲವರು ಈ ಬರಹವನ್ನು ಮೆಚ್ಚಿದ್ದಾರೆ. ನಾನು ಮಂಗಳೂರಿನಲ್ಲಿ ಪ್ರಜಾವಾಣಿಯ ವರದಿಗಾರನಾಗಿದ್ದ ದಿನಗಳಿಂದಲೂ ಪರಿಚಯಕ್ಕೆ ಬಂದಿದ್ದ ದೇಶದ ಪ್ರಾಮಾಣಿಕ ರಾಜಕಾರಣಿ ಬಿ.ಜನಾರ್ದನ ಪೂಜಾರಿ ತಮ್ಮ 'ಸಾಲಮೇಳದ ಸಂಗ್ರಾಮ' ಆತ್ಮಕಥೆಯನ್ನು ಸಿದ್ಧಪಡಿಸುವಾಗ ನನಗೂ ಅವಕಾಶ ನೀಡಿದ್ದರು. ಅವರ ಸಜ್ಜನಿಕೆಗಾಗಿ ಈ ಕೃತಿಯನ್ನು ಗೌರವಪೂರ್ವಕವಾಗಿ ಅವರಿಗೆ ಅರ್ಪಣೆ ಮಾಡಿದ್ದೇನೆ.

ಸದಭಿರುಚಿಯ ಸಾಹಿತ್ಯ ಕೃತಿಗಳ ಪ್ರಕಟಣೆಯಲ್ಲಿ ಆಸಕ್ತರಾದ ಮಿತ್ರ ಹರಿಪ್ರಸಾದ್ ಈ ಕೃತಿಯನ್ನು ಪ್ರಕಟಿಸಲು ಮುಂದೆ ಬಂದಿದ್ದಾರೆ.

ಈ ಎಲ್ಲ ಸಹೃದಯ ಬಂಧುಗಳಿಗೆ ಕೃತಜ್ಞನಾಗಿದ್ದೇನೆ.

– ಲಕ್ಷ್ಮಣ ಕೊಡಸೆ

ನಂ.45, ಕೊಡಚಾದ್ರಿ, 2ನೇ ಅಡ್ಡರಸ್ತೆ, ನ್ಯೂ ಬ್ಯಾಂಕ್ ಕಾಲೊನಿ,
ಕೋಣನಕುಂಟೆ, ಬೆಂಗಳೂರು– 560 062
ಮೊಬೈಲ್: 9448484726

ಜಾತಿಲಸಿಕೆಗೆ ಹಂಬಲಿಸಿದ ಅಸಾಧಾರಣ ವೈದ್ಯ

ಡಾ. ಪದ್ಮನಾಭನ್ ಪಲ್ಪು ಅವರ ವ್ಯಕ್ತಿಚಿತ್ರದ ಹಸ್ತಪ್ರತಿಯನ್ನು ಲಕ್ಷ್ಮಣ ಕೊಡಸೆಯವರು ಕಳುಹಿಸಿಕೊಟ್ಟಾಗ, ಅದನ್ನು ಓದುವ ಉತ್ಸಾಹವೇನೂ ಇರಲಿಲ್ಲ. ಆ ನಿರುತ್ಸಾಹಕ್ಕೆ ಕಾರಣ, ಪದ್ಮನಾಭನ್ ಪಲ್ಪು ಎನ್ನುವ ಅಪರಿಚಿತ ಹೆಸರು. ಹಿರಿಯರಾದ ಕೊಡಸೆಯವರು ಕಳುಹಿಸಿಕೊಟ್ಟ ಕಾರಣಕ್ಕಾಗಿ ಕೈಗೆತ್ತಿಕೊಂಡ ಆ ಹಸ್ತಪ್ರತಿ, ಕೆಲವು ನಿಮಿಷಗಳಲ್ಲೇ ನನ್ನನ್ನು ಸೆಳೆದುಕೊಂಡಿತು. ಓದು ಮುಗಿಸಿದಾಗ ಉಂಟಾದದ್ದು ಮಿಶ್ರಭಾವನೆ. ಅನನ್ಯ ವ್ಯಕ್ತಿತ್ವವೊಂದರ ಬದುಕು–ಸಾಧನೆಯನ್ನು ತಿಳಿದುಕೊಂಡ ಸಂತೃಪ್ತಭಾವ ಒಂದು ಕಡೆಯಾದರೆ, ಪಲ್ಪು ಅವರಂತಹ ಅಸಾಧಾರಣ ವ್ಯಕ್ತಿತ್ವದ ಪರಿಚಯ ಈವರೆಗೆ ನನಗೆ, ನಮ್ಮ ತಲೆಮಾರಿಗೆ ತಿಳಿದೇ ಇಲ್ಲವಲ್ಲ ಎನ್ನುವ ವಿಷಾದವೂ ಮನಸ್ಸನ್ನು ಆವರಿಸಿಕೊಂಡಿತು.

ವರ್ತಮಾನದ ನಮ್ಮ ಬದುಕು ಸಹ್ಯವಾಗಿರುವುದರ ಹಿಂದೆ ಅನೇಕ ಮಹನೀಯರ ಶ್ರಮ–ತ್ಯಾಗವಿರುತ್ತದೆ. ದುರದೃಷ್ಟವಶಾತ್, ಅಂಥ ಬಹುತೇಕರ ಪ್ರಾಥಮಿಕ ಪರಿಚಯವೂ ನಮಗಿರುವುದಿಲ್ಲ. ಹಾಗೆ ನಮ್ಮ ಮರೆವಿಗೆ ಸಂದ ಗಣ್ಯರಲ್ಲೊಬ್ಬರು ಪದ್ಮನಾಭನ್ ಪಲ್ಪು.

ಪದ್ಮನಾಭನ್ ಅವರನ್ನು ನಾವು, ವಿಶೇಷವಾಗಿ ಬೆಂಗಳೂರಿಗರು, ಮರೆಯುವಂತೆಯೇ ಇಲ್ಲ. ಬೆಂಗಳೂರು ನಗರದ ಬೆಳವಣಿಗೆಯಲ್ಲಿ ಪಲ್ಪು ಅವರ ಪಾತ್ರವೂ ಇದೆ. ಬಸವನಗುಡಿ ಮತ್ತು ಮಲ್ಲೇಶ್ವರ ಬಡಾವಣೆಗಳು ರೂಪುಗೊಂಡಾಗ, ಅವುಗಳಿಗೆ ಚರಂಡಿ ವ್ಯವಸ್ಥೆ ಕಲ್ಪಿಸುವಲ್ಲಿ ಪಲ್ಪು ಮುಖ್ಯ ಪಾತ್ರ ವಹಿಸಿದ್ದರು. ಆರೋಗ್ಯಾಧಿಕಾರಿಯಾಗಿ ಬೆಂಗಳೂರಿನ ನೈರ್ಮಲ್ಯಕ್ಕೆ ಒತ್ತುನೀಡಿದ್ದರು. 1898ರಲ್ಲಿ ಬೆಂಗಳೂರಿನಲ್ಲಿ ಪ್ಲೇಗು ಕಾಣಿಸಿಕೊಂಡಾಗ, ಅದನ್ನು ನಿಯಂತ್ರಿಸಲಿಕ್ಕಾಗಿ ಪರಿಣಾಮಕಾರಿ ಕ್ರಮಗಳನ್ನು ಕೈಗೊಂಡಿದ್ದರು. ಈಗ ಕೊರೊನಾ ಸೋಂಕು ಬೆಂಗಳೂರನ್ನು ಕಂಗೆಡಿಸಿರುವ ಸಂದರ್ಭದಲ್ಲಿ ಪಲ್ಪು ಅವರಂತಹ ದಕ್ಷ ಹಾಗೂ ಪ್ರಾಮಾಣಿಕ ಅಧಿಕಾರಿಗಳನ್ನು ಮತ್ತೆ ಮತ್ತೆ ನೆನಪಿಸಿಕೊಳ್ಳಬೇಕು. ವಿಪರ್ಯಾಸ ನೋಡಿ; ಬೆಂಗಳೂರಿಗರಿಗೆ ಪಲ್ಪು ಅವರ ಪರಿಚಯವೇ ಇಲ್ಲ. ರಾಜಧಾನಿಯ ಯಾವ ಬಡಾವಣೆ, ರಸ್ತೆಗೂ ಅವರ ಹೆಸರನ್ನು ಹೊಂದುವ ಭಾಗ್ಯ ಲಭ್ಯವಾದಂತಿಲ್ಲ.

ಕೇರಳದಿಂದ ಬಂದು ಮೈಸೂರು ಪ್ರಾಂತ್ಯವನ್ನು ಕರ್ಮಭೂಮಿಯನ್ನಾಗಿಸಿಕೊಂಡ ಪಲ್ಪು ಅವರ ಸಾಧನೆ ಎರಡು ರೂಪಗಳಲ್ಲಿ ಗಮನಸೆಳೆಯುತ್ತದೆ. ಮೊದಲನೆಯದು, ಓರ್ವ ಅಧಿಕಾರಿಯಾಗಿ ಅವರು ತಮ್ಮ ವೃತ್ತಿಯಲ್ಲಿ ಮಾಡಿದ ಸಾಧನೆ. ಎರಡನೆಯದು, ತಾನು ಹುಟ್ಟಿ ಬೆಳೆದ ಸಮಾಜದ ಏಳಿಗೆಗಾಗಿ ಬದುಕನ್ನೇ ಅರ್ಪಿಸಿಕೊಂಡ ಬಗೆ.

ತಿರುವಾಂಕೂರು(ತಿರುವನಂತಪುರ) ಸಂಸ್ಥಾನದ ಪೇಟ್ಟಾಯಿಲ್‌ನ ನೆಡುಂದೋಡಿ ಎಂಬಲ್ಲಿ ಜನಿಸಿದ ಪದ್ಮನಾಭನ್ ಪಲ್ಪು (1863–1950) ಈಳವ ಸಮುದಾಯಕ್ಕೆ ಸೇರಿದವರು. ಅಂದಿನ ತಿರುವಾಂಕೂರು ಸಂಸ್ಥಾನದ 'ಮಡಿ ಮರ್ಯಾದಸ್ಥರು' ಈಳವರೆಂದರೆ ಹಾರಿ ಬೀಳುತ್ತಿದ್ದರು. ಸಮಾಜದ ಕಡೆಗಣನೆಯ ನಡುವೆಯೂ ಕ್ರೈಸ್ತ ಮಿಷನರಿಗಳ ಸಂಪರ್ಕಕ್ಕೆ ಬಂದ ಪದ್ಮನಾಭನ್‌ರ ತಂದೆ ಇಂಗ್ಲಿಷ್ ಕಲಿತಿದ್ದರು. ತಮ್ಮ ಮಕ್ಕಳು ಇಂಗ್ಲಿಷ್ ಕಲಿಯುವ ಮೂಲಕ ತಮ್ಮ ಸಾಮಾಜಿಕ ಸ್ಥಾನಮಾನ ಸುಧಾರಿಸಿಕೊಳ್ಳಬಹುದೆನ್ನುವುದು ಅವರ ನಂಬಿಕೆಯಾಗಿತ್ತು. ಆ ನಂಬಿಕೆಯೇ ಪದ್ಮನಾಭನ್ ಅವರನ್ನು ವೈದ್ಯಕೀಯ ಪದವಿಯ ದಾರಿಯಲ್ಲಿ ಕರೆದೊಯ್ದಿತು. ಆದರೆ, ಪದ್ಮನಾಭನ್ ವೈದ್ಯರಾಗುವುದು ಸುಲಭದ ಸಂಗತಿಯಾಗಿರಲಿಲ್ಲ. ತಿರುವಾಂಕೂರು ಸರ್ಕಾರ ನಡೆಸಿದ ವೈದ್ಯಕೀಯ ಕಾಲೇಜಿನ ಪ್ರವೇಶ ಪರೀಕ್ಷೆಯಲ್ಲಿ ಎರಡನೇ ರ್‍ಯಾಂಕು ಪಡೆದರೂ ಅವರಿಗೆ ಪ್ರವೇಶ ನಿರಾಕರಿಸಲಾಯಿತು. ಅಸ್ಪೃಶ್ಯ ವ್ಯಕ್ತಿಯೊಬ್ಬ ವೈದ್ಯನಾಗಿ ಔಷಧಿಗೆ ಸೇರಿಸುವ

ನೀರನ್ನು ಸವರ್ಣೀಯರು ಸೇವಿಸಲು ಒಪ್ಪುವುದಿಲ್ಲ ಎನ್ನುವ ಕಾರಣಕ್ಕಾಗಿ ಪಲ್ಪು ಅವರಿಗೆ ವೈದ್ಯನಾಗುವ ಅವಕಾಶ ನಿರಾಕರಿಸಲಾಯಿತು. ಇದರಿಂದ ಧೃತಿಗೆಡದ ಪಲ್ಪು, ಮದ್ರಾಸಿಗೆ ಬಂದು ಅಲ್ಲಿನ ಮೆಡಿಕಲ್ ಕಾಲೇಜಿನಲ್ಲಿ ಪ್ರವೇಶ ಪಡೆದುಕೊಂಡರು. ವೈದ್ಯ ಪದವಿಯೊಂದಿಗೆ 1889ರಲ್ಲಿ ತಿರುವಾಂಕೂರು ಸಂಸ್ಥಾನಕ್ಕೆ ಮರಳಿದರು. ಇಡೀ ಸಂಸ್ಥಾನದಲ್ಲಿ ವೈದ್ಯಕೀಯ ಪದವಿ ಪಡೆದ ಈಳವ ಸಮುದಾಯದ ಮೊದಲಿಗ ಎನ್ನುವ ಕೀರ್ತಿಗೆ ಪಾತ್ರರಾದರೂ, ಜಾತಿಯ ಕಾರಣದಿಂದಾಗಿ ಉದ್ಯೋಗ ದೊರೆಯಲಿಲ್ಲ. ಮತ್ತೆ ಮದ್ರಾಸಿಗೆ ತೆರಳಿದ ಅವರು, 'ವ್ಯಾಕ್ಸಿನೇಷನ್ ಇಲಾಖೆ'ಯಲ್ಲಿ ಸೂಪರಿಟೆಂಡೆಂಟ್ ಹುದ್ದೆಗೆ ನೇಮಕಗೊಂಡರು. ಆ ಇಲಾಖೆ ಬೆಂಗಳೂರಿಗೆ ಸ್ಥಳಾಂತರಗೊಳ್ಳುವ ಮೂಲಕ ಪಲ್ಪು ಅವರಿಗೆ ಕನ್ನಡನಾಡಿನ ಸಂಪರ್ಕ ದೊರೆಯಿತು. ಅಲ್ಲಿಂದ ಮುಂದೆ ಮೈಸೂರು ಸಂಸ್ಥಾನದ ಸೇವೆಗೆ ಸೇರಿಕೊಂಡ ಅವರು, ಸಂಸ್ಥಾನದ ವೈದ್ಯಕೀಯ ಹಾಗೂ ಆಡಳಿತ ವಿಭಾಗದಲ್ಲಿ ತಮ್ಮ ಛಾಪು ಮೂಡಿಸಿದ್ದರು ಹಾಗೂ ಅರಸರ ಮೆಚ್ಚುಗೆಗೆ ಪಾತ್ರರಾಗಿದ್ದರು.

ತಜ್ಞ ವೈದ್ಯನಾಗಿ ಹೆಚ್ಚಿನ ಅಧ್ಯಯನಕ್ಕಾಗಿ ಲಂಡನ್‌ಗೆ ಹೋಗಿ, ಸಿಪಿಎಚ್, ಎಫ್‌ಆರ್‌ಪಿ ಪದವಿಗಳನ್ನು ಪಡೆದುಬಂದಿದ್ದ ಪಲ್ಪು ಅವರು 19ನೇ ಶತಮಾನದ ಆರಂಭದಲ್ಲಿ ದೇಶದ ಗಣ್ಯ ವೈದ್ಯಾಧಿಕಾರಿಗಳಲ್ಲಿ ಒಬ್ಬರಾಗಿದ್ದರು. ದಕ್ಷ ಹಾಗೂ ಪ್ರತಿಭಾವಂತ ಅಧಿಕಾರಿಯಷ್ಟೇ ಆಗಿದ್ದರೆ, ಪಲ್ಪು ಅವರನ್ನು ಅಧಿಕಾರಶಾಹಿಯ ಭಾಗವಾಗಿ ನೋಡಿ ಸುಮ್ಮನಾಗಬಹುದಿತ್ತು. ಸೂಕ್ಷ್ಮಾಣುಜೀವಿತಜ್ಞನಾಗಿ ಜನರ ಆರೋಗ್ಯದ ಬಗ್ಗೆ ಮುತುವರ್ಜಿ ಹೊಂದಿದ್ದ ಅವರು, ಸಮಾಜದ ಆರೋಗ್ಯದ ಬಗ್ಗೆಯೂ ಅಪಾರ ಕಾಳಜಿ ಹೊಂದಿದ್ದರು. ವೈರಸ್‌ಗಳ ನಿಯಂತ್ರಣಕ್ಕೆ ಲಸಿಕೆ ಬಳಸುವಂತೆ, ಜಾತಿಯ ರೋಗಕ್ಕೂ ಲಸಿಕೆ ಅಗತ್ಯವೆಂದು ಅವರು ಭಾವಿಸಿದಂತಿತ್ತು. ಆ ಕಾರಣಕ್ಕಾಗಿ ಬೆಂಗಳೂರಿನಲ್ಲಿದ್ದಾಗಲೂ ಅವರ ಮನಸ್ಸು ತವರಿನ ಈಳವ ಸಮುದಾಯದ ಸಂಕಷ್ಟಗಳ ಕುರಿತು ಮರುಗುತ್ತಿತ್ತು. 'ಈಳವ ಮಹಾಜನಸಂಘ' ರಚಿಸುವ ಮೂಲಕ ತಿರುವಾಂಕೂರು ಸಂಸ್ಥಾನದಲ್ಲಿ ಈಳವರನ್ನು ಸಂಘಟಿಸುವ ಪ್ರಯತ್ನ ನಡೆಸಿದ್ದರು. 1881ರ ಜನಗಣತಿಯ ಅಂಕಿಅಂಶಗಳ ಪ್ರಕಾರ, ಸುಮಾರು 25 ಸಾವಿರ ಯುವಕರು ಇಂಗ್ಲಿಷ್ ಶಿಕ್ಷಣ ಪಡೆದಿದ್ದು, ಅವರಿಗೆ ನೌಕರಿ ನೀಡುವಂತೆ ತಿರುವಾಂಕೂರು ಸಂಸ್ಥಾನಕ್ಕೆ ಪತ್ರ ಬರೆದಿದ್ದರು. ಹತ್ತೊಂಬತ್ತನೇ ಶತಮಾನವನ್ನು ದಲಿತ ಜಾಗೃತಿಯ ಶಕೆಯನ್ನಾಗಿ ಅಂಬೇಡ್ಕರ್ ರೂಪಿಸುವುದಕ್ಕೆ ಅಗತ್ಯವಾದ ವೇದಿಕೆಯನ್ನು ದೇಶದ ವಿವಿಧ ಭಾಗಗಳಲ್ಲಿ ಸಿದ್ಧಪಡಿಸಿಕೊಟ್ಟವರಲ್ಲಿ ಪಲ್ಪು ಅವರನ್ನೂ ಗುರ್ತಿಸಬೇಕು.

ಈಳವರು ಸೇರಿದಂತೆ ಹಿಂದುಳಿದವರ ಏಳಿಗೆಗೆ ಪಲ್ಪು ಅವರು ನೆಚ್ಚಿಕೊಂಡಿದ್ದು ಶೈಕ್ಷಣಿಕ ಹಾಗೂ ಆಧ್ಯಾತ್ಮಿಕ ಮಾರ್ಗಗಳನ್ನು. ಹಿಂದುಳಿದ ವರ್ಗಗಳಿಗೆ ಶಿಕ್ಷಣ ವಿಮೋಚನೆಯ ರೂಪದಲ್ಲಿ ಪರಿಣಮಿಸುವುದನ್ನು ಅನೇಕ ಸಮಾಜ ಸುಧಾರಕರು ಒಪ್ಪಿಕೊಂಡು, ಆ ನಿಟ್ಟಿನಲ್ಲಿ ಪ್ರಯತ್ನಿಸಿದ್ದಾರೆ. ಆದರೆ, ಸುಧಾರಣೆಯ ರೂಪದಲ್ಲಿ ಶಿಕ್ಷಣದ ಜೊತೆಗೆ ಆಧ್ಯಾತ್ಮಿಕ ಮಾರ್ಗವನ್ನು ಬಳಸಿಕೊಂಡವರು ಕಡಿಮೆ. ಆ ಮಾರ್ಗದಲ್ಲಿ ಪಲ್ಪು ಅವರಿಗೆ ವಿವೇಕಾನಂದ ಹಾಗೂ ನಾರಾಯಣಗುರುಗಳ ಮಾರ್ಗದರ್ಶನ ದೊರೆತದ್ದು ಗಮನಾರ್ಹ. 1892ರಲ್ಲಿ ವಿವೇಕಾನಂದರು ಬೆಂಗಳೂರಿಗೆ ಬಂದಿದ್ದಾಗ, ಅವರು ಪಲ್ಪು ಅವರ ಮನೆಯಲ್ಲಿ ಉಳಿದುಕೊಂಡಿದ್ದರು. ತಿರುವಾಂಕೂರು ಸಂಸ್ಥಾನದಲ್ಲಿನ ಈಳವರ ದುಸ್ಥಿತಿಯ ಬಗ್ಗೆ ವಿವೇಕಾನಂದರ ಗಮನ ಸೆಳೆದಿದ್ದರು. ಪಲ್ಪು ಅವರ ಕೋರಿಕೆಯ ಮೇರೆಗೆ ವಿವೇಕಾನಂದರು ತಿರುವಾಂಕೂರಿಗೆ ಭೇಟಿ ನೀಡಿದ್ದರು.

ನಾರಾಯಣಗುರುಗಳ ನಿಕಟ ಸಂಪರ್ಕ ಹೊಂದಿದ್ದ ಪಲ್ಪು ಅವರು, ಗುರುಗಳ ಜೊತೆಗೆ ಸಾಮಾಜಿಕ ಸುಧಾರಣೆಯ ಕಾರ್ಯಕ್ರಮಗಳಲ್ಲಿ ಭಾಗಿಯಾದರು. 'ಶ್ರೀ ನಾರಾಯಣ ಧರ್ಮ ಪರಿಪಾಲನಾ ಯೋಗಂ' ವೇದಿಕೆ ರೂಪಿಸಿಕೊಂಡು, ಅದರ ಉಪಾಧ್ಯಕ್ಷರಾಗಿ (ನಾರಾಯಣಗುರುಗಳು ಅಧ್ಯಕ್ಷರು, ಕವಿ ಕುಮಾರನ್ ಆಶಾನ್ ಕಾರ್ಯದರ್ಶಿ) ಗುರುಗಳ ತತ್ವ-ಆದರ್ಶಗಳನ್ನು ಅನುಷ್ಠಾನಕ್ಕೆ ತರಲು ಶ್ರಮಿಸಿದರು. ನಿವೃತ್ತಿಯ ನಂತರ ಕೇರಳಕ್ಕೆ ಮರಳಿದ ಅವರು, ಸಾಮಾಜಿಕ ಚಟುವಟಿಕೆಗಳಲ್ಲಿ ಪೂರ್ಣಾವಧಿ ತೊಡಗಿಸಿಕೊಂಡರು. ಪ್ರಸ್ತುತ ಇಡೀ ದೇಶಕ್ಕೆ ಕೇರಳ ವೈಚಾರಿಕ ಜಾಗೃತಿಯ ಮಾದರಿ ರಾಜ್ಯವಾಗಿ ರೂಪುಗೊಂಡಿರುವ ಹಿನ್ನೆಲೆಯಲ್ಲಿ ಪಲ್ಪು ಅವರ ಕೊಡುಗೆಯೂ ಇದೆ. ಪಲ್ಪು ಅವರ ಮತ್ತೊಂದು ಮುಖ್ಯ ಕೊಡುಗೆ, ಅವರ ಪುತ್ರ – ನಾರಾಯಣ ಗುರುಗಳ ತತ್ವಗಳ ವಾರಸುದಾರರಾಗಿ ಗುರ್ತಿಸಬಹುದಾದ ನಟರಾಜ ಗುರು.

'ನಾವೆಲ್ಲರೂ ಸಮಾಜಸೇವಕರು. ಸಮಾಜದ ಒಳಿತಿಗಾಗಿ ಜೀವಿಸಲು ಬದ್ಧರಾಗಿರುವವರು. ನನ್ನ ಎಲ್ಲ ಸೊತ್ತುಗಳನ್ನು, ಮುಂದೆ ಸಂಪಾದಿಸಲಿರುವ ಸಂಪಾದನೆಗಳನ್ನೆಲ್ಲ, ನನ್ನ ಹೆಂಡತಿ ಮಕ್ಕಳಿಗೆ ಸಿಗಬೇಕಾದ ಸೊತ್ತುಗಳನ್ನೆಲ್ಲ ಸಮಾಜದ ಒಳಿತಿಗಾಗಿ ಮೀಸಲಿಡುತ್ತಿದ್ದೇನೆ'. ಪಲ್ಪು ಅವರ ಉಯಿಲಿನ ಈ ಭಾಗ ಅವರ ವ್ಯಕ್ತಿತ್ವವನ್ನು ಸೂಚಿಸುವುದರ ಜೊತೆಗೆ, ಸಮಾಜಸೇವಕನೊಬ್ಬ ಹೇಗಿರಬೇಕು ಎನ್ನುವುದನ್ನೂ ಸೂಚಿಸುವಂತಿದೆ. ಈ ಹಿನ್ನೆಲೆಯಲ್ಲಿ ನೋಡುವುದಾದರೆ, ಪ್ರಸ್ತುತ ಸಾಮಾಜಿಕ ಚಟುವಟಿಕೆಗಳಲ್ಲಿ ತೊಡಗಿರುವ ರಾಜಕಾರಣಿಗಳನ್ನು ಏನೆಂದು ಕರೆಯಬೇಕು?

ಕೇರಳೀಯರ ಜೊತೆಗೆ ಕನ್ನಡಿಗರೂ ಪಲ್ಪು ಅವರನ್ನು ನೆನಪಿಸಿಕೊಳ್ಳಬೇಕು. ಮಲಯಾಳಿ-ಕನ್ನಡದ ನಡುವಿನ ಸಾಂಸ್ಕೃತಿಕ ಕೊಂಡಿಯ ರೂಪದಲ್ಲಿ ನೋಡಬಹುದಾದ ಅವರು, ದಕ್ಷ ಅಧಿಕಾರಿಯಾಗಿ ಬೆಂಗಳೂರಿಗೆ ನೀಡಿರುವ ಕೊಡುಗೆ ಮಹತ್ವದ್ದು. ಆದರೆ, ಅವರ ಸಾಧನೆಯನ್ನು ನೆನಪಿಸುವ ಯಾವ ಪ್ರಯತ್ನಗಳೂ ರಾಜಧಾನಿಯಲ್ಲಿ ಕಾಣಿಸುವುದಿಲ್ಲ. ಯಾಕೆ ಹೀಗೆ? ಪಲ್ಪು ಅವರು ಹಿಂದುಳಿದ ವರ್ಗಕ್ಕೆ ಸೇರಿರುವುದು ಅವರನ್ನು ಕಡೆಗಣಿಸಿರಲು ಕಾರಣವಾಗಿದೆಯೇ? ಇಲ್ಲವೆಂದು ಹೇಳುವಷ್ಟು ಆರೋಗ್ಯಕರವಾಗಿಯೇನೂ ನಮ್ಮ ಕಾಲಘಟ್ಟದ ಸಾಮಾಜಿಕ-ರಾಜಕೀಯ ಸಂದರ್ಭ ಸರಳವಾಗಿಲ್ಲ.

ಈ ಪುಟ್ಟ ಕೃತಿಯ ಮೂಲಕ ಪದ್ಮನಾಭನ್ ಪಲ್ಪು ಅವರನ್ನು ಇಂದಿನ ಓದುಗರಿಗೆ ತಲುಪಿಸುವ ಮಹತ್ವದ ಕೆಲಸವನ್ನು ಲಕ್ಷ್ಮಣ ಕೊಡಸೆಯವರು ಮಾಡಿದ್ದಾರೆ. ಜನಪ್ರಿಯ ಚರಿತ್ರೆಯ ಅವಜ್ಞೆಗೆ ಸಂದ ಜನಪರ ಸಾಧಕರನ್ನು ಪರಿಚಯಿಸುವ ಕೆಲಸವನ್ನು ಅವರು ನಿರಂತರವಾಗಿ ಮಾಡುತ್ತಲೇ ಬಂದಿದ್ದಾರೆ. ಹೀಗೆ ಬರೆಯುವುದು ಅವರ ಪಾಲಿಗೆ ಸಾಮಾಜಿಕ ಬದ್ಧತೆಯ ರೂಪವೇ ಆಗಿದೆ. ಬರವಣಿಗೆ ಎನ್ನುವುದು ಜನಪ್ರಿಯ ಸಂಸ್ಕೃತಿಯ ಸುತ್ತಲೇ ಗಿರಕಿ ಹೊಡೆಯುವ ಸಂದರ್ಭದಲ್ಲಿ, ಸಮಾಜಕ್ಕೆ ಅಂತರ್ಜಲದ ರೂಪದಲ್ಲಿ ಪರಿಣಮಿಸಿದ ವ್ಯಕ್ತಿಗಳನ್ನು ಮತ್ತೆ ಚರ್ಚೆಗೆ ತರುವುದು ಈ ಕಾಲಕ್ಕೆ ತೀರಾ ಅಗತ್ಯವಾದ ಕೆಲಸ. ಇಂಥ ಅಗತ್ಯವಾದ ಕೆಲಸವನ್ನು ಮಾಡಿದ ಕಾರಣಕ್ಕಾಗಿ ಕೊಡಸೆ ಅವರಿಗೆ ಅಭಿನಂದನೆಗಳು ಹಾಗೂ ಈ ಕೃತಿಯನ್ನು ಓದಲು ಪ್ರೀತಿಯಿಂದ ಒತ್ತಾಯಿಸುವ ಮೂಲಕ ಪಲ್ಪು ಅವರನ್ನು ನನ್ನ ಅರಿವಿನ ಭಾಗವಾಗಿಸಿದ್ದಕ್ಕಾಗಿ ಅವರಿಗೆ ಕೃತಜ್ಞನಾಗಿರುವೆ.

–ರಘುನಾಥ ಚ.ಹ

ಬೆಂಗಳೂರು

ನಾರಾಯಣಗುರುಗಳ ಆಪ್ತ
ಡಾ. ಪದ್ಮನಾಭನ್ ಪಲ್ಪು

ಡಿ.ವಿಜಿ ಅವರ 'ನೆನಪಿನ ಚಿತ್ರಗಳ ಮಾಲಿಕೆ'ಯ ಮೊದಲ ಸಂಪುಟದ ಪ್ರಾರಂಭ ಹೀಗಿದೆ: '1906 ಅಥವಾ 1907ರಲ್ಲಿ ಬೆಂಗಳೂರಿಗೆ ಅಭೇದಾನಂದ ಸ್ವಾಮಿಗಳವರು ದಯಮಾಡಿಸಿದರು. ಅವರು ಭಗವಾನ್ ರಾಮಕೃಷ್ಣ ಪರಮಹಂಸರ ಸಾಕ್ಷಾತ್ ಶಿಷ್ಯರಲ್ಲಿ ಒಬ್ಬರು. ಸ್ವಾಮಿ ವಿವೇಕಾನಂದರು ಅಮೆರಿಕದಲ್ಲಿ ಹಿಂದೂಮತದ ಕೀರ್ತಿಜ್ಯೋತಿಯನ್ನು ಬೆಳಗಿಸಿದ, ನಮ್ಮ ದೇಶಕ್ಕೆ ಪಾಶ್ಚಾತ್ಯ ಪ್ರಪಂಚದಲ್ಲಿ ಅಪೂರ್ವವಾದ ಗಣ್ಯತೆಯನ್ನು ಸಂಪಾದಿಸಿಕೊಟ್ಟು ಸ್ವದೇಶಕ್ಕೆ ಹಿಂತಿರುಗಿದ ಬಳಿಕ, ಅಮೆರಿಕದಲ್ಲಿ ಅವರು ಪ್ರಾರಂಭಿಸಿದ್ದ ಕಾರ್ಯವನ್ನು ಅಲ್ಲಿ ನಿಂತು ಯಶಸ್ಕರವಾದ ರೀತಿಯಲ್ಲಿ ಮುಂಬರಿಸಿದ್ದವರು ಅಭೇದಾನಂದಸ್ವಾಮಿಗಳು. ಅಂಥ ಮಹನೀಯರು ನಮ್ಮೂರಿಗೆ ಬರುವುದೆಂದರೆ ಅದೊಂದು ಅತಿಶಯಭಾಗ್ಯವೆಂಬಂತೆ ನಮ್ಮ ಮಹಾಜನರು ಭಾವಿಸಿದ್ದು ಸ್ವಾಭಾವಿಕವೇ ಅಲ್ಲವೇ? ಅಭೇದಾನಂದರಿಗೆ ಸ್ವಾಗತ ನೀಡುವುದಕ್ಕಾಗಿ ವಿಶೇಷವಾದ ಏರ್ಪಾಟುಗಳು ನಡೆಯುತ್ತಿದ್ದವು. ಯುವರಾಜರ ವಿದ್ಯಾಗುರುಗಳಾಗಿದ್ದು ಕಡೆಗೆ ಶ್ರೀನಿವಾಸಾನಂದ ನಾಮಧೇಯದಿಂದ ಯತ್ಯಾಶ್ರಮ ಗ್ರಹಣ ಮಾಡಿದ್ದ ಎಂ.ಎ.ನಾರಾಯಣಯ್ಯಂಗಾರ್ಯರೂ, ಹಲಸೂರಿನ ಡಾ. ವೆಂಕಟರಂಗಂ ಅವರೂ, ಆಗ ಸ್ಯಾನಿಟರಿ ಕಮೀಷನರಾಗಿದ್ದ ಡಾ. ಪಲ್ಪು ಅವರೂ, ಅಂದಿನ ಸಮಾಜ ಪ್ರಮುಖರು ಇನ್ನೂ ಅನೇಕರೂ ಆ ಸ್ವಾಗತ ಸಮಾರಂಭದಲ್ಲಿ ಉತ್ಸಾಹದಿಂದ ಕೆಲಸ ಮಾಡುತ್ತಿದ್ದರು. ಆ ಉತ್ಸಾಹದ ಗಾಳಿ ನನ್ನನ್ನೂ ಸೋಕಿತು...'

'ದೇವನಹಳ್ಳಿ ವೆಂಕಟರಮಣಯ್ಯ ಗುಂಡಪ್ಪ (ಡಿವಿಜಿ, 1887–1975) ಕನ್ನಡ ನಾಡಿನ ಮಹಾ ಪ್ರತಿಭಾವಂತರಲ್ಲಿ ಒಬ್ಬರು. ಅವರು ಪ್ರಭಾವಶೀಲರು. ಅವರು ಆಧುನಿಕ ಭಾರತೀಯ ಸಾಹಿತ್ಯದ ಒಂದು ಅಶ್ವತ್ಥವೃಕ್ಷ. ಬಹುಶ್ರುತರಾದ ಗುಂಡಪ್ಪನವರು ಅರವತ್ತು ವರ್ಷಗಳಿಗೂ ಹೆಚ್ಚು ಕಾಲ ಸಾಹಿತ್ಯ, ಪತ್ರಿಕೋದ್ಯಮ ಮತ್ತು ಸಾರ್ವಜನಿಕ ಕ್ಷೇತ್ರಗಳಲ್ಲಿ ಸಲ್ಲಿಸಿದ ಸೇವೆ ಅನನ್ಯವಾದದ್ದು. ಪೂರ್ಣ ಪುರುಷರೆನ್ನಿಸಿದ್ದ ಗುಂಡಪ್ಪನವರು ವಿದ್ವತ್ತು ಮತ್ತು ರಸಿಕತೆಗಳ ಅಪೂರ್ವ ಸಂಗಮವಾಗಿದ್ದರು. ಅವರ ಸಾಹಿತ್ಯ ಬಾಳಿಗೊಂದು ನಂಬಿಕೆಯನ್ನೂ ಭರವಸೆಯನ್ನೂ ಕೊಡುವಂಥದು; ಸಂಸ್ಕೃತಿ ಸಂಪನ್ನವಾದದ್ದು. ಅದು ಮೌಲ್ಯಪ್ರಜ್ಞೆಯನ್ನು ಬೆಳೆಸಿ ಕನ್ನಡಿಗರ ಬದುಕಿಗೆ ರುಚಿಯನ್ನೂ ಕೊಟ್ಟಿದೆ...' ಎಂದು ಡಾ. ಹಾ. ಮಾ. ನಾಯಕರು 'ಡಿವಿಜಿ ಸಮಗ್ರಕೃತಿ ಶ್ರೇಣಿ'ಯ ಸಂಪಾದಕರಾಗಿ ಡಿವಿಜಿ ಅವರ ವ್ಯಕ್ತಿತ್ವವನ್ನು ಬಣ್ಣಿಸಿದ್ದಾರೆ.

ಡಿವಿಜಿ ಅವರು ಬಾಲ್ಯದ ಶಿಕ್ಷಣವನ್ನು ಕೋಲಾರ ಜಿಲ್ಲೆಯ ಮುಳಬಾಗಿಲಿನಲ್ಲಿ ಪಡೆದರು. ಅಲ್ಲಿ ಎಸ್‌ಎಸ್‌ಎಲ್‌ಸಿ ವರೆಗೆ ಓದಿದರು. ಆದರೆ ಪರೀಕ್ಷೆಯಲ್ಲಿ ಉತ್ತೀರ್ಣರಾಗಲಿಲ್ಲ. ಅದುವರೆಗೆ ಸಿಕ್ಕಿದ ಸಂಸ್ಕೃತ, ಕನ್ನಡ ಮತ್ತು ಸಂಸ್ಕೃತ ಅಧ್ಯಯನದ ಬಲದಿಂದ ಸ್ವಂತ ಬದುಕನ್ನು ಕಟ್ಟಿಕೊಳ್ಳಲು 1905 ರ ಸುಮಾರಿಗೆ ಬೆಂಗಳೂರಿಗೆ ಬಂದರು. ಪತ್ರಿಕೋದ್ಯಮ ವೃತ್ತಿಯನ್ನು ಹಿಡಿದರು. ಅದರಿಂದಾಗಿ ಸಾರ್ವಜನಿಕ ಬದುಕಿಗೂ ಪ್ರವೇಶ ಪಡೆದರು. ಸುಸಂಸ್ಕೃತ ವೃತ್ತಿ, ಸಂಪರ್ಕ ಮತ್ತು ಪ್ರಾಮಾಣಿಕ ನಡವಳಿಕೆಗಳಿಂದ ಆಡಳಿತಗಾರರ ಗಮನವನ್ನೂ ಸೆಳೆದರು. ಸಾಹಿತ್ಯ ರಚನೆ, ಪತ್ರಿಕೋದ್ಯಮ ವೃತ್ತಿಯಿಂದಾಗಿ ಅವರ ಸಂಪರ್ಕ ಕ್ಷೇತ್ರಗಳು ವಿಸ್ತಾರವಾದವು. ಬೆಂಗಳೂರಿನ ಗಣ್ಯರಲ್ಲಿ ಒಬ್ಬರಾಗಿ ಬೆಳೆದ ಡಿವಿಜಿ ಅವರು ಆಧುನಿಕ ನವೋದಯ ಸಾಹಿತ್ಯದ ಆರಂಭಿಕ ಕೃಷಿಕರಲ್ಲಿ ಮಹತ್ವದ ಪಾತ್ರ ವಹಿಸಿದರು. ಅಂದಿನ ದಿವಾನರು, ಸಾರ್ವಜನಿಕರು, ಸಮಾಜ ಸೇವಕರನ್ನು ಹತ್ತಿರದಿಂದ ಕಂಡಿದ್ದ ಅವರು ಮುಂದೆ ತಮ್ಮ ಒಡನಾಟದ ಅನುಭವಗಳನ್ನು 'ಜ್ಞಾಪಕ ಚಿತ್ರಶಾಲೆ'ಯ ಹೆಸರಿನಲ್ಲಿ ದಾಖಲಿಸಿದ್ದಾರೆ. ಅಂದಿನ ದಿನಗಳ ಸಾಮಾಜಿಕ, ಸಾರ್ವಜನಿಕ ಸನ್ನಿವೇಶಗಳ ಬಗ್ಗೆ ಆಸಕ್ತಿ ಇರುವವರಿಗೆ ಅವರ ನೆನಪುಗಳು ಉಪಯುಕ್ತ ಆಕರಗಳಾಗಿವೆ.

ವಿವೇಕಾನಂದರ ನಿಕಟವರ್ತಿ ಅಭೇದಾನಂದರ ಬೆಂಗಳೂರಿನ ಭೇಟಿಗಾಗಿ ಸಿದ್ಧತೆ ನಡೆಸುತ್ತಿದ್ದ ಬಗ್ಗೆ ನೀಡಿದ ವಿವರಗಳಲ್ಲಿ ಮೈಸೂರು ಸಂಸ್ಥಾನದ ಅಂದಿನ ಸ್ಯಾನಿಟರಿ ಕಮೀಷನರಾಗಿದ್ದ ಡಾ. ಪಲ್ಪು ಅವರೂ ಅಲ್ಲಿ ಉತ್ಸಾಹದಿಂದ ಕೆಲಸ ಮಾಡುತ್ತಿರುವುದು ಪ್ರಸ್ತಾಪವಾಗಿದೆ. ಬ್ರಿಟಿಷರ ಚಕ್ರಾಧಿಪತ್ಯಕ್ಕೆ ಒಳಪಟ್ಟು ಆಡಳಿತ ನಡೆಸುತ್ತಿದ್ದ ಮೈಸೂರು ಸಂಸ್ಥಾನದಲ್ಲಿ 1891ರಿಂದ 1920ರವರೆಗೆ ವೈದ್ಯಕೀಯ ಹಾಗೂ ಆಡಳಿತ ಕ್ಷೇತ್ರದಲ್ಲಿ ತಮ್ಮದೇ ಛಾಪು ಮೂಡಿಸಿದ ಡಾ. ಪಲ್ಪು ಅವರ ಸೇವೆಯನ್ನು ಈಗಿನ ಸಂಶೋಧಕರು ಕಲೆ ಹಾಕಿದ್ದಾರೆ. ಮೈಸೂರು ಸಂಸ್ಥಾನದ ವಿವಿಧ ಕಡೆಗಳಲ್ಲಿ ಡಾ.ಪಲ್ಪು ಅವರು ಕೈಗೊಂಡ ಸಾರ್ಥಕ ಕೆಲಸಗಳನ್ನು ಸ್ಮರಿಸಿಕೊಂಡಿದ್ದಾರೆ.

ಮಲೆಯಾಳಿ ಕನ್ನಡಿಗ

ಪಲ್ಪು ಅವರ ಪೂರ್ಣ ಹೆಸರು ಪದ್ಮನಾಭನ್ ಪಲ್ಪು. ತಿರುವಾಂಕೂರು ಸಂಸ್ಥಾನದಿಂದ ಬದುಕನ್ನು ಅರಸಿ ಮೈಸೂರು ಸಂಸ್ಥಾನಕ್ಕೆ ಬಂದ ಮಲೆಯಾಳಿ. 1891ರಲ್ಲಿ ಬ್ಯಾಕ್ಟೀರಿಯಾಲಜಿಸ್ಟ್ (ಸೂಕ್ಷ್ಮಾಣುಜೀವಿ ಶಾಸ್ತ್ರಜ್ಞ) ಹುದ್ದೆಗೆ ನೇಮಕಗೊಂಡು 29 ವರ್ಷ ಮೈಸೂರು ಸಂಸ್ಥಾನದಲ್ಲಿ ಸೇವೆ ಸಲ್ಲಿಸಿದವರು. ಸಿಡುಬು ನಿವಾರಕ ಲಸಿಕೆ ವಿಭಾಗದ ನಿರ್ದೇಶಕ ಹುದ್ದೆಯವರೆಗೆ ಪದೋನ್ನತಿ ಪಡೆದು ಅದೇ ಹುದ್ದೆಯಲ್ಲಿದ್ದಾಗ 1921ರಲ್ಲಿ ನಿವೃತ್ತರಾದರು. ಮೈಸೂರು ಸಂಸ್ಥಾನದಲ್ಲಿ ಬೆಂಗಳೂರು, ಮೈಸೂರು, ಕೋಲಾರ, ಶಿವಮೊಗ್ಗ ಮತ್ತಿತರ ಕಡೆ ವಿವಿಧ ಅಧಿಕಾರ ಸ್ಥಾನಗಳಲ್ಲಿ ಸೇವೆ ಸಲ್ಲಿಸಿದ್ದ ಪಲ್ಪು ಮಲೆಯಾಳಿ ಕನ್ನಡಿಗ. ಅವರ ಮಕ್ಕಳ ಬಾಲ್ಯ ಬೆಂಗಳೂರಿನಲ್ಲಿ ಕಳೆದಿತ್ತು. ಮುಂದೆ ನಾರಾಯಣಗುರುಗಳ (ಜನನ 18.9.1854, ಮಹಾಸಮಾಧಿ 20.9.1928) ನಿಕಟ ಶಿಷ್ಯರಲ್ಲಿ ಒಬ್ಬರಾದ ನಟರಾಜ, ಪಲ್ಪು ಅವರ ಪುತ್ರ. ಆ ದಿನಗಳಲ್ಲಿ ಒಮ್ಮೆ ನಾರಾಯಣಗುರುಗಳು ತಿರುವನಂತಪುರದ ಪಲ್ಪು ಅವರ ಮನೆಗೆ ಭೇಟಿ ನೀಡಿದ ಸಂದರ್ಭದಲ್ಲಿ ಬಾಲಕನಾಗಿದ್ದ ನಟರಾಜ ತನ್ನ ಪಾಠದ ಬಗ್ಗೆ ಹೇಳುವಾಗ ಕನ್ನಡದ ಪದ್ಯಗಳನ್ನು ಹೇಳಿ ಗುರುಗಳನ್ನು ಬೆರಗುಗೊಳಿಸಿದ್ದ. (ಉಲ್ಲೇಖ: 'ಶ್ರೀ ನಾರಾಯಣಗುರು ವಿಜಯದರ್ಶನ', ಲೇಖಕ: ಬಾಬು ಶಿವ ಪೂಜಾರಿ).

ಹತ್ತೊಂಬತ್ತನೆಯ ಶತಮಾನದಲ್ಲಿ ತಿರುವಾಂಕೂರು ಸಂಸ್ಥಾನ ಬ್ರಿಟಿಷರ ಸಾಮಂತ ರಾಜ್ಯವಾಗಿದ್ದರೂ ಅಲ್ಲಿನ ಶೂದ್ರರು ಮತ್ತು ದಲಿತರ ಬದುಕಿನಲ್ಲಿ ಮಧ್ಯಯುಗದಲ್ಲಿದ್ದ ಪಾಳೇಗಾರಿಕೆ ಕ್ರೌರ್ಯವೇ ವಿಜೃಂಭಿಸಿತ್ತು. ಅಲ್ಲಿ ಜಾತಿ ಚೌಕಟ್ಟಿನಲ್ಲಿ ಮಾನವ ಶೋಷಣೆಯು ಅತಿರೇಕದ ಪರಮಾವಧಿಯನ್ನು ಮುಟ್ಟಿತ್ತು. ಜಾತಿಕಟ್ಟುಗಳ ಅಸ್ಪೃಶ್ಯತೆಯ ಭ್ರಮೆಯಿಂದ ಹುಚ್ಚಾಗಿದ್ದ ಸಂಸ್ಥಾನದ ಸಮಾಜದಲ್ಲಿ ನಂಬೂದಿರಿಗಳಿಂದ ನಾಯರ್ 16 ಹೆಜ್ಜೆ, ಈಳವ 36 ಹೆಜ್ಜೆ, ಪುಲಯ್ಯ 54 ಹೆಜ್ಜೆ, ಪರಯ್ಯ 64 ಹೆಜ್ಜೆಗಳ ಅಂತರದಲ್ಲಿ ಸರಿದು ನಿಲ್ಲಬೇಕಿತ್ತು. ಈ ಸಂಪ್ರದಾಯವನ್ನು ಮೀರಿದವರು ಘೋರ ಶಿಕ್ಷೆಗೆ ಗುರಿಯಾಗುತ್ತಿದ್ದರು.

ಈ ಅತಿರೇಕ ಯಾವ ಮಟ್ಟಕ್ಕೆ ಹೋಗಿತ್ತೆಂದರೆ ನಂಬೂದಿರಿ ಬ್ರಾಹ್ಮಣನನ್ನು ತಮಿಳು ಬ್ರಾಹ್ಮಣ ಮುಟ್ಟಿದರೂ ನಂಬೂದಿರಿಗೆ ಮೈಲಿಗೆ ಆಗುತ್ತಿತ್ತಂತೆ. ದಕ್ಷಿಣ ಕನ್ನಡ ಜಿಲ್ಲೆಯಲ್ಲಿ ಸ್ಪೃಶ್ಯರಾಗಿರುವ ಈಳವರು (ಬಿಲ್ಲವರು) ಅಲ್ಲಿ, ಕೇರಳದಲ್ಲಿ, ಅಸ್ಪೃಶ್ಯರಾಗಿದ್ದರು. ಅವರನ್ನು ಅವರ್ಣರು ಎಂಬ ಗುಂಪಿಗೆ ಸೇರಿಸಲಾಗಿತ್ತು. ನಂಬೂದಿರಿಗಳು, ನಾಯರ್‌ಗಳಲ್ಲದೆ ಉಳಿದ ಯಾವತ್ತೂ ಕೆಳವರ್ಗದವರನ್ನು ಮೇಲು ಜಾತಿಯವರಾಗಲೀ, ಅವರ ಸರ್ಕಾರವಾಗಲೀ ಮನುಷ್ಯರು ಎಂದೇ ಪರಿಗಣಿಸಿರಲಿಲ್ಲ. ಅವರು ದಾರಿಯಲ್ಲಿ ನಡೆಯುತ್ತಿದ್ದರೆ ಅವರ್ಣರು ಅವರ 'ಹೇ...ಹೇ..' ಕೂಗನ್ನು ಕೇಳಿದಾಕ್ಷಣ ದಾರಿಯಿಂದ ಹೆಜ್ಜೆಗಳ ಲೆಕ್ಕದಂತೆ ದೂರ ಸರಿದು ಕುಕ್ಕುರುಗಾಲಿನಲ್ಲಿ ಕುಳಿತುಕೊಳ್ಳಬೇಕಿತ್ತು. ಇಂಥ ಕಟ್ಟಳೆಗಳನ್ನು

ಮುರಿದ ಸಂದರ್ಭಗಳಲ್ಲಿ ಕೆಳವರ್ಗದವರನ್ನು ಶಿಕ್ಷಿಸಲು ಮೇಲ್ವರ್ಗದವರಿಗೆ ಎಲ್ಲ ಅಧಿಕಾರವೂ ಇತ್ತು. ಇದಕ್ಕೆ ಸಾಕ್ಷಿಯಾಗಲೀ, ನ್ಯಾಯಾಧೀಶರಾಗಲೀ ಅಗತ್ಯವಿರಲಿಲ್ಲ. ಅವರ್ಣರು ಮೇಲು ಜಾತಿಯವರನ್ನು ಎದುರಾದರೆ, ಗಂಡಸಾಗಲೀ, ಹೆಂಗಸಾಗಲೀ ತಮ್ಮ ಶರೀರದ ಮೇಲ್ಭಾಗದ ವಸ್ತ್ರವನ್ನು ತೆಗೆದು ಅರೆಬೆತ್ತಲೆಯಾಗಿ ತಾನು ಅವರ್ಣರೆಂದು ತೋರಿಸಬೇಕಿತ್ತು. ಅವರ್ಣರಿಗೆ ಕೊಡೆ, ಚಪ್ಪಲಿ, ಒಳ್ಳೆಯ ಬಟ್ಟೆ ಮತ್ತು ಮೊಣಕಾಲಿಗಿಂತ ಕೆಳಗಿನ ತನಕ ಮತ್ತು ಮೇಲ್ಜಾತಿಯವರ ಎದುರು ಎದೆಯ ಮೇಲ್ಭಾಗದಲ್ಲಿ ವಸ್ತ್ರ ಧರಿಸುವ, ಚಿನ್ನದ ಆಭರಣಗಳನ್ನು ಹಾಕಿಕೊಳ್ಳುವ ಹಕ್ಕು ಇರಲಿಲ್ಲ. ದೇವಸ್ಥಾನದ ಕೆರೆ, ಅಷ್ಟೇಕೆ, ಮೇಲುಜಾತಿಯವರ ಮನೆಗಳನ್ನು ಮುಟ್ಟಿದರೆ ಅವು ಮೈಲಿಗೆಯಾಗುತ್ತಿದ್ದವು. ಅಂಥವುಗಳನ್ನು ಶುದ್ಧಿ ಮಾಡುವ ಅಧಿಕಾರಿ ಕೇವಲ ನಂಬೂದಿರಿ ಬ್ರಾಹ್ಮಣರಿಗೆ ಇರುತ್ತಿತ್ತು. ಇದನ್ನು 'ಪುಣ್ಯಾವಹ' ಎಂದು ಕರೆಯುತ್ತಿದ್ದರಂತೆ. ಈ 'ಪುಣ್ಯಾವಹ'ದ ಖರ್ಚುವೆಚ್ಚಗಳನ್ನು ಮೈಲಿಗೆ ಮಾಡಿದವರು ತೆರ ಬೇಕಾಗಿತ್ತು. ಖರ್ಚು ಕೊಡದಿದ್ದರೆ ಉಗ್ರವಾಗಿ ಶಿಕ್ಷೆಗೆ ಗುರಿಯಾಗುತ್ತಿದ್ದರು.

ಅವರ್ಣರ ಮೇಲೆ ಅಂದಿನ ಸರ್ಕಾರ ವಿಧಿಸುತ್ತಿದ್ದ ತೆರಿಗೆಗಳಂತೂ ಯಾವುದೇ ನಾಗರಿಕ ಆಡಳಿತದಲ್ಲಿ ಊಹೆಗೆ ನಿಲುಕುವಂತಿರಲಿಲ್ಲ. ಜಾತಿಯ ಕರ, ಉದ್ಯೋಗ ಕರ, ಮದುವೆಯ ಕರ, ಅಂಗಾಂಗಗಳ ಮೇಲೆ ಕರ, ಹದಿನಾರರಿಂದ ಅರವತ್ತು ವರ್ಷದೊಳಗಿನ ಗಂಡಸರಿಗೆ ತಲೆ ಕರ, ಆಭರಣಗಳನ್ನು ಧರಿಸಲು ಕರ. ತೆರಿಗೆ ಕೊಟ್ಟರೂ ಕೆಲವೊಮ್ಮೆ ಅವರ್ಣರು ಚಿನ್ನ ಬೆಳ್ಳಿಯ ಆಭರಣ ಧರಿಸುವುದು ಧರ್ಮನಿಷೇಧವಾಗಿತ್ತು. ಸರ್ಕಾರಕ್ಕೆ ಹೆಣ ತೆರಿಗೆಯನ್ನು ಪಾವತಿ ಮಾಡಿದ ನಂತರವೇ ಅಂತ್ಯಕ್ರಿಯೆಗೆ ಅವಕಾಶ. ಮಗುವಿಗೆ ಹಾಲು ಕುಡಿಸಲು ಸ್ತನ ತೆರಿಗೆ. ಅದನ್ನು ನಿರ್ಧರಿಸಲು ಸ್ತನಗಳನ್ನು ಅಳತೆ ಮಾಡಿ ಅವುಗಳ ಗಾತ್ರಕ್ಕೆ ಅನುಗುಣವಾಗಿ ತೆರಿಗೆ ನಿರ್ಧಾರದ ಪದ್ಧತಿ. ವಸ್ತ್ರಧಾರಣೆಯ ಕರ ಕೊಟ್ಟರೂ ಅವರ್ಣ ಹೆಂಗಸರು ಮೇಲುಜಾತಿಯ ಹೆಂಗಸರಂತೆ ಬಟ್ಟೆ ಧರಿಸುವಂತಿರಲಿಲ್ಲ. ಅವರ್ಣ ಹೆಂಗಸರು ಮೊಣಕಾಲಿಗಿಂತ ಸೀರೆ ಉಡುವುದು ಮತ್ತು ರವಿಕೆಯನ್ನು ತೊಡುವುದು ಶಾಸ್ತ್ರವಿರುದ್ಧವಾಗಿತ್ತು. ಅವರ್ಣ ಸ್ತ್ರೀಯರು ಸ್ತನಗಳನ್ನು ಮುಚ್ಚಿಕೊಳ್ಳಕೂಡದು ಎಂಬುದೂ ಕಾಯ್ದೆಯಾಗಿತ್ತು. ದಕ್ಷಿಣ ತಿರುವಾಂಕೂರಿನ ನಾಡವರ ಹೆಂಗಸರು ರವಿಕೆಯನ್ನು ತೊಡುವ ಹಕ್ಕನ್ನು ಸರ್ಕಾರದಿಂದ ಪಡೆಯುವುದಕ್ಕೆ ಹೋರಾಟ ನಡೆಸಬೇಕಾಯಿತು.

ತಿರುವಾಂಕೂರು ಬ್ರಿಟಿಷ್ ಸರ್ಕಾರದ ಅಧೀನಕ್ಕೆ ಒಳಪಟ್ಟ ಮೇಲೆ ಅದರ ಒತ್ತಾಯಕ್ಕೆ ಮಣಿದು 1865ರಲ್ಲಿ ಇಂಥ 105 ಕರಭಾರಗಳಿಂದ ಅವರ್ಣರನ್ನು ಮುಕ್ತಗೊಳಿಸಲಾಯಿತು. ಇದಕ್ಕೂ ಮೊದಲು ಸಂಸ್ಥಾನದಲ್ಲಿ ನಡೆಯುತ್ತಿದ್ದ ಗುಲಾಮರ ವ್ಯಾಪಾರವನ್ನು ಬ್ರಿಟಿಷ್ ಸರ್ಕಾರ ಕಾನೂನು ಮೂಲಕ ನಿಷೇಧಿಸಬೇಕಾಯಿತು. ಇಂಡಿಯನ್ ಪೀನಲ್ ಕೋಡ್ ಅಸ್ತಿತ್ವಕ್ಕೆ ಬಂದ 1862ರ

ವರೆಗೂ ಕೇರಳದಲ್ಲಿ ಗುಲಾಮರ ವ್ಯಾಪಾರ ಅಬಾಧಿತವಾಗಿತ್ತು. ಕೇರಳದಲ್ಲಿ ಧಾರ್ಮಿಕ ಚಟುವಟಿಕೆ ನಡೆಸುತ್ತಿದ್ದ ಕ್ರೈಸ್ತ ಪಾದ್ರಿಗಳ ಪ್ರಯತ್ನದಿಂದ ಮನುಷ್ಯರ ಮಾರಾಟ ವಹಿವಾಟು ನಿಷೇಧಕ್ಕೊಳಗಾಯಿತು.

ಜನನ

ಪದ್ಮನಾಭನ್ ಪಲ್ಪು ತಿರುವನಂತಪುರ ಸಮೀಪದ ಪೇಟ್ಟಾಯಿಲ್‌ನ ನೆಡುಂದೋಡಿಯ ಅವಿಭಕ್ತ ಈಳವ ಕುಟುಂಬದಲ್ಲಿ 1863ರ ನವೆಂಬರ್ 2ರಂದು ಜನಿಸಿದರು (ಸ್ವಾಮಿ ವಿವೇಕಾನಂದರು ಜನಿಸಿದ್ದು 1863ರ ಜನವರಿ 12ರಂದು, ಪಲ್ಪು ಅವರಿಗಿಂತ ಹನ್ನೊಂದು ತಿಂಗಳು ಹಿರಿಯರು). ತಂದೆ ತಚ್ಚಕುಡಿ (ನೆಡುಂಗೊತ್ತು) ಎಂದು ಹೆಸರಾಗಿದ್ದ ಕೂಡು ಕುಟುಂಬದ ಮದಿಯಕುಟ್ಟಿ ಭಗವತಿ. ಟೊಪ್ಪಿಲ್ ಮಾತಾ ಪೆರುಮಾಳ್ ಎಂಬ ಮೂಲ ಹೆಸರಿನ ಪಪ್ಪಮ್ಮ ಅವರು ತಾಯಿ. ಈಳವರಿಗೆ ಸರ್ಕಾರದ ಶಾಲೆಗಳಲ್ಲಿ ಪ್ರವೇಶ ಇಲ್ಲದ ಕಾರಣ ಟಿ.ಪಿ. ಪಲ್ಪು (ಮದಿಯಕುಟ್ಟಿ ಭಗವತಿ) ಕ್ರಿಶ್ಚಿಯನ್ ಮಿಷನರಿಯೊಬ್ಬರ ಮನೆಯಲ್ಲಿ ಇಂಗ್ಲಿಷ್ ವಿದ್ಯಾಭ್ಯಾಸ ಮಾಡಿದ್ದರು. ಆ ಸಂದರ್ಭದಲ್ಲಿ ತಿರುವಾಂಕೂರು ಸರ್ಕಾರ ಕೋರ್ಟಿನಲ್ಲಿ ಪ್ಲೀಡರ್ ಹುದ್ದೆಗೆ ಇಂಗ್ಲಿಷ್ ಬಲ್ಲವರಿಂದ ಅರ್ಜಿಗಳನ್ನು ಆಹ್ವಾನಿಸಿತು. ಸೀನಿಯರ್ ಪಲ್ಪು (ಪದ್ಮನಾಭನ್ ಅವರ ತಂದೆ) ಆ ಪರೀಕ್ಷೆ ತೆಗೆದುಕೊಳ್ಳಲು ಪ್ರವೇಶ ಶುಲ್ಕ ಕಟ್ಟಿ ಪರೀಕ್ಷೆಗೆ ಅಣಿಯಾದರು. ಈಳವನೊಬ್ಬ ವಕೀಲಿ ವೃತ್ತಿಗೆ ಸಿದ್ಧನಾಗುತ್ತಿದ್ದಾನೆ ಎಂದು ತಿಳಿದ ನಂಬೂದಿರಿ ಮತ್ತು ನಾಯರ್‌ಗಳು ಸಂಚು ಮಾಡಿ ಪಲ್ಪು ಅವರಿಗೆ ಪರೀಕ್ಷೆ ತೆಗೆದುಕೊಳ್ಳದಂತೆ ಮಾಡಿದರು. ಸರ್ಕಾರ ಅವರಿಗೆ ಪರೀಕ್ಷೆಗೆ ಕೂರಲು ಅವಕಾಶ ನಿರಾಕರಿಸಿತು. ಗಾಯದ ಮೇಲೆ ಉಪ್ಪು ಸವರಿದಂತೆ ಪರೀಕ್ಷೆಗೆ ಕಟ್ಟಿದ್ದ ಶುಲ್ಕವನ್ನೂ ಮುಟ್ಟುಗೋಲು ಹಾಕಿಕೊಂಡಿತು. ಆದ್ದರಿಂದ ಪಲ್ಪು ತಮ್ಮ ಕುಟುಂಬ ನಿರ್ವಹಣೆಗಾಗಿ ಬಾವಿ, ಕಾಲುವೆ, ಕೆರೆ ತೋಡಿಸುವ ಮೇಸ್ತ್ರಿಯಾಗಿ ಕೆಲಸ ಮಾಡಬೇಕಾಯಿತು. ಈ ದಂಪತಿಗೆ ಏಳು ಮಕ್ಕಳು.

ಶಿಕ್ಷಣದ ಅಗತ್ಯವನ್ನು ಮನಗಂಡಿದ್ದ ಟಿ.ಪಿ. ಪಲ್ಪು ಮಕ್ಕಳಿಗೆ ಇಂಗ್ಲಿಷ್ ಕಲಿಸಲು ಶ್ರಮಿಸುತ್ತಿದ್ದರು. ಕ್ರಿಶ್ಚಿಯನ್ ಮಿಷನರಿಗಳು ನಡೆಸುತ್ತಿದ್ದ ಇಂಗ್ಲಿಷ್ ಶಾಲೆಗಳು ಕ್ರಿಶ್ಚಿಯನ್ ಮಕ್ಕಳಿಗೆ ತೆರೆದಿರುತ್ತಿದ್ದವು. ಅಸ್ಪೃಶ್ಯರು, ಅವರ್ಣರು ಎಂದು ಅಂದಿನ ಕೇರಳ ಸಮಾಜದಲ್ಲಿ ಪರಿಗಣಿತರಾಗಿದ್ದ ಪಲ್ಪು ಅವರಿಗೆ ಶಿಕ್ಷಣ ಪಡೆಯುವುದು ಸುಲಭವಾಗಲಿಲ್ಲ. ಅವರ ಹಿರಿಯ ಪುತ್ರ ವೇಲಾಯುಧನ್ ತಿರುವನಂತಪುರದ ಮಹಾರಾಜ ಕಾಲೇಜಿನಲ್ಲಿ ಇಂಗ್ಲಿಷ್ ಮಾಧ್ಯಮದಲ್ಲಿ ಓದುತ್ತಿದ್ದ. ಉಳಿದ ಮಕ್ಕಳಿಗೂ ಕಲಿಸುವ ಮನಸ್ಸು. ಆದರೆ ಹಣದ ಮುಗ್ಗಟ್ಟು. ಪಲ್ಪುವಿನ ಸೋದರ ಮಾವಂದಿರು ಅನುಕೂಲಸ್ಥರು. ಅವರಿಂದ ನೆರವು ಕೇಳಲು ಹಿರಿಯ ಪಲ್ಪುಗೆ ಹಿಂಜರಿಕೆ. ಪದ್ಮನಾಭನ್ ಪಲ್ಪುವಿಗೆ ಅಣ್ಣ ವೇಲಾಯುಧನ್‌ನಂತೆ ಇಂಗ್ಲಿಷ್ ಕಲಿಯುವ ಆಸೆ. ಆದರೆ ಸರ್ಕಾರಿ ಶಾಲೆಯಲ್ಲಿ

ಪ್ರವೇಶ ಇಲ್ಲದ ಸ್ಥಿತಿ. ಬಾಲಕನ ಆಸೆಯನ್ನು ತಿಳಿದ ಎಸ್.ಜೆ. ಫರ್ನಾಂಡಿಸ್ ಎಂಬ ಪಾದ್ರಿ ತಮ್ಮ ಇಂಗ್ಲಿಷ್ ಮಾಧ್ಯಮ ಶಾಲೆಯಲ್ಲಿ ಅವಕಾಶ ಕಲ್ಪಿಸಿದರು. ಮೂರು ವರ್ಷ ತಿರುವನಂತಪುರದ ಇಂಗ್ಲಿಷ್ ಶಾಲೆಯಲ್ಲಿ ಕಲಿತ ಪಲ್ಪು ನಂತರ ಅಲ್ಲಿನ ಸರ್ಕಾರಿ ಹೈಸ್ಕೂಲಿನಲ್ಲಿ ಮೆಟ್ರಿಕ್ ಮುಗಿಸಿದರು.

ಒಮ್ಮೆ ಪದ್ಮನಾಭನ್ ಪಲ್ಪುವಿನ ಮಾವ ತಾನು ಇಳಿಸುವ ತೆಂಗಿನ ಕಾಯಿಗಳನ್ನು ಒಟ್ಟು ಮಾಡಲು ಬಾಲಕನನ್ನು ಕರೆದೊಯ್ದರು. ಆತ ತೆಂಗಿನ ಮರ ಹತ್ತಿ ಹೋದಾಗ ಕೆಳಗೆ ನಿಂತ ಪಲ್ಪು ಮಾವನಿಗೆ 'ನೀನು ಕೀಳುತ್ತಿರುವ ತೆಂಗಿನ ಕಾಯನ್ನು ನನ್ನ ತಲೆ ಮೇಲೆ ಹಾಕಿ ಕೊಲ್ಲು, ಇಲ್ಲದಿದ್ದರೆ ಶಾಲೆಯ ಶುಲ್ಕ ಕಟ್ಟಲು ಹಣ ಕೊಡು' ಎಂದು ಹೇಳುತ್ತಾ ಕಾಯಿ ಬೀಳುವಲ್ಲಿಗೆ ಹೋಗಿ ನಿಂತ. ಸೋದರಳಿಯನ ಹಠ ಕಂಡಿದ್ದ ಮಾವ ಅಲ್ಲಿಂದಲೇ ಭರವಸೆ ನೀಡಿದ. ಕೆಳಗೆ ಇಳಿದವನು ಮನೆಗೆ ಹೋಗಿ ಏಳು ರೂಪಾಯಿಗಳನ್ನು ತಂದುಕೊಟ್ಟನು. ಪಲ್ಪು ಅದನ್ನು ಫರ್ನಾಂಡಿಸ್ ಅವರಿಗೆ ಕೊಟ್ಟನು. ಅವನ ಪ್ರಾರಂಭಿಕ ಶಿಕ್ಷಣದ ಎರಡು ವರ್ಷ ಅದೇ ಇಂಗ್ಲಿಷ್ ಶಾಲೆಯಲ್ಲಿ ನಡೆಯಿತು. ಮೂರನೆಯ ವರ್ಷ ತರಗತಿಯಲ್ಲಿ ಶಿಕ್ಷಣ ಮುಂದುವರಿಸಲು ಅವನು ತಿರುವನಂತಪುರದ ಇಂಗ್ಲಿಷ್ ಶಾಲೆ ಸೇರಿದನು. ಈಳವರು ಅಸ್ಪೃಶ್ಯರಾಗಿದ್ದರಿಂದ ಪಲ್ಪು ಕೊನೆಯ ಬೆಂಚಿನಲ್ಲಿ ಕುಳಿತುಕೊಳ್ಳಬೇಕಾಯಿತು. ಯಾವ ವಿದ್ಯಾರ್ಥಿಯೂ ಇವನೊಂದಿಗೆ ಸೇರುತ್ತಿರಲಿಲ್ಲ.

ಪಲ್ಪು 1883ರಲ್ಲಿ ಮೆಟ್ರಿಕ್ಯುಲೇಶನ್ ಉತ್ತೀರ್ಣನಾದನು. ಮುಂದಿನ ಇಂಟರ್ ಮೀಡಿಯೇಟ್ ಶಿಕ್ಷಣಕ್ಕಾಗಿ ಹಣ ಗಳಿಸಲು ವಿದ್ಯಾರ್ಥಿಗಳಿಗೆ ಪಾಠ ಹೇಳಲು ಆರಂಭಿಸಿದನು. ಮೂರು ತಿಂಗಳ ಕಾಲ ಪಾಠ ಹೇಳಿದರೂ ಕಾಲೇಜು ಪ್ರವೇಶ ಶುಲ್ಕಕ್ಕೆ ಅಗತ್ಯವಿರುವಷ್ಟು ಸಂಪಾದನೆ ಆಗಲಿಲ್ಲ. ಆದ್ದರಿಂದ ಆ ವರ್ಷ ವ್ಯರ್ಥವಾಯಿತು. ವಿದ್ಯಾರ್ಥಿಗಳಿಗೆ ಪಾಠ ಹೇಳುವುದನ್ನು ಮುಂದುವರಿಸಿ ಮುಂದಿನ ವರ್ಷಕ್ಕೆ ಕಾಲೇಜು ಸೇರಿದನು. ಕಾಲೇಜಿಗೆ ಹೋಗುತ್ತಿದ್ದಾಗಲೂ ಬೆಳಗ್ಗೆ ಮತ್ತು ಸಂಜೆ ವಿದ್ಯಾರ್ಥಿಗಳಿಗೆ ಪಾಠ ಹೇಳಿ ಕಾಲೇಜಿನ ಶುಲ್ಕ ಮತ್ತು ಮನೆಯ ಖರ್ಚನ್ನು ನೋಡಿಕೊಳ್ಳುತ್ತಿದ್ದನು.

ಪಲ್ಪುವಿನ ಇಂಟರ್‌ಮೀಡಿಯಟ್ ಶಿಕ್ಷಣ ನಡೆದಿದ್ದಾಗ ತಿರುವಾಂಕೂರು ಸರ್ಕಾರ ಅರ್ಹ ವಿದ್ಯಾರ್ಥಿಗಳ ಮೆಡಿಕಲ್ ಕಾಲೇಜು ಪ್ರವೇಶ ಪರೀಕ್ಷೆಯ ಅರ್ಜಿ ಸ್ವೀಕಾರಕ್ಕೆ ಪ್ರಕಟಣೆ ಹೊರಡಿಸಿತು. ಪಲ್ಪು ಮೆಡಿಕಲ್ ಕಾಲೇಜು ಪ್ರವೇಶ ಪರೀಕ್ಷೆಯಲ್ಲಿ ಎರಡನೆಯ ರ್‍ಯಾಂಕ್ ಗಳಿಸಿದ್ದರು. ಆದರೆ ಪ್ರವೇಶ ಪರೀಕ್ಷೆಯ ನಂತರ ಪಲ್ಪು ಸಲ್ಲಿಸಿದ ಅರ್ಜಿಯನ್ನು ಪರಿಶೀಲಿಸಿ ವಯಸ್ಸು ಹೆಚ್ಚಾಯಿತೆನ್ನುವ ನೆಪ ಒಡ್ಡಿ ತಿರಸ್ಕರಿಸಲಾಯಿತು. ವಯಸ್ಸು ಮೀರಿಲ್ಲ ಎಂಬುದಕ್ಕೆ ಜಾತಕವನ್ನು ಹಾಜರುಪಡಿಸಿದಾಗ ಕಾಲೇಜಿನ ಆಡಳಿತ ವರ್ಗ 'ನೀನು ಜಾತಿಯಲ್ಲಿ ಈಳವ. ವೈದ್ಯನಾದರೆ ರೋಗಿಗಳಿಗೆ ಕೊಡುವ ಔಷಧದ

ಮಿಶ್ರಣದಲ್ಲಿ ನೀರನ್ನು ಸೇರಿಸಬೇಕಾಗುತ್ತದೆ. ಈಳವರ ಕೈಯಿಂದ ಸವರ್ಣರು ನೀರನ್ನು ಕುಡಿಯುವಂತಿಲ್ಲ. ಆದ್ದರಿಂದ ನಿನಗೆ ಮೆಡಿಕಲ್ ಕಾಲೇಜಿನಲ್ಲಿ ಪ್ರವೇಶವನ್ನು ಕೊಡುವಂತಿಲ್ಲ' ಎಂದು ಉತ್ತರಿಸಿ ಪ್ರವೇಶವನ್ನು ನಿರಾಕರಿಸಿತು (ಈ ಸಂಗತಿಯನ್ನು ಸಮಾಜ ವಿಜ್ಞಾನಿ ಎಸ್.ಎನ್. ಸದಾಶಿವಂ ತಮ್ಮ 'ಎ ಸೋಷಿಯಲ್ ಹಿಸ್ಟರಿ ಆಫ್ ಇಂಡಿಯಾ' ಕೃತಿಯಲ್ಲಿ ಬರೆದಿದ್ದಾರೆ).

ವಂತಿಗೆ ಸಂಗ್ರಹಿಸಿ ಶಿಕ್ಷಣ ಶುಲ್ಕ

ಪಲ್ಪು ಅಲ್ಲಿಂದ ಚೆನ್ನೈಗೆ ತೆರಳಿ (1885ರ ಅಕ್ಟೋಬರ್ 10ರಂದು) ಮದ್ರಾಸ್ ಮೆಡಿಕಲ್ ಕಾಲೇಜು ಸೇರಿದರು. ವರ್ಷಕ್ಕೆ ನೂರೈವತ್ತು ರೂಪಾಯಿ ಶುಲ್ಕ. ವಂತಿಗೆಯಿಂದ 75 ರೂಪಾಯಿ ಸಂಗ್ರಹಿಸಿದರು. ಉಳಿದ ಹಣಕ್ಕೆ ಅವರ ತಾಯಿ ಪಪ್ಪಮ್ಮ ತನ್ನ ಒಡವೆಯ ಚಿನ್ನ ಮಾರಿ ಕೊಟ್ಟರು. ಈಳವರು ಚಿನ್ನ ಧರಿಸುವುದು ತಿರುವಾಂಕೂರು ಸಂಸ್ಥಾನದಲ್ಲಿ ನಿಷಿದ್ಧವಾಗಿದ್ದರಿಂದ ಅವರು ತಮ್ಮ ಚಿನ್ನದ ಆಭರಣಗಳಿಗೆ ಬೆಳ್ಳಿಯ ಒಪ್ಪವನ್ನು ಹಾಕಿಸಿಕೊಂಡಿದ್ದರು. (ಮುಂದೆ ಎಸ್‌ಎನ್‌ಡಿಪಿ ಸಂಘಟಿಸಿದ ಮಹಿಳಾ ಸಮಾವೇಶದಲ್ಲಿ ಪಲ್ಪು ತಾಯಿಯ ಈ ತ್ಯಾಗವನ್ನು ಭಾವುಕರಾಗಿ ಸ್ಮರಿಸಿಕೊಂಡು 'ಸೋದರಿಯರೇ, ನಿಮ್ಮ ಆಭರಣಗಳನ್ನು ಮಾರಿಯಾದರೂ ಮಕ್ಕಳನ್ನು ವಿದ್ಯಾವಂತರನ್ನಾಗಿ ಮಾಡಿರಿ' ಎಂದು ಮನವಿ ಮಾಡಿದರು). ಮದ್ರಾಸ್ ಮೆಡಿಕಲ್ ಕಾಲೇಜಿನಲ್ಲಿ ಕಲಿಯುತ್ತಿದ್ದಾಗ ಅಣ್ಣ ಪಿ. ವೇಲಾಯುಧನ್ ಸಣ್ಣ ಉದ್ಯೋಗದಲ್ಲಿದ್ದರು. ಅವರ ವೇತನ ಸೋದರರ ಊಟಕ್ಕೆ ಮಾತ್ರ ಸಾಕಾಗುತ್ತಿತ್ತು. ಮುಂದಿನ ವರ್ಷದ ಕಾಲೇಜು ಶುಲ್ಕಕ್ಕೆ ಮತ್ತೆ ತೊಂದರೆಯಾಯಿತು. ಶುಲ್ಕ ರಿಯಾಯಿತಿಗೆ ಕಾಲೇಜು ಪ್ರಿನ್ಸಿಪಾಲರಿಗೆ ಮಾಡಿದ ಮನವಿ ವ್ಯರ್ಥವಾಯಿತು. ರಾಮಕೃಷ್ಣ ಎನ್ನುವವರು 20 ರೂಪಾಯಿ ಮನಿಯಾರ್ಡರ್ ಕಳಿಸಿದ್ದರು. ಮಾಧವ ರಾವ್ 50 ರೂಪಾಯಿ ಕೊಟ್ಟರು. ಸರ್ ಭಾಷ್ಯಂ ಅಯ್ಯಂಗಾರ್ 10 ರೂಪಾಯಿಗಳನ್ನು ಕಳಿಸಿದರು. ಆ ಸಮಯದಲ್ಲಿ ಮದ್ರಾಸಿಗೆ ತಿರುವಾಂಕೂರು ಮಹಾರಾಜರು ಆಗಮಿಸಿದರು. ಅವರ ಭೇಟಿಗೆ ಪ್ರಯಾಸಪಟ್ಟು ಅವಕಾಶ ಪಡೆದುಕೊಂಡ ಪಲ್ಪು ಅವರಿಗೂ ಸಹಾಯಧನ ಕೋರಿ ಮನವಿ ಸಲ್ಲಿಸಿದರು. ಮಹಾರಾಜ ಶ್ರೀಮೂಲಂ ತಿರುನಾಳ್ ರಾಮವರ್ಮ (1885-1924) ಅವರು ಎರಡು ರೂಪಾಯಿಗಳನ್ನು ಸಹಾಯಧನವಾಗಿ ನೀಡಿದರು.

ಪಲ್ಪು ಕಾಲೇಜು ಶುಲ್ಕಕ್ಕಾಗಿ ಮನೆಮನೆಗೆ ಹೋಗಿ ವಂತಿಗೆ ಪಡೆಯುತ್ತಿದ್ದರು. ಯಾವುದೇ ಕಾರಣಕ್ಕೂ ವಂತಿಗೆಯ ಹಣವನ್ನು ಅನ್ಯ ವಿಷಯಗಳಿಗೆ ಖರ್ಚು ಮಾಡುತ್ತಿರಲಿಲ್ಲ. ಒಮ್ಮೆ ವಂತಿಗೆಯ ಹಣ ಕೈಯಲ್ಲಿದ್ದರೂ ಊಟಕ್ಕೆ ಬೇರೆ ಹಣ ಇಲ್ಲದೆ ಉಪವಾಸದಿಂದ ಒಂದು ಚರ್ಚ್ ಎದುರು ಕುಳಿತಿದ್ದರು. ಆ ಸಮಯದಲ್ಲಿ ರೊಟ್ಟಿ ಮಾರುವ ಮುಸ್ಲಿಮನೊಬ್ಬನು ಇವರ ಬಾಡಿದ ಮುಖವನ್ನು ನೋಡಿ ಇವರ ಕೈಯಲ್ಲಿ ರೊಟ್ಟಿಯನ್ನು ಇಟ್ಟನು. ತನ್ನಲ್ಲಿ ಹಣವಿಲ್ಲ ಎಂದು ರೊಟ್ಟಿಯನ್ನು ವಾಪಸು ಕೊಡಲು ಹೋದಾಗ ಆತ ಹಣವೇನೂ

ಬೇಡ ಎಂದು ಉದಾರತೆಯನ್ನು ಪ್ರದರ್ಶಿಸಿದನಂತೆ. ಹೀಗೆ ಬಹುಕಷ್ಟದಿಂದ ಮೆಡಿಕಲ್ ವಿದ್ಯಾಭ್ಯಾಸವನ್ನು ಪೂರೈಸಿದರು. ಎಷ್ಟೇ ಕಷ್ಟ ಬಂದರೂ ಸೋದರ ಮಾವಂದಿರಲ್ಲಿ ಸಹಾಯ ಬೇಡಲಿಲ್ಲ.

ತಿರುವಾಂಕೂರು ಸಂಸ್ಥಾನದ ಈಳವ ಸಮುದಾಯದಲ್ಲಿ ವೇಲಾಯುಧನ್ ಮೊಟ್ಟಮೊದಲ ಪದವೀಧರ. ಪದ್ಮನಾಭನ್ ಪಲ್ಪು ಮೊಟ್ಟ ಮೊದಲ ವೈದ್ಯ ಪದವೀಧರ. ಮದ್ರಾಸ್ ಮೆಡಿಕಲ್ ಕಾಲೇಜಿನಿಂದ ಎಲ್‌ಎಂ ಎಸ್ ಪದವಿಯನ್ನು (Licenciate in medicine and surgery) 1889ರಲ್ಲಿ ಪಡೆದ ಪಲ್ಪು ತಿರುವಾಂಕೂರಿಗೆ ಮರಳಿದರು. ಈಳವರೆಂಬ ಜಾತಿಯ ನೆಪ ನೀಡಿ ಸರ್ಕಾರ ಉದ್ಯೋಗ ನೀಡಲು ನಿರಾಕರಿಸಿತು. ಅಲ್ಲಿ ಕೆಲಸಕ್ಕೆ ಸೇರಿಕೊಳ್ಳುವಂತಿದ್ದರೆ ನಾಲ್ಕನೇ ದರ್ಜೆಯ ಗುಮಾಸ್ತೆ ಕೆಲಸಕ್ಕೆ ಬರಬಹುದೆಂದು ಹೇಳಲಾಯಿತು. ತಿಂಗಳಿಗೆ ಐದು ರೂಪಾಯಿ ವೇತನ ನೀಡುವುದಾಗಿ ತಿಳಿಸಲಾಯಿತು. ಆದರೆ, ಮೆಡಿಕಲ್ ಪದವಿಯನ್ನು ಪೂರ್ಣಗೊಳಿಸದೆ ಅರ್ಧಕ್ಕೆ ನಿಲ್ಲಿಸಿ ಬಂದಿದ್ದ ಮೂವರು ಸವರ್ಣರನ್ನು ಕೆಲಸಕ್ಕೆ ತೆಗೆದುಕೊಂಡಿತು. ಇದರಿಂದ ನೊಂದುಕೊಂಡ ಡಾ. ಪಲ್ಪು ಮದ್ರಾಸಿಗೆ ವಾಪಸು ಬಂದರು. ಅಲ್ಲಿ ನೌಕರಿಯಲ್ಲಿದ್ದ ಅಣ್ಣ ವೇಲಾಯುಧನ್ ಅವರ ಮನೆಯಲ್ಲಿ ತಂಗಿದರು. ಮದ್ರಾಸ್ ಸರ್ಕಾರದ ಸ್ಪೆಷಲ್ ವ್ಯಾಕ್ಸಿನೇಶನ್ ಇಲಾಖೆಯಲ್ಲಿ ವ್ಯಾಕ್ಸಿನ್ ಸೂಪರಿಂಟೆಂಡೆಂಟ್ ಹುದ್ದೆಯಲ್ಲಿ 70 ರೂಪಾಯಿ ವೇತನಕ್ಕೆ ನೇಮಕಗೊಂಡರು. ಯೂರೋಪಿಯನ್ ವೈದ್ಯರಾಗಿದ್ದ ಕರ್ನಲ್ ಕಿಂಗ್ ಅವರ ಜೊತೆಗಾರರಾಗಿ ಪಲ್ಪು ಕೆಲಸ ಮಾಡಬೇಕಿತ್ತು. ಪ್ರಾಮಾಣಿಕತೆ ಮತ್ತು ಅವಿಶ್ರಾಂತ ದುಡಿಮೆಗೆ ಒಗ್ಗಿಹೋಗಿದ್ದ ಪಲ್ಪು ಕಿಂಗ್ ಅವರ ಮೆಚ್ಚುಗೆ ಪಡೆದರು. ಅವರೊಂದಿಗೆ ಕೆಲಸ ಮಾಡುತ್ತಿದ್ದಾಗ ಸೀನಿಯರ್ ಸೂಪರಿಂಟೆಂಡೆಂಟ್ ಆದರು. ಈ ಇಲಾಖೆ ಬೆಂಗಳೂರಿಗೆ ಸ್ಥಳಾಂತರವಾದಾಗ ಅಲ್ಲಿಗೆ ಹೋದರು. ಆ ವೇಳೆಗೆ ಮೈಸೂರು ಸಂಸ್ಥಾನದ ಸರ್ಕಾರ ರೋಗಪ್ರತಿಬಂಧಕ ಇಂಜೆಕ್ಷನ್ (ದಾಕು ಹಾಕುವ) ಔಷಧ ಕಂಪೆನಿಯನ್ನು ಆರಂಭಿಸಿತು. ಇದು ಸಿಡುಬು ಮಹಾಮಾರಿಗೆ ರೋಗಪ್ರತಿಬಂಧಕ ಔಷಧಿ ತಯಾರಿಸುವ ಕಂಪೆನಿ. 1891ರಲ್ಲಿ ಮಾಸಿಕ ಒಂದು ನೂರು ರೂಪಾಯಿಗಳ ವೇತನ ಹಾಗೂ ಬಡ್ತಿಯೊಂದಿಗೆ ಮೈಸೂರು ಸಂಸ್ಥಾನದ ವ್ಯಾಕ್ಸಿನೇಶನ್ ಇಲಾಖೆಯ ಮುಖ್ಯಸ್ಥರಾಗಿ ಪಲ್ಪು ನೇಮಕವಾದರು. ಈ ಕುರಿತು ರಾಜ್ಯ ಪತ್ರಾಗಾರದ ದಾಖಲೆ 'ಸರ್ಕಾರಿ ಆದೇಶ 1901 ಮಾರ್ಚ್ 1: ಸಹಾಯಕ ಸರ್ಜನ್ ಡಾ. ಪಿ. ಪಲ್ಪು ಅವರನ್ನು ಬೆಂಗಳೂರು ನಗರದ ವೈದ್ಯಾಧಿಕಾರಿಯಾಗಿ ವೇತನ ಮಾಹೆಯಾನ ರೂ. 150 (ಈ ಹುದ್ದೆಗೆ ಬೆಂಗಳೂರು ಸಿಟಿ ಮುನಿಸಿಪಲ್ ಕಮೀಷನ್ ನೀಡಲಾಗುತ್ತಿರುವ ಭತ್ಯೆಗಳು ಪ್ರತ್ಯೇಕ) ನೇಮಿಸಲಾಗಿದೆ. ಜೊತೆಗೆ ಸಾಂಕ್ರಾಮಿಕ ರೋಗ ನಿಯಂತ್ರಣದ ಹುದ್ದೆಯನ್ನು ಜವಾಬ್ದಾರಿಯನ್ನೂ ನೋಡಿಕೊಳ್ಳತಕ್ಕದ್ದೆಂಬ ನಿರೂಪ ಬೇರೆ.

ಪಲ್ಪು ಅವರ ನೇತೃತ್ವದಲ್ಲಿ ಮೈಸೂರು ಸಂಸ್ಥಾನದಲ್ಲಿ ತಯಾರಾಗುತ್ತಿದ್ದ

ಔಷಧವನ್ನು ಬರ್ಮಾ (ಈಗಿನ ಮೈನ್ಮಾರ್), ಆಫ್ಘಾನಿಸ್ತಾನ, ದಕ್ಷಿಣ ಆಫ್ರಿಕ, ಪರ್ಶಿಯಾ ಮುಂತಾದ ದೇಶಗಳಿಗೆ ರಫ್ತು ಮಾಡಲಾಗುತ್ತಿತ್ತು.

ಮೈಸೂರಿನಲ್ಲಿ ಸೇವೆಗೆ ಸೇರಿಕೊಂಡ ಮೇಲೆ ಪಲ್ಪು ಅವರು ತಾಯ್ನಾಡಿನಲ್ಲಿ ತಮ್ಮವರ ಬವಣೆಯನ್ನು ಮರೆಯಲಿಲ್ಲ. ಮದ್ರಾಸಿನಲ್ಲಿ ಓದುತ್ತಿದ್ದಾಗಲೇ ಅವರು ತಮ್ಮವರು ತಿರುವಾಂಕೂರು ಸಂಸ್ಥಾನದಲ್ಲಿ ಅನುಭವಿಸುತ್ತಿದ್ದ ಅಸ್ಪೃಶ್ಯತೆ ಹಾಗೂ ತಾರತಮ್ಯದ ಚಿತ್ರಣವನ್ನು ಪತ್ರಿಕೆಗಳಿಗೆ ಬರೆಯುತ್ತಿದ್ದರು. ಮದ್ರಾಸಿನಿಂದ ಹೊರಡುತ್ತಿದ್ದ 'ಡೇಲಿ ಮೇಲ್' ಪತ್ರಿಕೆಯಲ್ಲಿ ಪ್ರಕಟವಾಗುತ್ತಿದ್ದ ಲೇಖನಗಳು ತಿರುವಾಂಕೂರು ಸಂಸ್ಥಾನದಲ್ಲಿ ಈಳವರು ಸೇರಿದಂತೆ ಎಲ್ಲ ಹಿಂದುಳಿದ ಹಾಗೂ ದಲಿತವರ್ಗದ ಜನ ಅನುಭವಿಸುತ್ತಿದ್ದ ಬವಣೆಯನ್ನು ದೇಶಕ್ಕೆ ಪರಿಚಯಿಸುತ್ತಿದ್ದವು. ಆಗ ಬರೆದ ಲೇಖನಗಳು ಮತ್ತು ಮೈಸೂರಿನಲ್ಲಿ ಉದ್ಯೋಗ ಪಡೆದ ನಂತರ ತಿರುವಾಂಕೂರು ಸಂಸ್ಥಾನಕ್ಕೆ ಸಲ್ಲಿಸಲು ಸಿದ್ಧಪಡಿಸಿದ ಸುದೀರ್ಘ ಮನವಿಯು ಒಳಗೊಂಡ ಪುಸ್ತಕವನ್ನು ಇಂಗ್ಲಿಷ್ ಮತ್ತು ಮಲೆಯಾಳಂನಲ್ಲಿ ಸಿದ್ಧಪಡಿಸಿ ಸ್ವಂತ ವೆಚ್ಚದಿಂದ ಪ್ರಕಟಿಸಿದರು (ತಿರುವಾಂಕೂರು ತೀಯರ ಗತಿ-ಸ್ಥಿತಿ). ಅಂದಿನ ಈಳವರ (ತೀಯರ) ದುರವಸ್ಥೆಯನ್ನು ಈ ಪುಸ್ತಕದಲ್ಲಿ ಬಣ್ಣಿಸಲಾಗಿತ್ತು.

ಆಗ ಮೈಸೂರು ಸಂಸ್ಥಾನದ ದಿವಾನರು ಕೆ.ಶೇಷಾದ್ರಿ ಅಯ್ಯರ್. ಅವರು ಪಾಲ್ಘಾಟ್ ಕಡೆಯವರು. ಪಲ್ಪು ಅವರ ಕಾರ್ಯದಕ್ಷತೆಯ ಬಗ್ಗೆ ದಿವಾನರಲ್ಲಿ ಮೆಚ್ಚುಗೆ ಇತ್ತು.

ವಿವೇಕಾನಂದರ ಭೇಟಿ

'1892ರಲ್ಲಿ ಸ್ವಾಮಿ ವಿವೇಕಾನಂದರು ದೇಶ ಪರ್ಯಟನೆ ಮಾಡುತ್ತಾ ಮೈಸೂರು ಸಂಸ್ಥಾನಕ್ಕೆ ಬಂದರು. ಮರ್ಮಗೋವಾದಿಂದ ಹೊರಟ ಸ್ವಾಮೀಜಿ ಧಾರವಾಡದ ಮೂಲಕ ನೇರವಾಗಿ ಬೆಂಗಳೂರಿಗೆ ಬಂದು ತಲುಪಿದರು. ಬೆಂಗಳೂರಿನಲ್ಲಿ ಅವರು ಸರ್ಕಾರಿ ವೈದ್ಯಾಧಿಕಾರಿಯಾಗಿದ್ದ ಡಾ. ಪಲ್ಪು ಅವರ ಅತಿಥಿಯಾಗಿ ಉಳಿದುಕೊಂಡರು. ಡಾ. ಪಲ್ಪು ಕಂಟೋನ್ಮೆಂಟ್ ಪ್ರದೇಶದಲ್ಲಿ ಮನೆ ಮಾಡಿಕೊಂಡಿದ್ದರು. ವಿವೇಕಾನಂದರು ತಮ್ಮಲ್ಲಿ ಉಳಿದುಕೊಂಡಿದ್ದನ್ನು ಪಲ್ಪು ದಿವಾನರ ಗಮನಕ್ಕೆ ತಂದರು. ಕೆಲವು ದಿನಗಳಲ್ಲಿ ಸ್ವಾಮೀಜಿಯವರನ್ನು ದಿವಾನ ಸರ್ ಕೆ.ಶೇಷಾದ್ರಿ ಅಯ್ಯರ್ ಪರಿಚಯ ಮಾಡಿಕೊಂಡರು. ಪ್ರತಿಭೆಯನ್ನು ಗುರುತಿಸುವುದರಲ್ಲಿ ಅವರದು ಎತ್ತಿದ ಕೈ ಎಂಬ ಪ್ರತೀತಿಯಿತ್ತು. ಸ್ವಾಮೀಜಿಯವರೊಂದಿಗೆ ಕೆಲವೇ ನಿಮಿಷಗಳ ಸಂಭಾಷಣೆಯಿಂದ ದಿವಾನರಿಗೆ ಮನವರಿಕೆಯಾಯಿತು. ತಮ್ಮ ಮುಂದಿರುವ ಈ ಯುವ ಸನ್ಯಾಸಿಯು ತನ್ನ ಆಯಸ್ಕಾಂತೀಯ ವ್ಯಕ್ತಿತ್ವ ಹಾಗೂ ಅಪಾರ ಆಧ್ಯಾತ್ಮಿಕ ಶಕ್ತಿಗಳಿಂದ ಸಮಸ್ತ ಭಾರತದ ಇತಿಹಾಸದ ಮೇಲೆ ಸಂಶೋಭಿತವಾದ ಸುವರ್ಣಮುದ್ರೆಯೊಂದನ್ನು ಮೂಡಿಸದಿರಲಾರ ಎಂದುಕೊಂಡರು. ಸ್ವಾಮೀಜಿಯನ್ನು ಮೈಸೂರಿನ

ತಮ್ಮ ಮನೆಗೆ ಆಹ್ವಾನಿಸಿದರು. ಸ್ವಾಮೀಜಿ ಕೆಲವು ವಾರ ಕಾಲ ದಿವಾನರ ಅತಿಥಿಯಾಗಿದ್ದರು. ಮೈಸೂರಿನಲ್ಲಿ ಅವರು ಅರಮನೆಯ ಅಧಿಕಾರಿಗಳನ್ನೂ, ಇತರ ಪ್ರಮುಖರನ್ನೂ ಭೇಟಿಯಾದರು. ಶೇಷಾದ್ರಿ ಅಯ್ಯರ್ ಅವರಿಗಂತೂ ಈ ಅದ್ಭುತ ಸಾಧುವಿನ ಭೇಟಿಯಾದದ್ದು ತುಂಬ ಸಂತೋಷವುಂಟು ಮಾಡಿತ್ತು. ಒಂದು ಸಂದರ್ಭದಲ್ಲಿ ಅವರು ಸ್ವಾಮೀಜಿಯ ಸಂಬಂಧವಾಗಿ ಹೇಳುತ್ತಾರೆ: 'ನಮ್ಮಲ್ಲೂ ಎಷ್ಟೋ ಜನ ಶಾಸ್ತ್ರಗಳನ್ನು ಓದಿದವರಿದ್ದಾರೆ. ಆದರೆ ಅವರಿಂದೇನಾಯಿತು. ಈ ಯುವ ಸನ್ಯಾಸಿಯ ಅಸಾಧಾರಣ ಜ್ಞಾನ ಹಾಗೂ ಅಂತರ್ದೃಷ್ಟಿ ಇವು ನಾನು ಈವರೆಗೆ ಭೇಟಿ ಮಾಡಿದ ಪಂಡಿತರೆಲ್ಲರ ತಿಳಿವಳಿಕೆಯನ್ನು ಮೀರಿಸುತ್ತದೆ. ನಿಜಕ್ಕೂ ಇದು ಪರಮಾದ್ಭುತ. ಇವರು ತಮ್ಮ ಈ ಅಪಾರ ಜ್ಞಾನವನ್ನು ಹುಟ್ಟುವಾಗಲೇ ಪಡೆದುಕೊಂಡು ಬಂದಿರಬೇಕು... ಇಲ್ಲದಿದ್ದರೆ ಇಷ್ಟು ಚಿಕ್ಕ ವಯಸ್ಸಿನಲ್ಲಿಯೇ ಇಷ್ಟೆಲ್ಲ ಜ್ಞಾನವನ್ನು ಪಡೆದುಕೊಳ್ಳಲು ಹೇಗೆ ಸಾಧ್ಯ?'

ಶೇಷಾದ್ರಿ ಅಯ್ಯರ್ ಅವರಿಗೆ ಸ್ವಾಮೀಜಿಯನ್ನು ಮೈಸೂರು ಮಹಾರಾಜರಾದ ಶ್ರೀ ಚಾಮರಾಜ ಒಡೆಯರಿಗೆ ಪರಿಚಯಿಸಬೇಕು ಎನ್ನಿಸಿತು. ಅತ್ಯಂತ ಯೋಗ್ಯ ಸಮರ್ಥ ಆಡಳಿತಗಾರರೆಂದು ಜನಾದರಣೆ ಗಳಿಸಿದ್ದವರು ಚಾಮರಾಜ ಒಡೆಯರು. ಇನ್ನೂ ಮೂವತ್ತು ವರ್ಷದ ಯುವಕರು. ಅವರು ಸ್ವಾಮೀಜಿಯವರನ್ನು ಭೇಟಿಯಾಗುವುದು ಇಬ್ಬರಿಗೂ ಲಾಭಪ್ರದವಾದೀತೆಂದು ಮನಗಂಡ ದಿವಾನರು ಅವರನ್ನು ಅರಮನೆಗೆ ಕರೆದೊಯ್ದರು. ಸ್ವಾಮೀಜಿಯವರು ಮಹಾರಾಜರ ಬೈಠಕ್ ಕೋಣೆಯಲ್ಲಿ ಭೇಟಿಯಾದರು. (ಉಲ್ಲೇಖ: ಡಾ. ಎನ್. ಚಿನ್ನಸ್ವಾಮಿ ಸೋಸಲೆ)

ತಮ್ಮಲ್ಲಿ ಉಳಿದುಕೊಂಡಿದ್ದಾಗ ಮತ್ತು ದಿವಾನರ ಅತಿಥಿಯಾಗಿದ್ದ ಸಂದರ್ಭದಲ್ಲಿ ವಿವೇಕಾನಂದರನ್ನು ಅನೇಕ ಸಲ ಭೇಟಿ ಮಾಡಿದ ಪಲ್ಪು ತಿರುವಾಂಕೂರು ಸಂಸ್ಥಾನದಲ್ಲಿ ಕೆಳಜಾತಿಯವರು ಪಡುತ್ತಿದ್ದ ಬಾಧೆಯನ್ನು ವಿವರಿಸಿ ಅದಕ್ಕೆ ಪರಿಹಾರವನ್ನು ಕೋರಿದರು. ಈಗಿನ ಕೇರಳ ಆ ಕಾಲಕ್ಕೆ ಮೂರು ಭಾಗಗಳಾಗಿತ್ತು. ಕೊಚ್ಚಿ ಮತ್ತು ತಿರುವಾಂಕೂರು ರಾಜ್ಯಗಳಲ್ಲಿ ಸ್ಥಳೀಯ ಅರಸೊತ್ತಿಗೆಗಳು ಬ್ರಿಟಿಷರ ಅಧೀನದಲ್ಲಿ ಕಾರ್ಯನಿರ್ವಹಿಸುತ್ತಿದ್ದವು. ಉತ್ತರದ ಮಲಬಾರ್ ಪ್ರದೇಶ ಮದ್ರಾಸ್ ಪ್ರಸಿಡೆನ್ಸಿಯ ಅಧೀನದಲ್ಲಿತ್ತು. ಕೊಚ್ಚಿ ಮತ್ತು ತಿರುವಾಂಕೂರು ಸಂಸ್ಥಾನಗಳಲ್ಲಿ ಕೆಳಜಾತಿಯವರೆಲ್ಲ ಅವರ್ಣರೆಂದು ಪರಿಗಣಿತರಾಗಿದ್ದು ಮೇಲು ಜಾತಿಯವರಿಂದ ಅನುಭವಿಸುತ್ತಿರುವ ಅಸ್ಪೃಶ್ಯತೆ ಮತ್ತು ಸಂಸ್ಥಾನದ ತಾರತಮ್ಯ ಧೋರಣೆಯಿಂದ ಹೇಗೆ ಶೋಷಣೆಗೆ ಒಳಗಾಗುತ್ತಿದ್ದಾರೆ ಎಂಬುದನ್ನು ವಿವರಿಸಿದರು. ಹಿಂದೂ ವರ್ಣ ಭೇದಗಳ ಅವ್ಯವಸ್ಥೆಗಳನ್ನೂ, ಸಾಮಾನ್ಯ ಜನರ ಶೋಷಣೆ, ಬವಣೆ, ಮೂಢನಂಬಿಕೆಗಳ ಬಗೆಗೆ, ಇವುಗಳಿಂದ ಸಮಾಜ ಮುಕ್ತವಾಗುವ ಬಗೆಯನ್ನು ಚರ್ಚಿಸಿದರು. ತಿರುವಾಂಕೂರು ಸರ್ಕಾರ ಮತ್ತು ಅಲ್ಲಿನ ಮೇಲು ಜಾತಿಯವರು

ಅವರ್ಣರನ್ನು, ಬಡವರನ್ನು, ಶೋಷಿಸುತ್ತಿರುವ ಪರಿಯನ್ನು ತಿಳಿಸಿದರು. ವಿವೇಕಾನಂದರು ಮೈಸೂರಿನಿಂದ ಕೇರಳಕ್ಕೆ ಹೊರಡುವ ಹಿಂದಿನ ದಿನ ಕೂಡ ಪಲ್ಪು ಅವರೊಂದಿಗೆ ಮೂರು ಗಂಟೆ ಚರ್ಚೆ ನಡೆಸಿದರು.

ವಿವೇಕಾನಂದರು ತಮ್ಮ ದೇಶಪರ್ಯಟನೆಯ ಮಾರ್ಗದಲ್ಲಿ ಬೆಂಗಳೂರಿನಿಂದ ಮದ್ರಾಸ್ ಮಾರ್ಗವಾಗಿ ರಾಮೇಶ್ವರ ತಲುಪುವ ಅಂದಾಜು ಮಾಡಿದ್ದರು. ಆಗಿನ ಸಾರಿಗೆ ವ್ಯವಸ್ಥೆಯಂತೆ ಬೆಂಗಳೂರಿನಿಂದ ರೈಲಿನಲ್ಲಿ ಮದ್ರಾಸ್ ತಲುಪಿ ಅಲ್ಲಿಂದ ರಾಮೇಶ್ವರಕ್ಕೆ ಹೋಗಬಹುದಿತ್ತು. ಕೇರಳ, ಇಲ್ಲವೇ ಕನ್ಯಾಕುಮಾರಿಯ ಭೇಟಿ ಅವರ ದೃಷ್ಟಿಯಲ್ಲಿರಲಿಲ್ಲ. ಆದರೆ ಪಲ್ಪು ಮಲಬಾರ್, ಕೊಚ್ಚಿ ಮತ್ತು ತಿರುವಾಂಕೂರು ಸಂಸ್ಥಾನದ ಒಳಗಡೆ ಪ್ರವೇಶಿಸಿ ಅಲ್ಲಿನ ಸಾಮಾಜಿಕ ಅಸಮಾನತೆಯನ್ನು ಖುದ್ದಾಗಿ ನೋಡುವಂತೆ ವಿವೇಕಾನಂದರಲ್ಲಿ ಮನವಿ ಮಾಡಿದ್ದರಿಂದ ಅವರು ಮಲಬಾರ್ ಪ್ರದೇಶ, ಕೊಚ್ಚಿ ಮತ್ತು ತಿರುವಾಂಕೂರು ಸಂಸ್ಥಾನಗಳ ಭೇಟಿಗೆ ನಿರ್ಧರಿಸಿದರು.

ವಿವೇಕಾನಂದರು ತಿರುವಾಂಕೂರಿಗೆ ಭೇಟಿ ನೀಡಿದಾಗ ಪಲ್ಪು ಅವರು ತಮ್ಮೊಡನೆ ಹೇಳಿದ್ದ ವಿವರಗಳ ಪ್ರತ್ಯಕ್ಷ ಅನುಭವ ಪಡೆದರು. ತಿರುವಾಂಕೂರಿನ ಜಾತೀಯ ಅವ್ಯವಸ್ಥೆ, ಅಸ್ಪೃಶ್ಯತೆಯ ಅತಿರೇಕ, ಆಹಾರ ವಸ್ತುಗಳ ಮಡಿ ಮೈಲಿಗೆ ಮುಂತಾದ ದುರಾಚಾರಗಳನ್ನು ಕಂಡರು. ವಿವೇಕಾನಂದರು ಅಲ್ಲಿನ ಪ್ರವಾಸ ಮುಗಿಸಿ ಮೈಸೂರಿಗೆ ಬಂದಾಗ ಪಲ್ಪು ಮೈಸೂರಿನ ಹುಚ್ಚಾಸ್ಪತ್ರೆಯ ಮುಖ್ಯಾಧಿಕಾರಿಯಾಗಿದ್ದರು. ಆಸ್ಪತ್ರೆಯ ಅತಿಥಿಗೃಹದಲ್ಲಿ ವಿವೇಕಾನಂದರನ್ನು ಬರಮಾಡಿಕೊಂಡ ಪಲ್ಪು 'ಹೇಗಿದೆ ನಮ್ಮ ಕೇರಳ?' ಎಂದು ಕೇಳಿದರು. ಅದಕ್ಕೆ ವಿವೇಕಾನಂದರು 'ನಿಮ್ಮ ಕೇರಳ ಈ ಹುಚ್ಚಾಸ್ಪತ್ರೆಯಂತಿದೆ' ಎಂದು ವಿಷಾದದಿಂದ ನುಡಿದರು. ಮತ್ತೊಮ್ಮೆ ಇಬ್ಬರೂ ಕೇರಳದಲ್ಲಿನ ಅನಾಚಾರಗಳನ್ನು ಚರ್ಚಿಸಿದರು. ಬಾಲ್ಯದಿಂದಲೂ ಅಸ್ಪೃಶ್ಯತೆ, ಅನಾದರ, ತಾರತಮ್ಯ, ಶೋಷಣೆಯಿಂದ ನಲುಗಿ ಹಿಂದೂ ಧರ್ಮದ ಬಗ್ಗೆಯೇ ವಿಶ್ವಾಸ ಕಳೆದುಕೊಂಡಿದ್ದ ಪಲ್ಪು ಅವರಲ್ಲಿ ಧರ್ಮದ ಬಗ್ಗೆ ಗೌರವ ಬರುವಂತೆ ಸ್ವಾಮೀಜಿ ಪ್ರಯತ್ನಿಸಿದರು. ಈ ಸಮಸ್ಯೆಗೆ ತಮ್ಮದೇ ಆದ ಒಂದು ಪರಿಹಾರವನ್ನು ಸೂಚಿಸಿದರು. 'ಸಾಮಾಜಿಕ ಪರಿವರ್ತನೆಗಳು ಧಾರ್ಮಿಕ ತಳಹದಿಯ ಮೇಲೆ ನಡೆಯಬೇಕು. ನೀವೆಲ್ಲ ಬ್ರಾಹ್ಮಣರ ಹಿಂದೆ ಅಂಗಲಾಚಿಕೊಂಡು ಹೋಗುವುದೇಕೆ? ನಿಮ್ಮಲ್ಲೇ ಉನ್ನತಮಟ್ಟದ ಯೋಗ್ಯ ವ್ಯಕ್ತಿಯೊಬ್ಬರನ್ನು ನಾಯಕನನ್ನಾಗಿ ಮಾಡಿಕೊಂಡು ಅವನನ್ನು ಅನುಸರಿಸಿ. ಆಗ ನಿಮ್ಮ ಎಷ್ಟೋ ಸಮಸ್ಯೆಗಳು ಪರಿಹಾರವಾಗುತ್ತವೆ'. ಡಾ. ಪಲ್ಪು ಈ ಸಲಹೆಯನ್ನು ತುಂಬ ಗಂಭೀರವಾಗಿ ಸ್ವೀಕರಿಸಿದರು.

ಈಳವರು ಮಾತ್ರವಲ್ಲ, ಎಲ್ಲ ಹಿಂದುಳಿದ ವರ್ಗದವರು ಮತ್ತು ದಲಿತರಿಗೆ ಆಗುತ್ತಿದ್ದ ಅನ್ಯಾಯಗಳನ್ನು ಪಲ್ಪು ವಿರೋಧಿಸುತ್ತಿದ್ದರು. ದೀನ ದಲಿತರಿಗೆ ಆಗುತ್ತಿದ್ದ ಅನ್ಯಾಯಗಳನ್ನು ಪ್ರತಿಭಟಿಸಿ ಅದಕ್ಕೊಂದು ಶಾಶ್ವತವಾದ ಪರಿಹಾರ ಹುಡುಕುವುದು ಅವರ ಗುರಿಯಾಯಿತು. ಈಳವರನ್ನು ಸಂಘಟಿಸಿ ಹೋರಾಟ

ನಡೆಸುವುದೇ ಅವರ ಸಂಕಷ್ಟಗಳ ನಿವಾರಣೆಗೆ ಸೂಕ್ತ ಪರಿಹಾರ ಎಂದು ಪಲ್ಪು ಭಾವಿಸಿದರು. ಆಗಾಗ ರಜೆ ಪಡೆದು ತಿರುವಾಂಕೂರು ಸಂಸ್ಥಾನಕ್ಕೆ ತೆರಳಿ ಸಂಘಟನೆಗೆ ಪ್ರಯತ್ನಿಸಿದರು. ಈಳವರು ಒಗ್ಗಟ್ಟಿನಿಂದ ಸಮಸ್ಯೆಗಳನ್ನು ಎದುರಿಸಿದರೆ ಪರಿಹಾರವನ್ನು ಕಂಡುಕೊಳ್ಳಬಹುದೆಂದು 'ಈಳವ ಮಹಾಜನಸಂಘ' ಎಂಬ ಸಂಘವನ್ನು ಹುಟ್ಟುಹಾಕಿದರು. ಅದಕ್ಕೊಂದು ನಿಯಮಾವಳಿಯನ್ನು ಬರೆದು ಮಲೆಯಾಳಿಯಲ್ಲಿ ಪ್ರಕಟಿಸಿದರು. ಮೈಯ್ನಾಡು, ಪರವೂರು ಮೊದಲಾದೆಡೆ ಸಭೆಗಳನ್ನು ಕರೆದರು. ಅದಕ್ಕೆ ಹೆಚ್ಚಿನವರು ಸ್ಪಂದಿಸಲಿಲ್ಲ.

ಇದರಿಂದ ಡಾ. ಪಲ್ಪು ಧೃತಿಗೆಡಲಿಲ್ಲ. ತಿರುವಾಂಕೂರು ಸಂಸ್ಥಾನದಲ್ಲಿ ಈಳವರಿಗೆ ಆಗುತ್ತಿರುವ ಅನ್ಯಾಯವನ್ನು ಅಂಕಿ ಅಂಶಗಳ ಸಹಿತ ಕಲೆ ಹಾಕಿದರು. 1881ರ ಜನಗಣತಿಯ ಆಧಾರದಂತೆ ತಿರುವಾಂಕೂರು ಸಂಸ್ಥಾನದಲ್ಲಿ ಆ ದಿನಗಳಲ್ಲಿ ಸುಮಾರು ಇಪ್ಪತ್ತೈದು ಸಾವಿರ ಈಳವ ಯುವಕರು ಇಂಗ್ಲಿಷ್ ವಿದ್ಯಾಭ್ಯಾಸ ಪಡೆದು ನೌಕರಿ ಮಾಡುವ ಅರ್ಹತೆ ಗಳಿಸಿದ್ದನ್ನು ನಮೂದಿಸಿ ಅವರಿಗೆ ಸರ್ಕಾರಿ ನೌಕರಿಯ ಅವಕಾಶ ನೀಡುವಂತೆ ನಮ್ರತೆಯಿಂದ ತಿರುವಾಂಕೂರು ಸಂಸ್ಥಾನಕ್ಕೆ ಭಿನ್ನವಿಸಿದರು. 13,176 ಮಂದಿ ಈಳವರ ಸಹಿ ಇರುವ ಮನವಿ ಪತ್ರದಲ್ಲಿ ಪಲ್ಪು ಅವರದೇ ಮೊದಲ ಸಹಿಯಾಗಿತ್ತು. ಅದನ್ನು 1895ರ ಮೇ 13ರಂದು ಬೆಂಗಳೂರಿನಿಂದ ಸಲ್ಲಿಸಿದ್ದರು:

ಈಳವ ಸಂಕಟ ಅರ್ಜಿ

(ಭಾವಾನುವಾದ: ಬಾಬು ಶಿವ ಪೂಜಾರಿ)

ಮ.ರಾ. ಎಸ್.ಶಂಕರ ಸುಬ್ಬಯ್ಯರ್ ಅವರಿಗೆ,
ತಿರುವಾಂಕೂರು ದಿವಾನರು
ತಿರುವನಂತಪುರ
ಸರ್,

ತಿರುವಾಂಕೂರು ತೀಯಾ ಸಮುದಾಯದ ವ್ಯಕ್ತಿಯಾಗಿ ನನ್ನ ಸಮುದಾಯದ ಸ್ಥಿತಿಗತಿಯ ವಿಚಾರವಾಗಿ ವಿನಯದಿಂದ ಅರಿಕೆ ಮಾಡಿಕೊಳ್ಳುತ್ತಿದ್ದೇನೆ. ಇದು ಮಹಾರಾಜರ ಪ್ರಜಾಸಮೂಹದ ಐದನೇ ಒಂದಂಶ ಜನರ ಕ್ಷೇಮದ ವಿಚಾರವಾಗಿರುವುದರಿಂದ ತಾವು ಪ್ರಥಮ ಪ್ರಾಶಸ್ತ್ಯದಿಂದ ಪರಿಗಣಿಸುವುದಾಗಿ ಪೂರ್ಣ ನಂಬಿಕೆ ನನ್ನದು.

ತಿರುವಾಂಕೂರಿನ ಐದು ಲಕ್ಷದಷ್ಟಿರುವ ತೀಯನ್ಮಾರರ್ (ಈಳವರ್) ಸಂಸ್ಥಾನದ ಜನಸಂಖ್ಯೆಯ ಒಂದನೇ ಸ್ಥಾನದಲ್ಲಿರುವ ಸಮುದಾಯಸ್ಥರಾಗಿದ್ದಾರೆ. ತಿರುವಾಂಕೂರಿನ ಜನಗಣತಿಯಲ್ಲಿ ತೀಯ ಸಮಾಜದ ಕುರಿತು ಹೀಗೆ ಬರೆದಿದ್ದಾರೆ: 'ಈಳವರು ಅಧಿಕ ಜನಸಂಖ್ಯೆಯಲ್ಲಿರುವವರೂ ಬಹಳ ಪರಿಶ್ರಮಶೀಲರೂ,

ಮಲಬಾರಿನ ತೀಯರಂತೆ ಶರೀರ ದಾರ್ಢ್ಯವುಳ್ಳವರೂ ಆಗಿರುತ್ತಾರೆ. ಇವರಲ್ಲಿ ಅಸಂಖ್ಯ ಜನರು ಭೂ ಮಾಲೀಕರೂ, ಕೆಲವರು ವೈದ್ಯರೂ, ಜ್ಯೋತಿಷಿಗಳೂ ಆಗಿರುತ್ತಾರೆ. ಆದರೆ, ಹೆಚ್ಚಿನವರು ಕೃಷಿ, ಹಗ್ಗ ತಯಾರಿ, ಶೇಂದಿ ಇಳಿಸುವ, ಬಟ್ಟೆ, ನೇಯ್ಗೆ ಮುಂತಾದ ಕೆಲಸಗಳಿಂದ ಜೀವನ ನಡೆಸುವವರಾಗಿದ್ದಾರೆ. ಇತರ ಸಮುದಾಯದವರು ಸರ್ಕಾರಕ್ಕೆ ನೀಡುತ್ತಿರುವ ತೆರಿಗೆಗಳ ಹೊರತು ಶೇಂದಿ ಇಳಿಸುವ ಕುರಿತು ಪ್ರತ್ಯೇಕ ತೆರಿಗೆ ಕೊಡುವುದರಿಂದ ಉಳಿದ ಸಮುದಾಯದವರಿಂದ ಶೇಕಡಾವಾರು ಅಧಿಕ ತೆರಿಗೆಯನ್ನು ನೀಡುವವರಾಗಿರುತ್ತಾರೆ. ಬುದ್ಧಿ ಸಾಮರ್ಥ್ಯದಲ್ಲಿ ಇತರ ಸಮುದಾಯದವರಿಂದ ಕಡಿಮೆಯವರಲ್ಲ. ಸರಿಯಾದ ಸಂದರ್ಭ ಬಂದರೆ ಇವರು ತಮ್ಮ ಸ್ಥಿತಿಯನ್ನು ಉತ್ತಮಗೊಳಿಸುವ ಆಸಕ್ತಿ ಉಳ್ಳವರಾಗಿದ್ದಾರೆ. ಸಂಸ್ಥಾನದ ಇತರ ಸಮುದಾಯದವರೊಂದಿಗೂ, ಬ್ರಿಟಿಷ್ ಮಲಬಾರಿನ ತೀಯ ಸಮುದಾಯದವರೊಂದಿಗೂ ಹೋಲಿಸಿದರೆ ಇವರ ಸ್ಥಿತಿ ತುಂಬಾ ಶೋಚನೀಯವಾಗಿದೆ. ತಿರುವಾಂಕೂರಿನ ತೀಯರಿಗೆ ಸರ್ಕಾರಿ ಉದ್ಯೋಗ ಸಂಬಂಧವಾಗಿ ಹಾಗೂ ವಿದ್ಯಾಭ್ಯಾಸಕ್ಕೆ ಇರುವ ಅಡೆತಡೆಗಳು ಇವರ ದುಃಸ್ಥಿತಿಗೆ ಕಾರಣವಾಗಿವೆ.

ನಮ್ಮಲ್ಲಿ ಉದ್ಯೋಗಕ್ಕೆ ಜನರನ್ನು ಆಕರ್ಷಿಸುವುದು ಸರ್ಕಾರಿ ಉದ್ಯೋಗದ ಆಕಾಂಕ್ಷೆ ಎಂಬುದನ್ನು ಒಪ್ಪಲೇಬೇಕು. ತಿರುವಾಂಕೂರಿನ ಸರ್ಕಾರ ವಿದ್ಯೆಯ ಯೋಗ್ಯತೆಯುಳ್ಳ ಒಬ್ಬನೇ ಒಬ್ಬ ತೀಯನಿಗೆ ಸರ್ಕಾರಿ ಉದ್ಯೋಗ ನೀಡಿ ಪ್ರೋತ್ಸಾಹಿಸಿದ್ದಿಲ್ಲ. ಸಿಪಾಯಿ, ಪೊಲೀಸ್ ಪೇದೆ, ಮರಗೆಲಸ, ಮೇಸ್ತ್ರಿ, ಆಸ್ಪತ್ರೆ ಹಾಗೂ ಕಾರಾಗೃಹದ ವಾರ್ಡನ್ ಮುಂತಾದ ತೀರ ಕೆಳಮಟ್ಟದ ಹುದ್ದೆಗಳಿಗೂ ಅಗತ್ಯವಾದ ಯೋಗ್ಯತೆ ಇದ್ದಾಗಲೂ ಜಾತಿ ಪರಿಗಣನೆಯಿಂದ ಇವರಿಗೆ ಕೆಲಸ ಕೊಡುತ್ತಿಲ್ಲ... ತೀಯರಿಗೆ ಇರುವ ಅರ್ಧ ಯೋಗ್ಯತೆ ಇರುವವರೂ ಅವರಿಂದ ಕೆಳಮಟ್ಟದವರೂ ಆದ ಹಲವು ಜಾತಿಯವರಿಗೆ ಮತ ಪರಿವರ್ತನೆ ಆಗದೆ ಉನ್ನತ ಉದ್ಯೋಗಗಳನ್ನು ನೀಡುವುದನ್ನು ನೋಡುವಾಗ ತೀಯರಿಗೆ ದುಃಖ ಹೆಚ್ಚುತ್ತದೆ. ... ಪರಿಕೀಯರು, ಕ್ರೈಸ್ತ ಧರ್ಮದವರು ಆದವರ ಒಂದೇ ಸರ್ಕಾರದ ಅಡಿಯಲ್ಲಿರುವ ಬ್ರಿಟಿಷ್ ಮಲಬಾರಿನಲ್ಲಿ, ತೀಯರಿಗೆ ಇತರ ಸಮುದಾಯದವರಂತೆ ಸರ್ಕಾರ ಹೇರಳ ಅನುಕೂಲತೆಗಳನ್ನು ಒದಗಿಸಿದೆ.... ಮದ್ರಾಸ್ ಸಂಸ್ಥಾನದ ಇತರ ಭಾಗಗಳಲ್ಲೂ ಕೂಡ ತೀಯರು ಮಾನ್ಯವಾದ ಉದ್ಯೋಗಗಳಲ್ಲಿ ಇದ್ದಾರೆ. ಆದರೆ, ತಿರುವಾಂಕೂರಿನ ತೀಯರ ಸ್ಥಿತಿ ಸ್ವಂತ ರಾಜ್ಯದಲ್ಲಿ ಮತ್ತು ಸ್ವಂತ ರಾಜನ ಆಡಳಿತದಲ್ಲಿ ಎಷ್ಟೋ ವ್ಯತ್ಯಸ್ಥವಾಗಿದೆ. ಕೆಲವು ಸಂವತ್ಸರಗಳ ಹಿಂದೆ ಇವರಿಗೆ ಯಾವ ಸರ್ಕಾರಿ ಶಾಲೆಗಳಲ್ಲಿಯೂ ಪ್ರವೇಶವಿರಲಿಲ್ಲ. ಅನಂತರ ಶಾಲೆಗಳಲ್ಲಿ ಪ್ರವೇಶ ನೀಡಿದರೂ ಸರ್ಕಾರದ ಉಸ್ತುವಾರಿಯ ಅಭಾವದಿಂದ ಅತ್ಯಲ್ಪವಾದ ಈ ವಿದ್ಯಾಭ್ಯಾಸ ಸೌಲಭ್ಯವೂ ಸಾಕಷ್ಟು ಪ್ರಯೋಜನಕಾರಿಯಾಗಲಿಲ್ಲ...

ಹೀಗಿದ್ದೂ 1891ರಲ್ಲಿ ವಿದ್ಯಾವಂತ ತೀಯರ ಸಂಖ್ಯೆ ರಾಜ್ಯದಲ್ಲಿ 25000 ಇದ್ದು ಇದು ಶೇಕಡಾವಾರು 12 ಆಗಿತ್ತು. 1875ರಲ್ಲಿ ಇದು ಕೇವಲ ಶೇ 3

ಆಗಿತ್ತು. ಸರ್ಕಾರದಿಂದ ಯಾವ ತರದ ಪ್ರೋತ್ಸಾಹ ದೊರೆಯದಿದ್ದರೂ ಸಂಸ್ಥಾನದ ಅನೇಕ ಸರ್ಕಾರಿ ಶಾಲೆಗಳಲ್ಲಿ ಪ್ರವೇಶ ಇಲ್ಲದಿದ್ದಾಗ್ಯೂ ವಿದ್ಯಾಭ್ಯಾಸ ಕಾರ್ಯಗಳಲ್ಲಿ ಉಂಟಾದ ಪ್ರಗತಿಯನ್ನು ನೋಡಿದರೆ ಇವರು ವಿದ್ಯಾಭ್ಯಾಸದಲ್ಲಿ ಸರ್ವದಾ ವಿಮುಖರಲ್ಲ ಎಂಬ ವಿಚಾರ ಎದ್ದು ಕಾಣುತ್ತದೆ. ಈ ಸಮುದಾಯದಿಂದ ಪ್ರಪ್ರಥಮವಾಗಿ ಬಿ.ಎ. ಪದವೀಧರ ವ್ಯಕ್ತಿಯೊಬ್ಬರು ಉದ್ಯೋಗಕ್ಕಾಗಿ ರಾಜ್ಯದಿಂದ ಹೊರಗೆ ಬ್ರಿಟಿಷ್ ಇಂಡಿಯಾಕ್ಕೆ ಹೋಗಬೇಕಾಯಿತು... ಇಂಗ್ಲಿಷ್ ವಿದ್ಯಾಭ್ಯಾಸ ಹೊಂದಿದವರಿಗೆ ಕೆಲವೊಂದು ಪ್ರತ್ಯೇಕ ಸಹಾಯಗಳನ್ನು ನೀಡುತ್ತಿದ್ದ ಸರ್ಕಾರ ತೀಯರ ವಿಚಾರದಲ್ಲಿ ವ್ಯತಿರಿಕ್ತವಾಗಿ ವರ್ತಿಸುತ್ತಿದೆ. ಬದಲಾಗಿ ತೀಯರಿಗೆ ಬೇರೆ ವಿಧದಿಂದ ದೊರೆಯಬಹುದಾಗಿದ್ದ ಸಾಮಾನ್ಯ ಸಹಾಯ ನೀಡದೆ ಇರುವುದರಿಂದ ಈ ಸಮುದಾಯದವರು ಇಂಗ್ಲಿಷ್ ವಿದ್ಯಾಭ್ಯಾಸದಲ್ಲಿ ಉತ್ಸಾಹವನ್ನು ತೋರಿಸದೆ ಇರುವುದು ಕಂಡು ಬಂದಲ್ಲಿ ಅವರನ್ನು ದೂರಲು ಕಾರಣವಿಲ್ಲ. ತಿರುವಾಂಕೂರಿನ ಎಲ್ಲ ಸಮುದಾಯದವರೂ ಸೇರಿ ಒಪ್ಪಿಸಿದ ಒಂದು ಮನವಿಗೆ ವರ್ಗವಾಗಿ ಹೋದ ದಿವಾನರು ನೀಡಿದ ಉತ್ತರದಲ್ಲೂ ಎಲ್ಲಾ ತಪ್ಪುಗಳನ್ನು ಈ ಸಮುದಾಯದ ಮೇಲೆ ಹೊರಿಸಿರುತ್ತಾರೆ. ತೀಯರಿಗೆ ಉದ್ಯೋಗಗಳಲ್ಲಿ ಪ್ರವೇಶ ನಿರಾಕರಿಸಲು ಅವರು ನೀಡಿದ ಕಾರಣಗಳು 'ತೀಯರು ವಿದ್ಯಾಹೀನರು. ಸರ್ಕಾರಿ ಉದ್ಯೋಗಕ್ಕೆ ಸೇರಲು ಯೋಗ್ಯವಾದ ಇಂಗ್ಲಿಷ್ ವಿದ್ಯಾಭ್ಯಾಸಕ್ಕೆ ಹೋಗುವುದಕ್ಕಿಂತ ಅವರ ಸ್ವಂತ ಕಸುಬಾದ ಕೃಷಿ, ಹಗ್ಗ ತಯಾರಿ, ಶೇಂದಿ ಇಳಿಸುವುದು ಮುಂತಾದ ಕೆಲಸಗಳಿಂದ ತೃಪ್ತರಾಗಿರುತ್ತಾರೆ.' ವಿದ್ಯಾಭ್ಯಾಸವನ್ನು ಮಾಡಲು ಅಗತ್ಯವಾದ ಪರಿಸರವನ್ನು ನೀಡದೆ ಇದ್ದುಕೊಂಡು, ವಿದ್ಯಾವಿಹೀನರಾಗಿರುತ್ತಾರೆ ಎಂದು ಅವರನ್ನೇ ತಪ್ಪಿತಸ್ಥರನ್ನಾಗಿ ಮಾಡುವುದು ಎಷ್ಟಕ್ಕೂ ಸಮಂಜಸವಾಗಲಾರದು. ವರ್ಗವಾಗಿ ಹೋಗಿರುವ ದಿವಾನರು ಹೀಗೆ ಮುಂದುವರಿಸುತ್ತಾರೆ: 'ಈ ಸಮಾಜದಲ್ಲಿ ಪದವೀಧರರಾದ ಎರಡೇ ಎರಡು ಜನರು ಮಾತ್ರವಿದ್ದಾರೆ. ಸ್ಥಳೀಯ ಕಾಲೇಜುಗಳಲ್ಲಿ ವ್ಯಾಸಂಗ ಮಾಡುವವರು ತುಂಬಾ ಕಡಿಮೆಯೆಂದಲ್ಲ, ಯಾರೂ ಇರುವುದಿಲ್ಲ'. ಆದರೆ ಸರ್ಕಾರ ಎರಡು ಜನ ವಿದ್ಯಾವಂತರಿದ್ದಲ್ಲಿ ಇನ್ನೂರು ಜನ ವಿದ್ಯಾವಂತರನ್ನು ಮಾಡಲು, ಬಹಳ ಕಮ್ಮಿ ಇದ್ದವರನ್ನು ತುಂಬ ಮಂದಿಯನ್ನಾಗಿಸಲು ಈ ವರೆಗೆ ಪ್ರಯತ್ನಿಸಲಿಲ್ಲ.

ತೀಯರನ್ನು ಸರ್ಕಾರಿ ಸೇವೆಯಲ್ಲಿ ಸೇರಿಸಲು ಆತಂಕವಾಗಿರುವ ಮತ್ತೊಂದು ಕಾರಣ ಅವರ ಸಾಮೂಹಿಕ ಸ್ಥಿತಿ ಕೆಳಮಟ್ಟದ್ದೆಂಬುವುದು. ಇತರ ಸಂಸ್ಥಾನಗಳಲ್ಲಿ ಸರ್ಕಾರಿ ಹುದ್ದೆಗೆ ಅರ್ಹತೆ ಆ ವ್ಯಕ್ತಿಯ ಯೋಗ್ಯತೆ ಮಾತ್ರವಾಗಿರುತ್ತದೆ. ಈ ರಾಜ್ಯದಲ್ಲಿ ವ್ಯಕ್ತಿಯ ಯೋಗ್ಯತೆಯ ಸ್ಥಾನದಲ್ಲಿ ಅವನ ಸಾಮೂಹಿಕ ಸ್ಥಿತಿಯನ್ನು ಪರಿಶೀಲಿಸುವುದು ಆಶ್ಚರ್ಯವಾಗಿದೆ. ಒಬ್ಬ ವ್ಯಕ್ತಿ ಯೋಗ್ಯನಾಗಲು ಅವನ ಸಾಮೂಹಿಕ ಸ್ಥಿತಿ ಎಷ್ಟರಮಟ್ಟಿಗೆ ಉನ್ನತಿಯನ್ನು ಪಡೆದಿರಬೇಕಂತ ಸರ್ಕಾರ ನಿಗದಿಪಡಿಸಿಲ್ಲ. ಈ ರಾಜ್ಯದಲ್ಲಿ ತೀಯರು ಸಾಮೂಹಿಕವಾಗಿ ಕೆಳಸ್ತರದಲ್ಲಿದ್ದರೆ ಅದಕ್ಕೆ ಸರ್ಕಾರದ ಧೋರಣೆಯೇ ಕಾರಣ ಎಂಬ ವಿಚಾರವನ್ನು ಮರೆಯಲು

ಆಗದು. ಬ್ರಿಟಿಷ್ ಮಲಬಾರಿನ ತೀಯರು ಇರುವ ಸ್ಥಿತಿಯನ್ನು ನೋಡಿದರೆ ಈ ವಿಚಾರ ಸ್ಪಷ್ಟವಾಗುತ್ತದೆ. ಸರ್ಕಾರಿ ಹುದ್ದೆಗಳಿಗೆ ತೀಯರನ್ನು ಅಯೋಗ್ಯರನ್ನಾಗಿಸುವ ಈಗಿನ ಒತ್ತಡದಿಂದ ಅವರು ಹಿಂದೂ ಮತದಲ್ಲಿಯೇ ಉಳಿಯುವ ತನಕ ಮಾತ್ರ ಸೀಮಿತವಾದಂತಿದೆ ಎಂಬ ವಿಚಾರ ಅದ್ಭುತವಾಗಿರುತ್ತದೆ. ಈ ರಾಜ್ಯದಲ್ಲಿ ತೀಯರಿಂದ ಕೆಳಮಟ್ಟದ ಯಾರಾದರೊಬ್ಬರು ಮತ ಪರಿವರ್ತನೆ ಮಾಡುವುದೋ, ಹಿಂದೂಗಳಲ್ಲದವರ ಹೆಸರನ್ನು ಸ್ವೀಕರಿಸುವುದೋ, ಯಾವುದಾದರೊಂದನ್ನು ಮಾಡಿದ ಕೂಡಲೇ ಅಂಥವರಿಗೆ ಸರ್ಕಾರಿ ಕೆಲಸ ಲಭಿಸುತ್ತದೆ. ಹಿಂದೂಗಳದ್ದಲ್ಲದ ಹೆಸರನ್ನು ಸ್ವೀಕರಿಸಿದ್ದರಿಂದ ತೀಯರು ಮತ್ತು ಅವರಿಗಿಂತ ಕೆಳಗಿನವರಿಗೂ ಮತ ಪರಿವರ್ತನೆ ಮಾಡಿದ್ದರಿಂದ ಅವರಿಗೆ ಲಭಿಸಬಹುದಾದ ಕೆಲಸಗಳಲ್ಲಿ ಇದ್ದಾರೆಂತ ಉದಾಹರಣೆಗಳಿವೆ. ಒಬ್ಬ ವ್ಯಕ್ತಿ ಮತ ಪರಿವರ್ತನೆ ಮಾಡಿದಾಗ, ಹಿಂದುಗಳದ್ದಲ್ಲದ ಒಂದು ಹೆಸರನ್ನು ಸ್ವೀಕರಿಸಿದ ಕೂಡಲೇ ಅಂತವರ ಮೊದಲಿನ ಸಾಮಾಜಿಕ ನಿಮ್ನತೆಯಿಂದ ಉನ್ನತಿಯಾಗುವುದನ್ನು ಊಹಿಸಲು ಆಗುತ್ತಿಲ್ಲ. ಮತ ಪರಿವರ್ತನೆ ಮಾಡಿಕೊಂಡ ವ್ಯಕ್ತಿ ಕ್ರೈಸ್ತ ಅಥವಾ ಮುಸಲ್ಮಾನ ಇರಲಿ, ಅವರು ಮೊದಲು ಯಾವ ಜಾತಿಯಲ್ಲಿ ಇದ್ದರೋ ಈಗ ಅದಕ್ಕಿಂತ ಉತ್ತಮ ಸ್ಥಿತಿಯಲ್ಲಿ ಇದ್ದಾರೆ.... ರಾಜ್ಯದಲ್ಲಿ ಮತ ಪರಿವರ್ತನೆ ಆದವರ ಸಂಖ್ಯೆ ಹೆಚ್ಚಾಗಲು ಸರ್ಕಾರದ ಪ್ರೋತ್ಸಾಹವೇ ಕಾರಣ... ಈಳವರಿಗೆ ತಮ್ಮ ಧರ್ಮದಲ್ಲಿ ಅವಿಶ್ವಾಸ ಇಲ್ಲದಿದ್ದರೂ ಈ ರಾಜ್ಯದಲ್ಲಿ ಅನ್ಯಮತಗಳಿಗೆ ಪರಿವರ್ತನೆಯಾಗಲು ನಿರ್ಬಂಧಿತರಾಗುತ್ತಾರೆ.

ತೀಯರನ್ನು ಸರ್ಕಾರಿ ಉದ್ಯೋಗದಲ್ಲಿ ಸೇರಿಸಲು ಮತ್ತೊಂದು ಅಡ್ಡಿ ಬಹು ಜನಾಭಿಪ್ರಾಯ ಅನುಕೂಲವಾಗಿಲ್ಲ ಎನ್ನುವುದಾಗಿದೆ. ಇದು ಕೇವಲ ಸರ್ಕಾರಿ ವಲಯಕ್ಕೆ ಸೀಮಿತವಾಗಿದೆ. ತಿರುವಾಂಕೂರು ರಾಜ್ಯದ ಯಾವೊಬ್ಬ ಹಿಂದೂ ಬ್ರಿಟಿಷ್ ಮಲಬಾರಿನ ಅವರ ಸಹೋದರರಿಗಿಂತ ಹೆಚ್ಚು ಅಬದ್ಧ ವಿಶ್ವಾಸಿಯು, ಪೂರ್ವಾಚಾರ ಸಂರಕ್ಷಣಾಪ್ರಿಯನೂ ಆಗಿರುವುದರಿಂದ ತೀಯರ ಅಂತಹ ಸವಲತ್ತಿಗೆ ಪ್ರತಿಬಂಧಕರಾಗಿದ್ದಾರೆಂದು ಹೇಳಲಾಗುತ್ತದೆ. ಇದು ಸರಿಯಾದ ಕಾರಣವಲ್ಲ ಎಂಬ ಅಭಿಪ್ರಾಯ ನನ್ನದು. ಎಷ್ಟು ಮಾತ್ರಕ್ಕೂ ಅಬದ್ಧ ವಿಶ್ವಾಸ, ಪೂರ್ವಾಚಾರ ಸಂರಕ್ಷಣಾಪ್ರಿಯರೂ ಆದ ತಿರುವಾಂಕೂರಿನ ಯಾವ ಹಿಂದೂಗಳು ತೀಯರಿಗೆ ಸರ್ಕಾರಿ ಸವಲತ್ತಿನ ಒಂದಂಶವೂ ದೊರೆಯುವುದಕ್ಕೆ ವಿರೋಧವುಳ್ಳವರು ಆಗಿದ್ದಾರೆಂದು ನಾನು ತಿಳಿಯುವುದಿಲ್ಲ. ಅನ್ಯ ರಾಜ್ಯಗಳಲ್ಲಿ ತೀಯರಿಗೆ ಲಭಿಸುತ್ತಿರುವ ಅನುಕೂಲತೆಗಳಿಗೆ ವಿರುದ್ಧವಾದ ಅನುಭವಗಳು ತಿರುವಾಂಕೂರಿನಲ್ಲಿದ್ದು, ಅನ್ಯ ರಾಜ್ಯದಲ್ಲಿರುವಂತೆ ಅನುಕೂಲಗಳು ಲಭಿಸದಿರಲು ಯಾವ ಅಪರಾಧಗಳನ್ನೂ ತೀಯರು ಮಾಡಿಲ್ಲ ಎಂಬ ವಿಚಾರ ಮಾತ್ರ ಸತ್ಯವಾಗಿದೆ. ಅವರಿಗಿಂತ ಮತಪರಿವರ್ತನೆ ಆದವರಿಗೆ ಹೆಚ್ಚು ಸವಲತ್ತುಗಳು ಸಿಗುತ್ತಿರುವುದು ಯಾವೊಂದು ರೀತಿಯಲ್ಲಿಯೂ ನ್ಯಾಯಸಮ್ಮತವಲ್ಲ.. ಮಲಬಾರಿನಲ್ಲಿ ತೀಯರು ವಿದ್ಯಾಭ್ಯಾಸವುಳ್ಳವರೂ ಆಗಿದ್ದು ಅವರಲ್ಲಿ ಅನೇಕರು ಬ್ರಿಟಿಷ್ ಸರ್ಕಾರದಲ್ಲಿ ಗೌರವಾನ್ವಿತ ಹುದ್ದೆಗಳಲ್ಲಿ ಸುಶೋಭಿಸುವವರೂ ಆಗಿದ್ದಾರೆ.

ಬ್ರಿಟಿಷ್ ಸರ್ಕಾರದಂತೆಯೇ ತಿರುವಾಂಕೂರು ಸರ್ಕಾರವೂ ಈಳವರ ಕುರಿತು ಔದಾರ್ಯವನ್ನು ತೋರಿಸುತ್ತಿದ್ದರೆ, ತಿರುವಾಂಕೂರಿನ ಈಳವರಿಗೂ ಒಂದು ಒಳ್ಳೆಯ ಸ್ಥಿತಿ, ನೆಲೆ ಬರುತ್ತಿತ್ತು ಎನ್ನುವುದರಲ್ಲಿ ಸಂದೇಹವಿಲ್ಲ. ತಿರುವಾಂಕೂರಿನ ಹಿಂದೂಗಳಲ್ಲಿ ಹೆಚ್ಚಿನವರು ಅಬದ್ಧ ವಿಶ್ವಾಸ, ಪೂರ್ವಾಚಾರ ನಿಷ್ಠೆಯುಳ್ಳವರೂ ಆಗಿದ್ದು, ತೀಯರ ಅಭಿವೃದ್ಧಿಯಲ್ಲಿ ಸ್ಪರ್ಧಾಳುಗಳಾಗಿದ್ದರೆಂತ ಒಪ್ಪಿದರೂ ಅಂತಹ ಜಾತಿ ಮತ್ಸರಗಳನ್ನು ಗಣನೆಗೆ ತೆಗೆದುಕೊಳ್ಳುವುದು ಒಂದು ಪರಿಷ್ಕೃತ ಸರ್ಕಾರಕ್ಕೆ ಭೂಷಣವಾಗಲಾರದು. ತೀಯರ ಉನ್ನತಿಗೆ ಅಡ್ಡಿಯಾಗಿರುವವರು ಮಲೆಯಾಳದ ಶೂದ್ರರು ಎಂದು ಹೇಳಲಾಗುತ್ತಿದೆ. ತಮ್ಮ ಭಾಗ್ಯಹೀನರಾದ ತೀಯ ಸಹೋದರರಿಗೆ ಏನಾದರೂ ಕೆಲಸ ಮಾಡಿಕೊಡಬೇಕಂತ ಆ ಸಮುದಾಯದ ಯೋಗ್ಯರಾದವರು ಸಮರ್ಥಿಸಿದ ನಿವೇದನೆಗೆ ನೀಡಿದ ಉತ್ತರದಲ್ಲಿ ಈ ಪ್ರಸ್ತಾವನೆಯನ್ನು ನೀಡಲಾಗಿದೆ ಎಂಬ ವಿಚಾರ ವಿಸ್ಮಯಕಾರಕವಾಗಿದೆ..... ನಾಯರ್ ಸಮುದಾಯದಲ್ಲಿ ವಿದ್ಯಾವಂತರಾದರೂ ಅರ್ಜಿಯಲ್ಲಿ ಸಹಿ ಹಾಕಿದವರೂ ಆದ ಹತ್ತು ಸಾವಿರ ಜನರಲ್ಲದೆ ಸಂಸ್ಥಾನದ ಇಡೀ ತೀಯರ ಕಾರ್ಯದಲ್ಲಿ ಸಹತಾಪದಿಂದ ಸಹಕರಿಸಿದ ಅಸಂಖ್ಯಾತ ಅನ್ಯ ಜನಸಮುದಾಯಸ್ಥರು ತೀಯರಿಗೆ ಸರ್ಕಾರದಿಂದ ಏನಾದರೂ ಸಹಾಯ ಲಭ್ಯವಾಗುವುದಕ್ಕೆ ವಿರೋಧಿಗಳಾಗಿದ್ದರೆಂತ ತೋರಿಸಲು ಅವರಲ್ಲಿ ಕೆಲವರ ವಿರೋಧವನ್ನು ದೃಷ್ಟಾಂತವಾಗಿಸಿ ವ್ಯಾಖ್ಯಾನಿಸಿದ್ದು ಆಶ್ಚರ್ಯವಾಗಿದೆ. ಆ ಅರ್ಜಿಯಿಂದ ಏನಾದರೂ ಸ್ಪಷ್ಟವಾಗುವುದಾದರೆ ಅದನ್ನು ಇತರ ಸಮುದಾಯದವರಿಗೆ ತೀಯರ ವಿಚಾರದಲ್ಲಿ ಅನುಕೂಲ ಅಭಿಪ್ರಾಯವಿದೆ ಎಂಬಂತಾಗಿದೆ. ನಾಯರ್ ಸಮುದಾಯದ ಎಲ್ಲರೂ ತೀಯರಿಗೆ ಏನಾದರೂ ಸಹಾಯ ಆಗುವುದಕ್ಕೆ ವಿರೋಧಿಗಳಾಗಿದ್ದಾರೆ ಎಂದು ಪರಿಗಣಿಸಿದರೂ ಅವರು ಈ ಸಂಸ್ಥಾನದ ಜನಸಂಖ್ಯೆಯ ಐದನೇ ಒಂದಂಶ ಮಾತ್ರವಾಗಿರುವ ಜನ ವಿಭಾಗವೆಂತಲೂ, ಅವರು ಎಷ್ಟು ಪ್ರಬಲರಾಗಿದ್ದರೂ, ಅಭಿವೃದ್ಧಿಶೀಲರೂ, ಪೂರ್ವಾಚಾರ ಸಂರಕ್ಷಕರೂ ಆಗಿ ಹೋದುದಕ್ಕೆ ಅವರಷ್ಟೇ ಜನಸಂಖ್ಯೆಯ ಪ್ರಭಾವವುಳ್ಳ ಇನ್ನೊಂದು ಸಮುದಾಯದವರಿಗೆ ಸರ್ಕಾರದಿಂದ ನ್ಯಾಯವಾದ ಎಲ್ಲ ಸಹಾಯಗಳೂ ದೊರೆಯುವುದಕ್ಕೆ ಪ್ರತಿರೋಧಿಗಳಾಗಿ ನಿಲ್ಲುವುದು ಅನೀತಿಯಾಗಿದೆಯೆಂದು ಆ ಸಮುದಾಯದವರ ಕುರಿತು ಯಾವ ವಿಧದ ಆದರಕ್ಕೂ ಚ್ಯುತಿಯಿಲ್ಲದೆ ನಾನು ಹೇಳುತ್ತೇನೆ.

ತೀಯರ ಹಕ್ಕುಗಳನ್ನು ನಿರಾಕರಿಸಲು ಪ್ರತಿಪಾದಿಸುವ ಆ ಬಹು ಜನಾಭಿಪ್ರಾಯ ಎಂಬುವುದು ಯಾವಾಗಲೂ ಆದರಣೀಯ ಅಲ್ಲ ಎಂತ ಹೇಳದೆ ಉಪಾಯವಿಲ್ಲ. ಸ್ಟ್ಯಾಂಪ್ ಡ್ಯೂಟಿ ಜಾರಿಗೆ ತಂದಾಗಲೂ, ಶಾಲೆಗಳಲ್ಲಿ ವಿದ್ಯಾರ್ಥಿಗಳ ಶುಲ್ಕ ಹೆಚ್ಚಿಸಿದಾಗಲೂ, ಇನ್ನಿತರ ಸಂದರ್ಭಗಳಲ್ಲೂ ಜನಾಭಿಪ್ರಾಯ ಆ ಕಾರ್ಯಗಳಿಗೆ ವಿಪರೀತವಾಗಿದ್ದರೂ ಸರ್ಕಾರ ತನ್ನ ಧೋರಣೆಯನ್ನು ಜಾರಿಗೊಳಿಸಿದೆ. ಸರ್ಕಾರ ಮಾಡಲೇಬೇಕಾದ ಕರ್ತವ್ಯ ಅಲ್ಲದಿದ್ದರೂ ಬಹು ಜನಾಭಿಪ್ರಾಯದಂತೆ ತೀಯರಿಗೆ ಆಗುತ್ತಿದ್ದ ಅಡ್ಡಿ ಆತಂಕಗಳನ್ನು ನಿವಾರಿಸಿ ಅವರ ಹಕ್ಕುಗಳನ್ನು ಸಂರಕ್ಷಿಸಬೇಕಿತ್ತಲ್ಲವೇ

ಎಂತ ವಿನಯದಿಂದ ಕೇಳಿಕೊಳ್ಳುತ್ತೇನೆ. ಹಿಂದೂಗಳು ಪತಿತ, ಚಾಂಡಾಲ ಎಂತ ಪರಿಗಣಿಸಿ ಅವರ ಸಹವಾಸದಿಂದ ದೂರ ಇರಬಯಸುವವರು ಮತ ಪರಿವರ್ತನೆ ಮಾಡಿದರೆ ಅವರನ್ನು ಓಲೈಸುತ್ತಾರೆ. ಮತ ಪರಿವರ್ತನೆ ಮಾಡಿದವನಿಗೆ ಸರ್ಕಾರ ಹಿಂದೂ ಸಿದ್ಧಾಂತಕ್ಕೆ ವಿಪರೀತವಾಗಿ ಪ್ರೋತ್ಸಾಹ ಕೊಡುತ್ತದೆ. ಆದರೆ ಮತ ಪರಿವರ್ತನೆ ಮಾಡದವರಿಗೆ ನ್ಯಾಯವಾಗಿ ದೊರೆಯಬೇಕಾದ ಪ್ರೋತ್ಸಾಹಗಳನ್ನೂ ನೀಡುತ್ತಿಲ್ಲ. ಯೋಗ್ಯತೆ ಉಳ್ಳವರಿಗೆ ಅವರು ಮತಾಂತರ ಮಾಡಿದರೆ ಲಭಿಸಬಹುದಾದ ಉದ್ಯೋಗಗಳನ್ನು ನೀಡಿದರೆ ಸಾಕಾಗುತ್ತದೆ...'

–ಇತ್ಯಾದಿಯಾಗಿ ನಿವೇದಿಸಿ ಇತೀ ತಮ್ಮ ಆಶ್ರಿತನಾಗಿರುವ, ಪಿ.ಪಲ್ಪು, ಸಹಾಯಕ ಸರ್ಜನ್, ಮೈಸೂರು ಸರ್ಕಾರದ ಸೇವೆಯಲ್ಲಿ ಎಂಬ ಅಂಕಿತದಲ್ಲಿ ಅರ್ಜಿಯನ್ನು ಸಲ್ಲಿಸಿದರು.

ನಾರಾಯಣಗುರುಗಳ ಭೇಟಿ

ಈ ಹೊತ್ತಿನಲ್ಲಿ ಅವರಿಗೆ ಸ್ವಾಮಿ ವಿವೇಕಾನಂದರು ಧಾರ್ಮಿಕ ಪುರುಷರ ನೇತೃತ್ವದಲ್ಲಿ ಸುಧಾರಣೆಗೆ ಪ್ರಯತ್ನ ನಡೆಸಬೇಕು ಎಂದು ಹೇಳಿದ್ದು ನೆನಪಿಗೆ ಬಂದಿತು.

ನಾರಾಯಣಗುರುಗಳು ಆ ವೇಳೆಗೆ ಅರವಿಪ್ಪುರದಲ್ಲಿ ಶಿವಾಲಯ ಸ್ಥಾಪಿಸಿದ್ದು, ಅದಕ್ಕೆ ಅವರ್ಣರು, ಸವರ್ಣರೆಲ್ಲ ಭಕ್ತಿಯಿಂದ ನಡೆದುಕೊಳ್ಳುತ್ತಿದ್ದರು. ದೇವಾಲಯದ ಆಡಳಿತಕ್ಕಾಗಿ ಸಮಿತಿಯೊಂದನ್ನು ಮಾಡಿಕೊಂಡು ಅದರ ಮೂಲಕ ಸಾಮಾಜಿಕ ಸಮಸ್ಯೆಗಳ ನಿವಾರಣೆಗೆ ಪ್ರಯತ್ನ ನಡೆಸುತ್ತಿರುವುದು ಗೊತ್ತಾಯಿತು. ಸ್ವಾಮೀಜಿ ಹೇಳಿದ್ದ ವ್ಯಕ್ತಿ ಇವರೇ ಎಂದು ಮನವರಿಕೆ ಆಯಿತು. ಅರವಿಪ್ಪುರಕ್ಕೆ ಹೋಗಿ ನಾರಾಯಣಗುರುಗಳನ್ನು ಭೇಟಿ ಮಾಡಿದರು. ಈಳವರ ಹಾಗೂ ಎಲ್ಲ ಶೂದ್ರರ ಸಮಸ್ಯೆಗಳ ನಿವಾರಣೆಗೆ ವಿಚಾರ ವಿಮರ್ಶೆ ನಡೆಸಿದರು.

ಅರವಿಪ್ಪುರದಿಂದ ಬೆಂಗಳೂರಿಗೆ ವಾಪಸಾದ ಪಲ್ಪು ತಮ್ಮ ಕರ್ತವ್ಯದಲ್ಲಿ ನಿರತರಾದರು.

ಅತ್ತ ಕೆಲಕಾಲ ಉತ್ತರ ತಿರುವಾಂಕೂರಿನಲ್ಲಿ ಪ್ರವಾಸ ಮಾಡಿದ ನಾರಾಯಣಗುರುಗಳು 1895ರಲ್ಲಿ ತಮ್ಮ ಶಿಷ್ಯ ಕುಮಾರನ್ ಆಶಾನ್‌ರೊಡನೆ ಬೆಂಗಳೂರಿಗೆ ಬಂದರು. ಗುರುಗಳನ್ನು ಸ್ವಾಗತಿಸುವ ಸಂದರ್ಭ ತಮಗೆ ಬಂದುದಕ್ಕೆ ಡಾ ಪಲ್ಪು ತುಂಬ ಸಂತೋಷಪಟ್ಟರು. ಗುರುಗಳು ಮತ್ತು ಅವರೊಂದಿಗೆ ಬಂದಿದ್ದ ಕುಮಾರನ್ ಆಶಾನ್ ಅವರೊಂದಿಗೆ ತಮ್ಮ ಸಮಾಜದ ಅಭ್ಯುದಯಕ್ಕಾಗಿ ಏನೇನು ಮಾಡಬಹುದೆಂಬುದನ್ನು ಚರ್ಚಿಸಿದರು. ಸಮಾಜದ ಭವಿಷ್ಯವು ಸುಶಿಕ್ಷಿತ ಯುವಕರನ್ನು ಅವಲಂಬಿಸಿದೆ ಎಂಬ ನಿರ್ಣಯಕ್ಕೆ ಬಂದರು. ತಾವು ಒಬ್ಬ ತರುಣನ ಶಿಕ್ಷಣದ ಜವಾಬ್ದಾರಿಯನ್ನು ವಹಿಸಿಕೊಳ್ಳುವುದಾಗಿ ಪಲ್ಪು ಹೇಳಿದರು. ಗುರುಗಳು ತಕ್ಷಣವೇ ತಮ್ಮ ಜೊತೆ ಇದ್ದ ಕುಮಾರನ್

ಹೆಸರನ್ನು ಸೂಚಿಸಿದರು. ಪಲ್ಪು ಅವರಿಗೂ ಇದು ಒಪ್ಪಿಗೆಯಾಯಿತು. ಗುರುಗಳ ಸೂಚನೆಯನ್ನು ಅವರು ಆದೇಶವೆಂದು ಬಗೆದರು.

ಡಾ. ಪಲ್ಪು ಆಗ ಬೆಂಗಳೂರಿನಲ್ಲಿ ತಮ್ಮ ಕುಟುಂಬದೊಂದಿಗೆ ಇದ್ದರು. ಕುಮಾರನ್ ಅವರ ಕುಟುಂಬದ ಸದಸ್ಯರಾಗಿ ಸೇರಿಕೊಂಡರು. ಆಗ ಅವರ ವಯಸ್ಸು 22. ಮುಂದಿನ ವಿದ್ಯಾಭ್ಯಾಸದ ಹೊಣೆಯನ್ನು ಡಾ. ಪಲ್ಪು ವಹಿಸಿಕೊಂಡಿದ್ದರಷ್ಟೆ. ಅವರನ್ನು ಬೆಂಗಳೂರಿನ ಚಾಮರಾಜಪೇಟೆಯಲ್ಲಿದ್ದ ಶ್ರೀ ಚಾಮರಾಜೇಂದ್ರ ಸಂಸ್ಕೃತ ಕಾಲೇಜಿಗೆ ಸೇರಿಸಿದರು. ಈ ಸಂಸ್ಕೃತ ಕಾಲೇಜು ಮೇಲುಜಾತಿಯ ಹಿಂದುಗಳಿಗೆ ಮಾತ್ರವೇ ಮೀಸಲಾಗಿತ್ತು. ಮೈಸೂರು ಸಂಸ್ಥಾನದ ಲಿಂಗಾಯತರು ಅಬ್ರಾಹ್ಮಣರಾದ್ದರಿಂದ ಅವರಿಗೂ ಅಲ್ಲಿ ಪ್ರವೇಶವಿರಲಿಲ್ಲ. ಆದರೆ ಅಂದಿನ ದಿವಾನ ಸರ್ ಕೆ.ಶೇಷಾದ್ರಿ ಅಯ್ಯರ್ ಅವರು ಡಾ. ಪಲ್ಪು ಅವರನ್ನು ನಿಕಟವಾಗಿ ತಿಳಿದಿದ್ದರು. ಅವರ ಪರಿಚಯದ ಮೂಲಕ ಕಾಲೇಜು ಪ್ರವೇಶದ ನಿಯಮಗಳನ್ನು ಕುಮಾರನ್ ಅವರಿಗಾಗಿ ಸಡಿಲಗೊಳಿಸಿ ಪ್ರವೇಶ ನೀಡಲಾಯಿತು. ಆ ಕಾಲೇಜಿನಲ್ಲಿ ಕುಮಾರನ್ ಒಬ್ಬರೇ ಅಬ್ರಾಹ್ಮಣ ವಿದ್ಯಾರ್ಥಿ.

ಆ ದಿನಗಳಲ್ಲಿ ಕುಮಾರನ್ ತನ್ನ ಆಪ್ತ ಮಿತ್ರನಿಗೆ ಬರೆದ ಪತ್ರ ಅಂದಿನ ದಿನಗಳ ಪರಿಸ್ಥಿತಿಯನ್ನು ಸ್ಥೂಲವಾಗಿ ಮಾಡಿಕೊಡುತ್ತದೆ:

ಪ್ರಿಯ ಮಿತ್ರ,

ನಾನು ಇಲ್ಲಿನ ಸಂಸ್ಕೃತ ಕಾಲೇಜಿನಲ್ಲಿ ವಿದ್ಯಾರ್ಥಿಯಾಗಿ ಸೇರಿದ್ದೇನೆ. ಈ ಸಂಸ್ಥೆಯಲ್ಲಿರುವ ವಿದ್ಯಾರ್ಥಿಗಳಲ್ಲಿ ಅಬ್ರಾಹ್ಮಣವರ್ಗಕ್ಕೆ ಸೇರಿದವನು ನಾನೊಬ್ಬನೇ. ನಾನು ಇಲ್ಲಿ ಕಲಿಯುತ್ತಿರುವುದಕ್ಕೆ ಅನೇಕರ ವಿರೋಧವಿತ್ತು. ಆದರೆ ಕಾಲವು ವಿರೋಧವನ್ನು ಕೊಂಚ ಶಮನಗೊಳಿಸಿದೆ. ಈಗ ನನಗೆ ಒಂದು ರೂಪಾಯಿಯ ವಿದ್ಯಾರ್ಥಿವೇತನ ದೊರೆಯುತ್ತಿದೆ. ಇನ್ನೂ ಸ್ವಲ್ಪ ಹೆಚ್ಚು ದೊರೆಯುವ ಸಂಭವ ಇದೆ. ಸದ್ಯಕ್ಕೆ ನಾನು ನೀಲಕಂಠೀಯವನ್ನು ಕಲಿಯುತ್ತಿದ್ದೇನೆ.

ಓ! ಪದ್ಯರಚನೆಗೆ ಹೆಚ್ಚು ಸಮಯ ನನಗೀಗ ದೊರೆಯುವುದಿಲ್ಲ. ಏನೋ ಕೆಲವು ಸಂಸ್ಕೃತ, ಮಲಯಾಳ ಪದ್ಯಗಳನ್ನು ಬರೆದಿದ್ದೇನೆ... (ಬೆಂಗಳೂರು, 1ನೇ ಸೆಪ್ಟೆಂಬರ್ 1896)

ಕುಮಾರನ್ ಆ ಕಾಲೇಜಿನಲ್ಲಿ 1896ರಿಂದ ಮೂರು ವರ್ಷ ಇದ್ದರು. ಅಲ್ಲಿ ತರ್ಕಶಾಸ್ತ್ರವನ್ನು ಐಚ್ಛಿಕವಾಗಿ ತೆಗೆದುಕೊಂಡು ನ್ಯಾಯವಿದ್ವಾನ್ ಪರೀಕ್ಷೆಗಾಗಿ ಕಲಿಯುತ್ತಿದ್ದರು. ಅರ್ಧವಾರ್ಷಿಕ ಮತ್ತು ವಾರ್ಷಿಕ ಪರೀಕ್ಷೆಗಳಲ್ಲಿ ಚೆನ್ನಾಗಿ ಬರೆದಿದ್ದರು. ಉತ್ತಮ ಅಂಕಗಳನ್ನು ಗಳಿಸಿದ್ದರು. ಹೆಚ್ಚು ಅಂಕ ಗಳಿಸಿದ್ದು ಇತರ ವಿದ್ಯಾರ್ಥಿಗಳಲ್ಲಿ ಮತ್ಸರದ ಉರಿ ಎಬ್ಬಿಸಿತು. ಅವರು ಪರೀಕ್ಷೆಯನ್ನು ತೆಗೆದುಕೊಳ್ಳದಂತೆ ತಡೆ ಒಡ್ಡಲು ಮುಂದಾದರು. ಅಬ್ರಾಹ್ಮಣನಿಗೆ ಕಾಲೇಜಿನಲ್ಲಿ

ಪ್ರವೇಶ ಕಲ್ಪಿಸಿ ವೇದಶಾಸ್ತ್ರಗಳನ್ನು ಕಲಿಯಲು ಅವಕಾಶ ಕೊಟ್ಟದ್ದರ ವಿರುದ್ಧ ಪ್ರತಿಭಟನೆ ನಡೆಸಲು ಪ್ರಯತ್ನಿಸಿದರು. ಸಂಸ್ಕೃತ ಕಾಲೇಜಿನಲ್ಲಿ ಅಬ್ರಾಹ್ಮಣ ವಿದ್ಯಾರ್ಥಿಗೆ ಅವಕಾಶ ಕಲ್ಪಿಸಿದ ತಮ್ಮ ತೀರ್ಮಾನದ ವಿರುದ್ಧ ವಿದ್ಯಾರ್ಥಿಗಳು ಆಕ್ರೋಶಗೊಂಡಿರುವುದು ದಿವಾನರ ಗಮನಕ್ಕೆ ಬಂದಿತು. ಬಹುಸಂಖ್ಯೆಯ ವಿದ್ಯಾರ್ಥಿಗಳ ವಿರೋಧವನ್ನು ಕಟ್ಟಿಕೊಳ್ಳಲು ಅವರು ಇಷ್ಟಪಡಲಿಲ್ಲ. ತಾವೇ ನೀಡಿದ್ದ ಪ್ರವೇಶವನ್ನು ರದ್ದುಪಡಿಸಿ ಕುಮಾರನ್ ಕಾಲೇಜಿನಿಂದ ಹೊರ ಹೋಗುವಂತೆ ಮಾಡಿದರು. ಕುಮಾರನ್ ಅವರಿಗೆ ಅಂತಿಮ ಪರೀಕ್ಷೆ ತೆಗೆದುಕೊಳ್ಳಲು ಅವಕಾಶವಾಗಲಿಲ್ಲ. ಇದೇ ವೇಳೆಗೆ (1898ರಲ್ಲಿ) ಬೆಂಗಳೂರಿನಲ್ಲಿ ಪ್ಲೇಗ್ ರೋಗ ಕಾಣಿಸಿಕೊಂಡಿತು. ಕೂಡಲೇ ಕಾಲೇಜನ್ನು ಮುಚ್ಚಲಾಯಿತು.

ಪಲ್ಪು ಅವರು ಈಳವರ ಪ್ರತಿನಿಧಿಯಾಗಿ 1895ರ ಮೇ 13 ರಂದು ಸಲ್ಲಿಸಿದ್ದ ಸುದೀರ್ಘ ಮನವಿಗೆ ಒಂದು ವರ್ಷದ ನಂತರ, 1896ರ ಅಕ್ಟೋಬರ್ 1 ರಂದು ತಿರುವಾಂಕೂರು ಸಂಸ್ಥಾನದ ಪರವಾಗಿ ಉತ್ತರ ಬಂದಿತು. ಅದರಲ್ಲಿ '(ಮನವಿಯಲ್ಲಿ ಪ್ರಸ್ತಾಪವಾಗಿರುವ) ಈ ವಿಷಯಗಳು ಕೇವಲ ಈಳವರಿಗೆ ಸಂಬಂಧಿಸಿದ್ದವಲ್ಲ. ಅನೇಕ ಜಾತಿಗಳ ಎಡೆಯಲ್ಲಿ ನಿಂತಿರುವ ಹಿಂದೂ ಸಾಮಾಜಿಕ ವ್ಯವಸ್ಥೆಗೆ ವಿರುದ್ಧವಾದವು. ಈಳವರು ಸಾಮಾನ್ಯವಾಗಿ ಅನಕ್ಷರಸ್ಥರು. ಅವರು ವಿದ್ಯೆ ಕಲಿತು ಸರ್ಕಾರಿ ನೌಕರಿಗೆ ಪ್ರಯತ್ನ ಮಾಡುವುದಕ್ಕಿಂತ ಈಗ ಮಾಡಿಕೊಂಡು ಬರುತ್ತಿರುವ ಹೆಂಡ ಇಳಿಸುವ, ಕೃಷಿ ಮಾಡುವ, ಹಗ್ಗ ಹುರಿ ಹೊಸೆಯುವ ಕಸುಬುಗಳನ್ನೇ ಮುಂದುವರಿಸುವುದು ಒಳ್ಳೆಯದು' ಎಂಬ ನಿರ್ದಾಕ್ಷಿಣ್ಯವಾದ ಉತ್ತರವನ್ನು ನೀಡಿದ್ದರು ಅಂದಿನ ದಿವಾನ ಶಂಕರ ಸುಬ್ಬ ಅಯ್ಯರ್. ಹಿಂದುಳಿದ, ಅಸ್ಪೃಶ್ಯರ ಗುಂಪಿಗೆ ಸೇರಿದ ತಮ್ಮವರ ನ್ಯಾಯಬದ್ಧ ಬೇಡಿಕೆಗೆ ಮುಖಕ್ಕೆ ರಾಚಿದಂತೆ ಬಂದ ದಿವಾನರ ಉತ್ತರಕ್ಕೆ ತುಂಬ ಅಪಮಾನಿತರಾದ ಪಲ್ಪು ಎದೆಗುಂದಲಿಲ್ಲ. ಈಳವರನ್ನು ಜೊತೆಗೂಡಿಕೊಂಡು ತಿರುವಾಂಕೂರಿನ ಹಿಂದುಳಿದ ಹಾಗೂ ದಲಿತ ವರ್ಗದವರನ್ನೂ ಒಳಗೊಂಡು ಹೋರಾಟ ರೂಪಿಸಲು ಸಂಕಲ್ಪ ಮಾಡಿಕೊಂಡರು.

ಪ್ಲೇಗ್ ಹಾವಳಿ

1898ರಲ್ಲಿ ಮೈಸೂರು ಸರ್ಕಾರ ಪಲ್ಪು ಅವರನ್ನು ಹೆಚ್ಚಿನ ಸಂಶೋಧನಾ ಅಧ್ಯಯನಕ್ಕೆ ಇಂಗ್ಲೆಂಡಿಗೆ ಕಳುಹಿಸಲು ನಿರ್ಧರಿಸಿತು. ಅಷ್ಟರಲ್ಲಿ ಬೆಂಗಳೂರಿನಲ್ಲಿ ಪ್ಲೇಗ್ ಹಬ್ಬಿತು. ಸಾಂಕ್ರಾಮಿಕ ರೋಗದ ತೀವ್ರತೆಗೆ ಮೊದಲೇ ಎಚ್ಚರಗೊಂಡಿದ್ದ ಸಂಸ್ಥಾನ ಪ್ಲೇಗ್ ನಿಯಂತ್ರಣಕ್ಕೆ ಒಬ್ಬ ಆಂಗ್ಲ ಅಧಿಕಾರಿಯನ್ನು ನೇಮಿಸಿತು. ಅವರಿಗೆ ಸಹಾಯಕರಾಗಿ ಡಾ. ಪಲ್ಪು ಇದ್ದರು. ಡಾ. ಪಲ್ಪು ಈ ಸಂಕಷ್ಟ ಸಮಯದಲ್ಲಿ ಧೈರ್ಯದಿಂದ ಸಾವುನೋವುಗಳ ಮಧ್ಯೆ ನಿಂತು ರೋಗಿಗಳ ಸೇವೆಯಲ್ಲಿ ತತ್ಪರರಾದರು. ಇಂಗ್ಲೆಂಡಿಗೆ ಹೋಗುವುದನ್ನು ಮುಂದಕ್ಕೆ ಹಾಕಿದರು.

ರೈಲ್ವೆ ಉದ್ಯೋಗಿಯೊಬ್ಬರಿಂದ ಬೆಂಗಳೂರಿಗೆ ಸೋಂಕಿದ ಪ್ಲೇಗು ಸರ್ಕಾರವನ್ನೂ, ಸಾರ್ವಜನಿಕರನ್ನೂ ತೀವ್ರ ಸಂಕಷ್ಟಕ್ಕೆ ದೂಡಿತು.

ಬೆಂಗಳೂರಿನಲ್ಲಿ ಆರಂಭವಾದ ಈ ಸಾಂಕ್ರಾಮಿಕ ರೋಗ ಮೈಸೂರಿಗೂ ಹರಡಿತು. ಧಾರವಾಡದಲ್ಲೂ ನಂತರ ಕಾಣಿಸಿಕೊಂಡಿತು. ಬೆಂಗಳೂರು ನಗರ ಮತ್ತು ದಂಡು ಪ್ರದೇಶದಲ್ಲಿ ಕಾಣಿಸಿಕೊಂಡ ಗೆಡ್ಡೆ ಪ್ಲೇಗ್ ನಿಯಂತ್ರಣ ಅಂದಿನ ಸಂಸ್ಥಾನದ ಆಡಳಿತಕ್ಕೆ ದೊಡ್ಡ ಸವಾಲಾಯಿತು. ಈಗಿನ ರೈಲ್ವೆ ನಿಲ್ದಾಣದ ದಕ್ಷಿಣ ಮತ್ತು ಪೂರ್ವ ಭಾಗಕ್ಕೆ ಹರಡಿದ್ದ ಕಿರಿದಾದ ವಸತಿ ಪ್ರದೇಶಗಳು ನೈರ್ಮಲ್ಯಕ್ಕೆ ಅಡ್ಡಿಯಾಗಿದ್ದವು. ಹಕೀಮರು, ಪಂಡಿತರನ್ನು ಹೆಚ್ಚಾಗಿ ಅವಲಂಬಿಸಿದ್ದ ಜನಕ್ಕೆ ಇಂಗ್ಲಿಷ್ ವೈದ್ಯಪದ್ಧತಿಯನ್ನು ಪರಿಚಯಿಸಲು ಸರ್ಕಾರ ದೊಡ್ಡಾಸ್ಪತ್ರೆಯನ್ನು ಆರಂಭಿಸಿತು. ಬೆಂಗಳೂರು ಪೇಟೆ ಪ್ರದೇಶದಲ್ಲಿ 3,393 ಜನ ಸತ್ತರು. ಸಾವಿರಾರು ಜನ ಸುತ್ತಮುತ್ತಲ ಜಿಲ್ಲೆಗಳಿಗೆ ಓಡಿ ಹೋದರು. ದಂಡು ಪ್ರದೇಶದಲ್ಲಿ 3,669 ಜನ ಸತ್ತರು. ಬೆಂಗಳೂರು ನಿರ್ಜನವಾದಂತಾಯಿತು. ಬಟ್ಟೆ ಗಿರಣಿಗಳು, ಶಾಲೆಗಳು ಮುಚ್ಚಿಹೋದವು. ನಗರದ ಜನ (ಈಗ ಬಸವನಗುಡಿ, ಮಲ್ಲೇಶ್ವರ ಬಡಾವಣೆಗಳಿರುವ ಸ್ಥಳ) ಕೃಷಿ ಜಮೀನುಗಳಲ್ಲಿ ಗುಡಿಸಲುಗಳನ್ನು ಕಟ್ಟಿಕೊಂಡು ಇರಬೇಕಾಯಿತು. 1898ರ ಆಗಸ್ಟ್ 15ಕ್ಕೆ ಆರಂಭವಾದ ಪ್ಲೇಗ್ ಪಿಡುಗು ಡಿಸೆಂಬರ್ ವರೆಗೂ ಮುಂದುವರಿಯಿತು. ಮರುವರ್ಷ ಜೂನ್‌ನಲ್ಲಿ ಆರಂಭವಾಗಿ ಡಿಸೆಂಬರ್ ವರೆಗೆ ವ್ಯಾಪಿಸಿತು. ಬೆಂಗಳೂರು ಪೇಟೆಯ ಜನಸಂಖ್ಯೆಯಲ್ಲಿ ಶೇ 25ರಷ್ಟು ಜನ ಪ್ಲೇಗಿಗೆ ಬಲಿಯಾದರು. ಸಂಸ್ಥಾನದ ವಿವಿಧ ಭಾಗಗಳಿಂದ ಪ್ಲೇಗ್ ಪರಿಸ್ಥಿತಿಯನ್ನು ವರದಿ ಮಾಡಲು ಮೊದಲ ಬಾರಿಗೆ 50 ದೂರವಾಣಿ ಸಂಪರ್ಕ ಒದಗಿಸಲಾಯಿತು. 8400 ಮನೆಗಳನ್ನು ಕ್ರಿಮಿನಾಶಕಗಳಿಂದ ಶುದ್ಧಗೊಳಿಸಲಾಯಿತು. ಮನೆಗಳಿಗೆ ಗಾಳಿ, ಬೆಳಕು ಬರುವಂತೆ ಅನೇಕ ಮನೆಗಳ ಗೋಡೆಗಳನ್ನು ಒಡೆದು ಗವಾಕ್ಷಿಗಳನ್ನು ಕೊರೆದರು. 893 ಮನೆಗಳನ್ನು ಸ್ವಾಧೀನಪಡಿಸಿಕೊಂಡು ಅವುಗಳನ್ನು ಒಡೆದು ರಸ್ತೆಗಳನ್ನು ವಿಸ್ತರಿಸಿ ನಗರದ ದಟ್ಟಣೆಯನ್ನು ನಿವಾರಿಸಲು ಪ್ರಯತ್ನ ಆರಂಭಿಸಲಾಯಿತು. ಹೊಸ ಮನೆಗಳನ್ನು ಕಟ್ಟುವವರಿಗೆ ಗಾಳಿ, ಬೆಳಕು ಸರಾಗವಾಗಿ ಬರುವಂತೆ ನಿಯಮಗಳನ್ನು ರೂಪಿಸಲಾಯಿತು. ಪೇಟೆಯ ಒಳಗಿನ ದಟ್ಟಣೆಯನ್ನು ನಿವಾರಿಸಲು ರೈಲ್ವೆನಿಲ್ದಾಣದ ದಕ್ಷಿಣ ಭಾಗದಲ್ಲಿ 400 ಎಕರೆ ಮತ್ತು ಉತ್ತರ ಭಾಗದಲ್ಲಿ 291 ಎಕರೆ ಪ್ರದೇಶವನ್ನು ವಶಪಡಿಸಿಕೊಂಡು ವಿಶಾಲವಾದ ಮನೆ ನಿವೇಶನಗಳನ್ನು ರೂಪಿಸಲಾಯಿತು. ಅಲ್ಲಿ ಕಡಿಮೆ ಕಂತಿನಲ್ಲಿ ಸರ್ಕಾರಿ ನೌಕರರಿಗೆ ನಿವೇಶನಗಳನ್ನು ಹಂಚಲಾಯಿತು. ಸಾರ್ವಜನಿಕರಿಗೂ ಮಾರಲಾಯಿತು. ಮನೆ ಕಟ್ಟಿಕೊಳ್ಳಲು ಸಾಲದ ಸೌಲಭ್ಯವನ್ನೂ ಒದಗಿಸಲಾಯಿತು.

ಪ್ಲೇಗ್ ಸಾಂಕ್ರಾಮಿಕದ ಹಾವಳಿ ಸಂಸ್ಥಾನದ ಆಡಳಿತವನ್ನು ಕಂಗೆಡಿಸುವ ಹತ್ತು ವರ್ಷಗಳ ಮೊದಲೇ ನಗರಕ್ಕೆ ದಕ್ಷಿಣ ಮತ್ತು ಉತ್ತರಕ್ಕೆ ಎರಡು ಹೊಸ ಬಡಾವಣೆಗಳನ್ನು ಅಭಿವೃದ್ಧಿ ಪಡಿಸಲು 1889ರಲ್ಲಿ ಯೋಜನೆ ರೂಪಿಸಲಾಗಿತ್ತು. ತತ್ಕಾಲಕ್ಕೆ ಅವನ್ನು ಉತ್ತರ ಮತ್ತು ದಕ್ಷಿಣ ಬಡಾವಣೆಗಳೆಂದು ಕರೆಯುತ್ತಿದ್ದರೂ ಒಂದೆರಡು ವರ್ಷಗಳಲ್ಲಿ ಬಡಾವಣೆಗಳಲ್ಲಿ ನಿವೇಶನ ಹಾಗೂ ರಸ್ತೆಗಳ ನೀಲಿ

ನಕ್ಷೆ ರೂಪಿಸಿ ಅಭಿವೃದ್ಧಿಪಡಿಸಲಾಯಿತು. 1895ರ ಸುಮಾರಿಗೆ ಅವುಗಳನ್ನು ಬೆಂಗಳೂರು ನಗರ ಮುನಿಸಿಪಾಲಿಟಿಗೆ ಹಸ್ತಾಂತರಿಸಲಾಯಿತು. ಉತ್ತರದ ಬಡಾವಣೆಯಲ್ಲಿ ಕಾಡುಮಲ್ಲೇಶ್ವರನ ಗುಡಿ ಇದ್ದುದರಿಂದ ಆ ಬಡಾವಣೆ ಮಲ್ಲೇಶ್ವರ ಎಂದು ಹೆಸರಾಯಿತು. ದಕ್ಷಿಣ ಬಡಾವಣೆ ಬಸವಣ್ಣನ ಗುಡಿಯ ಪ್ರದೇಶದಲ್ಲಿ ಇದ್ದ ಕಾರಣ ಅದು ಬಸವನಗುಡಿ ಎಂದಾಯಿತು. ಅಲ್ಲಲ್ಲಿ ವಿರಳವಾಗಿ ತಲೆ ಎತ್ತುತ್ತಿದ್ದ ಮನೆಗಳಿದ್ದ ಈ ಎರಡೂ ಬಡಾವಣೆಗಳಿಗೆ ಪ್ಲೇಗ್ ಹಾವಳಿಯ ನಂತರ ಹೆಚ್ಚು ಹೆಚ್ಚು ಜನರು ವಲಸೆ ಬಂದ ಕಾರಣ ಅವು ಅಭಿವೃದ್ಧಿ ಹೊಂದತೊಡಗಿದವು. ಈ ಬಡಾವಣೆಗಳಿಗೆ ಚರಂಡಿ ವ್ಯವಸ್ಥೆಯನ್ನು ಕಲ್ಪಿಸುವುದರಲ್ಲಿ ಆರೋಗ್ಯಾಧಿಕಾರಿ ಡಾ ಪಲ್ಪು ಅವರ ಪಾತ್ರವೂ ಗಣನೀಯವಾಗಿತ್ತು.

ಪ್ಲೇಗ್ ರೋಗ ನಿಯಂತ್ರಣಕ್ಕೆ ಬಂದ ಮೇಲೆ ಪಲ್ಪು ಸರ್ಕಾರದ ಅಪೇಕ್ಷೆಯಂತೆ 1899ರಲ್ಲಿ ಇಂಗ್ಲೆಂಡಿಗೆ ಹೋದರು. ಹೊರಡುವ ಮೊದಲು ಕುಮಾರನ್ ಅವರ ಶಿಕ್ಷಣದ ಹೊಣೆಯನ್ನು ತಮ್ಮ ಸಹಪಾಠಿಯಾಗಿದ್ದ ಮಿತ್ರ ಡಾ. ನಂಜುಂಡರಾವ್ ಅವರಿಗೆ ಒಪ್ಪಿಸಿ ಮದ್ರಾಸಿಗೆ ಕಳುಹಿಸಿದರು. ಮದ್ರಾಸಿನಲ್ಲಿ ನಂಜುಂಡರಾವ್ ಕುಮಾರನ್‌ರನ್ನು ಚೆನ್ನಾಗಿ ನೋಡಿಕೊಂಡರು. ಆಶಾನ್ ಅವರ ವಿನಯ, ಮೇಧಾವಿತನಗಳನ್ನು ಬಹುವಾಗಿ ಮೆಚ್ಚಿಕೊಂಡರು. ತಮ್ಮೊಟ್ಟಿಗೆ ಉಳಿಸಿಕೊಂಡರು. ಸಂಸ್ಕೃತ ಪಂಡಿತರೊಬ್ಬರಿಂದ ಆರು ತಿಂಗಳು ಶಿಕ್ಷಣ ಪಡೆದರು. ಅದು ತೃಪ್ತಿಕರ ವ್ಯವಸ್ಥೆ ಆಗಲಿಲ್ಲವೆಂದು ಪಲ್ಪು ಅವರಿಗೆ ತೋರಿತು. ಅವರ ಸಲಹೆಯಂತೆ ಡಾ. ನಂಜುಂಡರಾವ್ ಕುಮಾರನ್ ಅವರನ್ನು ಕೊಲ್ಕತ್ತೆಗೆ ಹೆಚ್ಚಿನ ಅಧ್ಯಯನಕ್ಕೆ ಕಳುಹಿಸಿದರು. ನಂಜುಂಡರಾವ್ ಪಲ್ಪು ಅವರ ಲೆಕ್ಕದಲ್ಲಿ ತಿಂಗಳಿಗೆ ಹತ್ತು ರೂಪಾಯಿಗಳನ್ನು ಆಶಾನ್ ಗೆ ಕಳುಹಿಸಿಕೊಡುವುದೆಂದು ಮಿತ್ರರಿಬ್ಬರು ತೀರ್ಮಾನಿಸಿದ್ದರು. ಆಶಾನ್ ನಡವಳಿಕೆಯನ್ನು ತುಂಬ ಮೆಚ್ಚಿಕೊಂಡಿದ್ದ ನಂಜುಂಡರಾವ್ ತಮ್ಮ ಕೊಡುಗೆಯಾಗಿ ಮೂರು ರೂಪಾಯಿಗಳನ್ನು ಸೇರಿಸಿ ಕಳುಹಿಸುತ್ತಿದ್ದರು. ಇದರಿಂದ ಆಶಾನ್ ಕೊಲ್ಕತ್ತೆಯಲ್ಲಿ ತನ್ನ ಖರ್ಚುಗಳನ್ನು ನೋಡಿಕೊಳ್ಳುವುದಕ್ಕೆ ಅನುಕೂಲವಾಯಿತು.

ಕುಮಾರನ್ ಕೋಲ್ಕತ್ತೆಯ ಸಂಸ್ಕೃತ ಕಾಲೇಜನ್ನು ಸೇರಿದರು. ನ್ಯಾಯಶಾಸ್ತ್ರವನ್ನು ಅಧ್ಯಯನಕ್ಕೆ ಆರಿಸಿಕೊಂಡರು. ಅದರೊಂದಿಗೆ ತರ್ಕಶಾಸ್ತ್ರ ಮತ್ತು ವ್ಯಾಕರಣವನ್ನು ಐಚ್ಛಿಕ ವಿಷಯವಾಗಿ ಕಲಿಯಲು ಆರಂಭಿಸಿದರು. ತರ್ಕತೀರ್ಥ ಎಂಬ ಪದವಿಯ ಪರೀಕ್ಷೆಗಾಗಿ ಎರಡು ವರ್ಷ ಕಲಿಯಬೇಕಿತ್ತು. ಆದ್ದರಿಂದ ದಿನಕ್ಕೆ ಇಪ್ಪತ್ತು ಗಂಟೆಯಂತೆ ಕುಮಾರನ್ ಅಧ್ಯಯನ ನಿರತರಾಗಿದ್ದರು. ಸತತವಾಗಿ ಓದುತ್ತಿದ್ದ ಅವರನ್ನು ಸಹಪಾಠಿಗಳು ಪುಸ್ತಕದಹುಳು ಎಂದು ಛೇಡಿಸುತ್ತಿದ್ದರು. ಅವರಿಗೆ ಗುರುಗಳಾಗಿದ್ದವರು ಕಾಮಾಖ್ಯನಾಥ ತರ್ಕ ವಾಗೀಶರು. ಅವರಿಗೂ ಕಠಿಣಪರಿಶ್ರಮಿ ಆಶಾನ್ ಬಗ್ಗೆ ಮೆಚ್ಚುಗೆ ಇತ್ತು. ವಿಶೇಷ ಸಮಾರಂಭಗಳಿಗೆ ಸಂಸ್ಕೃತ ಕವಿತೆಗಳನ್ನು ರಚಿಸಲು ಅವರ ಆಶಾನ್‌ನನ್ನು

ಕೇಳಿಕೊಳ್ಳುತ್ತಿದ್ದರು. ಅಲ್ಲಿದ್ದ ದಿನಗಳಲ್ಲಿ ಅವರಿಗೆ ಕಾವ್ಯಕೃಷಿಯಲ್ಲಿ ತೊಡಗಲು ಸಾಧ್ಯವಿರಲಿಲ್ಲ. ಆದರೂ 'ಒರು ವಂಗದೇಶಿಕನ್' ಎಂಬ ಕಾವ್ಯನಾಮದಲ್ಲಿ ಮಲೆಯಾಳಿಯಲ್ಲಿ ಕವಿತೆಗಳನ್ನು ಬರೆಯುತ್ತಿದ್ದರು. ಅವನ್ನು ಮಲೆಯಾಳಿ ಪತ್ರಿಕೆಗಳಿಗೆ ಕಳುಹಿಸುತ್ತಿದ್ದರು.

ಕೊಲ್ಕತ್ತೆಯಲ್ಲೂ 1900ರಲ್ಲಿ ಪ್ಲೇಗ್ ತಲೆದೋರಿದ್ದರಿಂದ ಕುಮಾರನ್ 'ತರ್ಕತೀರ್ಥ' ಪದವಿಯ ಅಂತಿಮ ಪರೀಕ್ಷೆಗೆ ಹಾಜರಾಗಲು ಸಾಧ್ಯವಾಗಲಿಲ್ಲ. ಕಾಲೇಜು ಕೂಡ ಪ್ಲೇಗ್ ಕಾರಣದಿಂದ ಮುಚ್ಚಿತ್ತು. ಕೊನೆಗೆ ಯಾವುದೇ ಪದವಿಯನ್ನು ಪಡೆಯದೆ ಕುಮಾರನ್ ಆಶಾನ್ ಬೆಂಗಳೂರಿಗೆ ಹಿಂತಿರುಗಿದರು.

ಇತ್ತ ಇಂಗ್ಲೆಂಡಿಗೆ ಹೋದ ಪಲ್ಪು, ಕೇಂಬ್ರಿಜ್ ವಿಶ್ವವಿದ್ಯಾಲಯದಲ್ಲಿ ಒಂದೂವರೆ ವರ್ಷ ಅಧ್ಯಯನ ನಡೆಸಿ ಸಿಪಿಎಚ್., ಎಫ್ ಆರ್ ಪಿ ಪದವಿಗಳನ್ನು ಪಡೆದರು. ಅಲ್ಲಿಂದ ಪ್ಯಾರಿಸ್, ರೋಮ್ ಮತ್ತು ಜರ್ಮನಿ ದೇಶಗಳನ್ನು ಸಂದರ್ಶಿಸಿ ಸ್ವದೇಶಕ್ಕೆ ವಾಪಸಾದರು. ಅಂದಿನ ದಿನಗಳಲ್ಲಿ ವಿದೇಶಕ್ಕೆ ತೆರಳಿ ಪಾಶ್ಚಾತ್ಯ ವೈದ್ಯಕೀಯ ಅಧ್ಯಯನವನ್ನು ನಡೆಸಿ ಬಂದವರು ಅತಿ ವಿರಳ ಸಂಖ್ಯೆಯಲ್ಲಿದ್ದರು.

'ಶ್ರೀ ನಾರಾಯಣ ಧರ್ಮ ಪರಿಪಾಲನಾ ಯೋಗಂ'

1901ರಲ್ಲಿ ಸ್ವದೇಶಕ್ಕೆ ಆಗಮಿಸಿದ ಡಾ. ಪಲ್ಪು ಅವರನ್ನು ಆ ವೇಳೆಗೆ ಉನ್ನತ ಶಿಕ್ಷಣ ಪಡೆಯಲು ಹೋಗಿ ಕೊಲ್ಕತ್ತೆಯಿಂದ ವಾಪಸಾಗಿದ್ದ ಕುಮಾರನ್ ಆಶಾನ್ ಬೆಂಗಳೂರಿನಲ್ಲಿ ಸೇರಿಕೊಂಡರು. 1901ರ ಫೆಬ್ರುವರಿ 11ರಂದು ಹೊರಡಿಸಿದ್ದ ಸರ್ಕಾರದ ಆದೇಶದಲ್ಲಿ ಡಾ. ಪಲ್ಪು ಅವರು ಕಾಮಸಮುದ್ರಂನಲ್ಲಿ ತಲೆದೋರಿದ ಕಾಲರಾ ರೋಗ ನಿಯಂತ್ರಣದ ನಂತರ ಕೋಲಾರ ಜಿಲ್ಲೆಯ ದೊಡ್ಡೇರಿ ಮತ್ತು ಗುಟ್ಟಹಳ್ಳಿಯ ನಡುವೆ ಒಂದು ಹಾಗೂ ಒಟ್ಟಕಲ್ ಹಳ್ಳಿಯಲ್ಲಿ ಇನ್ನೊಂದು ಬಾವಿಯನ್ನು ತೋಡಿಸಲು ಜಿಲ್ಲಾಧಿಕಾರಿಗಳಿಗೆ ಮನವಿ ಮಾಡಿದ್ದನ್ನು ದಾಖಲಿಸಿದೆ. ಜೊತೆಗೆ ಬೆಂಗಳೂರು ನಗರ ವೈದ್ಯಾಧಿಕಾರಿಯಾಗಿದ್ದ ಡಾ. ಪಲ್ಪು ಅವರು ನಗರ ಸಭೆಯ ಅಧ್ಯಕ್ಷರ ಅನುಮತಿಯೊಂದಿಗೆ ಡಾ. ಶ್ರೀನಿವಾಸರಾವ್ ಅವರು ರಜೆಯಲ್ಲಿದ್ದಾಗ ರಾಸಾಯನಿಕ ಪರೀಕ್ಷಕ ಹಾಗೂ ಸೂಕ್ಷ್ಮಾಣುಜೀವಿ ತಜ್ಞರ ಹೊಣೆಗಾರಿಕೆಯನ್ನೂ ಹೆಚ್ಚುವರಿಯಾಗಿ ವಹಿಸಿಕೊಳ್ಳಲಿದ್ದಾರೆ ಎಂದೂ ಸೂಚಿಸಿದೆ.

ಸಂಸ್ಥಾನದ ಹೊಣೆಗಾರಿಕೆಯನ್ನು ನಿರ್ವಹಿಸುತ್ತಲೇ ರಜೆ ಪಡೆದು ಕುಮಾರನ್ ಆಶಾನ್ ಅವರೊಂದಿಗೆ ತಿರುವನಂತಪುರಕ್ಕೆ ಬಂದು ನಾರಾಯಣ ಗುರುಗಳನ್ನು ಭೇಟಿ ಮಾಡಿದರು. ಧಾರ್ಮಿಕ ತಳಹದಿಯ ಮೇಲೆ ಕಟ್ಟುವ ಸಂಘಟನೆಯಿಂದ ಮಾತ್ರ ತಿರುವಾಂಕೂರು ಸಂಸ್ಥಾನದ ಸಾಮಾಜಿಕ, ಔದ್ಯೋಗಿಕ, ಶೈಕ್ಷಣಿಕ ಬದಲಾವಣೆಗಳು ಸಾಧ್ಯವಾಗಬಹುದು

ಎಂಬ ಚಿಂತನೆಯೊಂದಿಗೆ ಗುರುಗಳೊಂದಿಗೆ ಚರ್ಚೆ ನಡೆಯುತ್ತಿದ್ದವು. ಆ ಮೊದಲೇ ಗುರುಗಳಿಂದ ಸ್ಥಾಪಿತವಾದ ದೇವಸ್ಥಾನಗಳು ಅವರ್ಣರಲ್ಲಿ ಚೈತನ್ಯ ಮೂಡಿಸಿದ್ದವು. ಗುರುಗಳಲ್ಲಿ ಜನರಿಗೆ ಇರುವ ಭಕ್ತಿ, ಗೌರವಗಳನ್ನು ಸಾಮಾಜಿಕ ಪರಿವರ್ತನೆಗೆ ಬಳಸಿಕೊಳ್ಳಬಹುದೆಂಬ ಭಾವನೆ ಮೂಡಿತು. 1899ರಲ್ಲಿ ಗುರುಗಳು ಮತ್ತು ಅವರ 11 ಮಂದಿ ಶಿಷ್ಯರು ರಿಜಿಸ್ಟರ್ ಮಾಡಿದ್ದ 'ಅರುವಿಪ್ಪುರ ಕ್ಷೇತ್ರ ಯೋಗ' ಸಂಘಟನೆಯನ್ನು ವಿಸ್ತೃತವಾಗಿ ಬೆಳೆಸಲು ಅವರೆಲ್ಲ ನಿರ್ಧರಿಸಿದರು. ನಾರಾಯಣಗುರುಗಳ ಹೆಸರು ಮತ್ತು ಅವರು ಬೋಧಿಸುತ್ತಿದ್ದ ತತ್ವವನ್ನು ಪ್ರತಿಬಿಂಬಿಸಲು 'ಶ್ರೀ ನಾರಾಯಣ ಧರ್ಮ ಪರಿಪಾಲನಾ ಯೋಗಂ' ಎಂಬುದು 1903ರ ಮೇ 15 ರಂದು ರಿಜಿಸ್ಟರ್ ಆಗಿ ಅಸ್ತಿತ್ವಕ್ಕೆ ಬಂದಿತು. ಅದಕ್ಕೆ ನಾರಾಯಣಗುರುಗಳು ಅಧ್ಯಕ್ಷರು, ಪಲ್ಪು ಉಪಾಧ್ಯಕ್ಷರು, ಕುಮಾರನ್ ಆಶಾನ್ ಕಾರ್ಯದರ್ಶಿ (ಇದು ಸ್ವಾಮಿ ವಿವೇಕಾನಂದರು ಮಹಾಸಮಾಧಿ ಹೊಂದಿದ ಹತ್ತು ತಿಂಗಳಲ್ಲಿ ಆರಂಭವಾಯಿತು).

'ಅರವಿಪುರಂನಲ್ಲಿ 1898ರಲ್ಲಿ ದೇವಾಲಯ ಸ್ಥಾಪನೆಯ ನಂತರ 1903ರಲ್ಲಿ ಎಸ್‌ಎನ್‌ಡಿಪಿ ಸ್ಥಾಪನೆಯಾಗುವ ವರೆಗಿನ ಅವಧಿಯಲ್ಲಿ ನಾರಾಯಣ ಗುರುಗಳು ರಾಜ್ಯದಾದ್ಯಂತ ಪ್ರವಾಸ ಮಾಡಿ ಸಾಮಾಜಿಕ ಅನಿಷ್ಟಗಳ ವಿರುದ್ಧ ಜನಜಾಗೃತಿ ಮಾಡಿಸಿದ್ದರು. ಮೂಢನಂಬಿಕೆ ಮತ್ತು ದುಂದುವೆಚ್ಚದ ಅಂಧ ಸಂಪ್ರದಾಯಗಳನ್ನು ಕಿತ್ತೊಗೆಯಲು ಹೋರಾಟ ನಡೆಸಿದರು. ವಿವಾಹಗಳನ್ನು ಸರಳಗೊಳಿಸಿದರು. ಸಹಭೋಜನಕ್ಕೆ ಪ್ರೋತ್ಸಾಹ ನೀಡಿದರು. ಹೆಂಡ ಇಳಿಸುವುದಕ್ಕೆ ಅವರು ವಿರುದ್ಧವಾಗಿದ್ದರು. ಹೆಂಡ ಇಳಿಸಬೇಡಿ, ಕುಡಿಯಬೇಡಿ, ಮಾರಬೇಡಿ ಎಂದು ಸ್ಪಷ್ಟ ಸಂದೇಶ ನೀಡಿದ ಗುರುಗಳು, ಅದಕ್ಕೆ ಪರ್ಯಾಯವಾಗಿ ತೆಂಗಿನ ನಾರಿನ ಉದ್ಯಮದಲ್ಲಿ ತೊಡಗುವಂತೆ ಪ್ರೇರೇಪಿಸಿದರು. ಇದಕ್ಕಾಗಿ ಕೈಗಾರಿಕಾ ಸಮ್ಮೇಳನಗಳನ್ನು ನಡೆಸಿದರು. (ಇದರಿಂದಾಗಿಯೇ ಕೇರಳ ಈಗ ತೆಂಗಿನನಾರು ಉದ್ಯಮದಲ್ಲಿ ಏಕಸ್ವಾಮ್ಯ ಹೊಂದಿದೆ). ಭೂತಾರಾಧನೆಗೆ ವಿರುದ್ಧವಾಗಿದ್ದ ಗುರುಗಳು ತಮ್ಮ ಮನೆಯಲ್ಲಿದ್ದ ಭೂತದ ಕಲ್ಲುಗಳನ್ನು ಎಸೆದು ಬಿಟ್ಟಿದ್ದರು. ಕೆಳಜಾತಿಯವರ ಮಕ್ಕಳು ಇಂಗ್ಲಿಷ್ ಕಲಿಯಬೇಕೆಂದು ಗುರುಗಳು ಬಯಸಿದ್ದರು. ಈ ರೀತಿ ಲೌಕಿಕ ಬದುಕಿನ ಬೇಕು-ಬೇಡಗಳ ಬಗ್ಗೆಯೂ ಪ್ರಾಯೋಗಿಕವಾಗಿ ಯೋಚನೆ ಮಾಡಿದ ಇನ್ನೊಬ್ಬ ಧಾರ್ಮಿಕ ಸುಧಾರಕನನ್ನು ಕಾಣುವುದು ಅಪರೂಪ' ಎಂದು ದಿನೇಶ್ ಅಮಿನ್ ಮಟ್ಟು ಬರೆದಿದ್ದಾರೆ.

ಕುಮಾರನ್ ಆಶಾನ್ ರವೀಂದ್ರರ ಪ್ರಭಾವ, ಬಂಗಾಳಿ ಸಾಹಿತ್ಯದ ಪರಿಚಯದಿಂದ ತಮ್ಮ ಸಾಹಿತ್ಯ ಕೃಷಿಯ ವ್ಯಾಪ್ತಿಯನ್ನು ವಿಸ್ತರಿಸಿಕೊಂಡರು. ಋಷಿಸದೃಶ ಜೀವನ, ವಿಭೂತಿಪುರುಷ ನಾರಾಯಣಗುರುಗಳ ಸಾಮೀಪ್ಯ, ದಣಿವರಿಯದ ಸಂಘಟಕ ಹಾಗೂ ನಿಸ್ವಾರ್ಥ ಸೇವಾಕರ್ತ ಡಾ.ಪಲ್ಪು ಅವರ ಸಹಕಾರದಿಂದ ಆಧುನಿಕ ಮಲೆಯಾಳಂ ಸಾಹಿತ್ಯದ ಮಹಾಕವಿಯೆಂದು ಹೆಸರಾದರು. ಅವರು ಮಾರ್ಗ ಪ್ರವರ್ತಕರೆಂದು ಮಾನ್ಯತೆ ಪಡೆದಿದ್ದು

ಸ್ವಾತಂತ್ರ್ಯಾನಂತರ ಕೇರಳ ಸರ್ಕಾರ ಅವರ ಹೆಸರಿನಲ್ಲಿ ಪ್ರಾರಂಭಿಸಿದ ಆಶಾನ್ ಪ್ರಶಸ್ತಿಗೆ ಕನ್ನಡದ ಎಂ.ಗೋಪಾಲಕೃಷ್ಣ ಅಡಿಗ, ಕೆ.ಎಸ್.ನರಸಿಂಹಸ್ವಾಮಿ, ಚಂದ್ರಶೇಖರ ಕಂಬಾರ ಅವರು ಪಾತ್ರರಾಗಿರುವುದು ಸ್ವಾರಸ್ಯಕರವಾದ ವಿದ್ಯಮಾನ.

ಡಾ.ಪಲ್ಪು ಅವರು 1905ರಲ್ಲಿ ಸ್ಯಾನಿಟರಿ ಕಮೀಶನರ್ ಅವರಿಗೆ ಆಪ್ತ ಕಾರ್ಯದರ್ಶಿಯಾಗಿ ಬಡ್ತಿ ಹೊಂದಿದರು. ಮುಂದಿನ ಎರಡು ವರ್ಷಗಳಲ್ಲಿ ಮಾಸಿಕ 900 ರೂಪಾಯಿ ವೇತನದಲ್ಲಿ ಉಪ ಸ್ಯಾನಿಟರಿ ಕಮೀಶನರ್ ಹುದ್ದೆಗೆ ಬಡ್ತಿ ಪಡೆದರು.

ಸರ್ಕಾರಿ ಆದೇಶ 29–4–1911 ರ ಅನ್ವಯ ಡಾ. ಪಲ್ಪು ಅವರನ್ನು ವೈದ್ಯಾಧಿಕಾರಿಯಾಗಿ ನೇಮಿಸಿ ಶಿವಮೊಗ್ಗಕ್ಕೆ ವರ್ಗ ಮಾಡಲಾಯಿತು. ಅಲ್ಲಿ ಅವರು ಜಿಲ್ಲಾ ಸ್ಯಾನಿಟರಿ ಅಧಿಕಾರಿ ಹುದ್ದೆಯಲ್ಲಿ ಕಾರ್ಯ ನಿರ್ವಹಿಸಿದರು (ಶಿವಮೊಗ್ಗದಲ್ಲಿ ಕರ್ತವ್ಯ ನಿರ್ವಹಿಸುತ್ತಿದ್ದಾಗ ಸ್ಥಳೀಯರು ಅವರನ್ನು ಪಲ್ಲಪ್ಪ ಎಂದು ಕರೆಯುತ್ತಿದ್ದರಂತೆ)

1915ರ ಅಕ್ಟೋಬರ್ 1 ರ ಆದೇಶದಂತೆ ಡಾ. ಪಲ್ಪು ಅವರನ್ನು ಬೆಂಗಳೂರು ಸೆಂಟ್ರಲ್ ಜೈಲಿನ ಪ್ರಭಾರಿ ಅಧೀಕ್ಷಕರಾಗಿ ನಿಯೋಜಿಸಲಾಯಿತು. ಈ ಅವಧಿಯಲ್ಲಿ ನಡೆದ ಒಂದು ಪ್ರಸಂಗ: ಅರಮನೆಯಲ್ಲಿ ಕಾರಸ್ತಾನ ನಡೆಸುತ್ತಿದ್ದ ಕುಟಿಲ ಅಧಿಕಾರಿಗಳ ಸಂಚಿಗೆ ಬಲಿಯಾಗಿ ಇಬ್ಬರು ಅಮಾಯಕ ವ್ಯಕ್ತಿಗಳಿಗೆ ಗಲ್ಲು ಶಿಕ್ಷೆ ವಿಧಿಸಲಾಗಿದ್ದು ಅದನ್ನು ಜಾರಿಗೊಳಿಸಲು ಪಲ್ಪು ಅವರಿಗೆ ಆದೇಶ ನೀಡಲಾಗಿತ್ತು. ಪ್ರಕರಣಕ್ಕೆ ಸಂಬಂಧಿಸಿದ ಕಡತಗಳನ್ನೂ ಕಳುಹಿಸಲಾಗಿತ್ತು. ಕಡತಗಳನ್ನು ಪರಿಶೀಲಿಸುತ್ತಿದ್ದ ಪಲ್ಪು ಅವರಿಗೆ ಶಿಕ್ಷೆಗೆ ಗುರಿಯಾದ ಇಬ್ಬರೂ ವ್ಯಕ್ತಿಗಳು ಯಾರದೋ ಸಂಚಿಗೆ ಬಲಿಯಾದವರೆಂದು ತಿಳಿಯಿತು. ತಮಗಿದ್ದ ಕಾನೂನು ಜ್ಞಾನ ಮತ್ತು ದೇವರ ಬಗೆಗಿದ್ದ ಶ್ರದ್ಧೆಯನ್ನು ಬಲವಾಗಿ ನಂಬಿದ್ದ ಪಲ್ಪು ಅದನ್ನೇ ಸ್ಪಷ್ಟವಾಗಿ ಬರೆದರು. ಗಲ್ಲು ಶಿಕ್ಷೆಯನ್ನು ಜಾರಿಗೊಳಿಸಿದರೆ ಅಮಾಯಕರಿಗೆ ನೈಸರ್ಗಿಕ ನ್ಯಾಯದ ಅವಕಾಶವನ್ನು ನಿರಾಕರಿಸಿದಂತಾಗುತ್ತದೆ ಎಂದು ಸರ್ಕಾರಕ್ಕೆ ಪತ್ರ ಬರೆದು ಗಲ್ಲು ಶಿಕ್ಷೆಯನ್ನು ಜಾರಿ ಮಾಡಲು ನಿರಾಕರಿಸಿದರು. ಆದರೆ, ಈ ಸಂಚನ್ನು ರೂಪಿಸಿದ್ದ ಸಂಸ್ಥಾನದ ಅಧಿಕಾರಿಗಳಿಗೆ ಪಲ್ಪು ಅವರ ದೃಢ ನಿರ್ಧಾರವನ್ನು ಎದುರಿಸಲು ಧೈರ್ಯವಿರಲಿಲ್ಲ. ಪಲ್ಪು ಕೆಲವು ದಿನಗಳಲ್ಲಿ ರಜೆಯ ಮೇಲೆ ಹೋಗಿದ್ದಾಗ ಹಂಗಾಮಿಯಾಗಿ ನಿಯುಕ್ತಿಗೊಂಡಿದ್ದ ಸೂಪರಿಂಟೆಂಡೆಂಟ್ ಅವರ ಮೂಲಕ ತಮ್ಮ ಸ್ವಾರ್ಥ ಸಾಧಿಸಿಕೊಂಡರು. ಅಮಾಯಕರಿಬ್ಬರು ಗಲ್ಲಿಗೇರಿದರು.

1917ರಲ್ಲಿ ಡಾ. ಪಲ್ಪು ಅವರನ್ನು ಬರೋಡ ಸಂಸ್ಥಾನಕ್ಕೆ ಎರವಲು ಸೇವೆಗೆ ನಿಯೋಜಿಸಲಾಯಿತು. ಅಲ್ಲಿ ಅವರ ಮಾಸಿಕ ವೇತನ 1200 ರೂಪಾಯಿಗಳಾಗಿತ್ತು. ಪಲ್ಪು ಅವರು ದಕ್ಷರು. ದೂರದೃಷ್ಟಿ ಇದ್ದವರು. ಬರೋಡ

ಮಹಾರಾಜರಿಗೆ ಸಾರ್ವಜನಿಕ ಆರೋಗ್ಯ ಕುರಿತ ಸಲಹೆಗಾರರಾಗಿ ಇದ್ದಾಗ ಅಲ್ಲಿ ಒಂದು ವೈದ್ಯಕೀಯ ಪ್ರದರ್ಶನವನ್ನು ಏರ್ಪಡಿಸಿದರು. ಪ್ರದರ್ಶನದ ನಾವೀನ್ಯತೆ ಹಾಗೂ ಕಲ್ಪನೆಯನ್ನು ಮಹಾರಾಜರು ಮಾತ್ರವಲ್ಲದೆ, ಅದನ್ನು ವೀಕ್ಷಿಸಿದ ಗಣ್ಯ ನಾಗರಿಕರೂ ಮೆಚ್ಚಿಕೊಂಡರು. ಆ ಸಂದರ್ಭದಲ್ಲಿ ಪಲ್ಪು ಬರೆದು ನಿರ್ದೇಶಿಸಿದ ನಾಟಕವೊಂದು ಪ್ರದರ್ಶನವಾಯಿತು. ಪಾಶ್ಚಾತ್ಯ ಜ್ಞಾನ ಮತ್ತು ಭಾರತೀಯ ಮೌಲ್ಯಗಳನ್ನು ಸಾಂಕೇತಿಕವಾಗಿ ಮೇಳೈಸುವಂತೆ ವಿವಿಧ ರೋಗಗಳನ್ನೇ ಪಾತ್ರಗಳನ್ನಾಗಿ ರೂಪಿಸಿದ ನಾಟಕ ಪರಿಣಾಮಕಾರಿಯಾಗಿತ್ತು. ನಾಟಕವನ್ನು ವೀಕ್ಷಿಸಿದ ನಂತರ ಮಹಾರಾಜರು ಪಲ್ಪು ಅವರ ಕಲ್ಪನೆಯನ್ನು ಪ್ರಶಂಸಿಸಿದರು. ಪಾಶ್ಚಾತ್ಯ ವೈಜ್ಞಾನಿಕ ದೃಷ್ಟಿ ಮತ್ತು ಭಾರತೀಯರ ಪ್ರಾಚೀನ ಆದರ್ಶಗಳನ್ನು ಅರಿತಿರುವ ಪಲ್ಪು ಅಂಥವರಿಂದ ಭಾರತದ ಉನ್ನತಿ ಸಾಧ್ಯವೆಂದು ಹೊಗಳಿದರು. ಸಂಸ್ಕೃತದಲ್ಲಿಯೂ ಪರಿಶ್ರಮವಿದ್ದ ಪಲ್ಪು ಉಪನಿಷತ್ತುಗಳನ್ನೂ ತಕ್ಕಮಟ್ಟಿಗೆ ಓದಿಕೊಂಡಿದ್ದುದು ಅವರ ಬರೋಡೆಯ ವೈದ್ಯಕೀಯ ಪ್ರದರ್ಶನ ಕಾಲದಲ್ಲಿ ಪ್ರಯೋಜನಕ್ಕೆ ಬಂದಿತ್ತು. ಅಲ್ಲಿನ ಸೇವೆ ಮುಗಿಸಿ ವಾಪಸು ಬಂದ ಅವರನ್ನು ಮೈಸೂರು ಸಂಸ್ಥಾನವು ಲಿಂಪ್ ಇನ್ಸ್‌ಟಿಟ್ಯೂಟ್ ನಿರ್ದೇಶಕರನ್ನಾಗಿ ನೇಮಿಸಿತು. ಆಗ ಅವರ ವೇತನ ಮಾಸಿಕ ರೂ. 2000. ನಿವೃತ್ತರಾಗುವವರೆಗೆ ಈ ಹುದ್ದೆಯಲ್ಲಿದ್ದರು.

ನಿಷ್ಠುರ ಪ್ರಾಮಾಣಿಕತೆ

ವೈದ್ಯಕೀಯ ಜ್ಞಾನದಲ್ಲಿ ಪಲ್ಪು ಅವರಿಗೆ ಸಮಾನರಾದವರು ಆಗ ಹೆಚ್ಚಿನ ಸಂಖ್ಯೆಯಲ್ಲಿರಲಿಲ್ಲ. ಸರ್ಕಾರಿ ಅಧಿಕಾರಿಯಾಗಿ ಅವರ ನಿಷ್ಠೆ, ಪ್ರಾಮಾಣಿಕತೆ ಮತ್ತು ದಕ್ಷತೆಗಳು ಪ್ರಶ್ನಾತೀತವಾಗಿದ್ದವು. ಅವರ ಕಡು ವಿರೋಧಿಗಳೂ ಮೆಚ್ಚಿಕೊಳ್ಳುವಂಥ ನಿಷ್ಠುರ ಪ್ರಾಮಾಣಿಕತೆ ಅವರದಾಗಿತ್ತು. ಎಂಥ ಪರಿಸ್ಥಿತಿಯಲ್ಲಿಯೂ ಅವರು ಅಧಿಕಾರ ಸ್ಥಾನವನ್ನು ದುರುಪಯೋಗಪಡಿಸಿಕೆ ಊಂಡವರಲ್ಲ. ಅವರು ಅಧಿಕಾರದಲ್ಲಿದ್ದಾಗ ದಿವಾನ ಪಿ.ಎನ್. ಟಿ.ಕೃಷ್ಣಮೂರ್ತಿ ಅವರ ಖಾಸಾ ಬಂಗಲೆವರೆಗೆ ಸಂಪರ್ಕ ರಸ್ತೆಯನ್ನು ನಿರ್ಮಿಸಲು ಪಲ್ಪು ಅವರಿಗೆ ತಿಳಿಸಿದ್ದರು. ಆ ಕೆಲಸವನ್ನು ಅಚ್ಚುಕಟ್ಟಾಗಿ ನಿರ್ವಹಿಸಿದರು ಪಲ್ಪು. ಆದರೆ, ಸಾರ್ವಜನಿಕ ರಸ್ತೆಯಿಂದ ಖಾಸಾ ಬಂಗಲೆಯವರೆಗೆ ಮಾಡಿದ ರಸ್ತೆಗಾಗಿ ಬಳಸಿದ ಸಾಮಗ್ರಿ ಹಾಗೂ ಕೂಲಿ ವೆಚ್ಚದ ಬಿಲ್ ಅನ್ನು ಪ್ರತ್ಯೇಕವಾಗಿ ದಿವಾನರಿಗೆ ಕಳುಹಿಸಿ ಅದನ್ನು ಸರ್ಕಾರದ ಬೊಕ್ಕಸಕ್ಕೆ ಸಲ್ಲಿಸುವಂತೆ ಕೋರಿದ್ದರು. (ಕೃಷ್ಣಮೂರ್ತಿ ಅವರು 1901ರ ಮಾರ್ಚ್ 18 ರಿಂದ 1906ರ ಜೂನ್ 30 ರವರೆಗೆ ಮೈಸೂರು ಸಂಸ್ಥಾನದ ದಿವಾನರಾಗಿದ್ದರು).

ಪಲ್ಪು ತಮಗೆ ಶಾಲಾ ದಿನಗಳಲ್ಲಿ ಇಂಗ್ಲಿಷ್ ಕಲಿಕೆಗೆ ಔದಾರ್ಯ ತೋರಿಸಿದ್ದ ಗುರು ಫರ್ನಾಂಡಿಸ್ ಅವರಿಗೆ ಪ್ರತಿ ತಿಂಗಳೂ ಹಣ ಕಳುಹಿಸುತ್ತಿದ್ದರು. ಊರಿಗೆ ಹೋದಾಗ ಅವರನ್ನು ಭೇಟಿ ಮಾಡಿ ಬರುತ್ತಿದ್ದರು. ಇಲ್ಲಿದ್ದಾಗಲೂ ಬಡಬಗ್ಗರಿಗೆ

ತನ್ನಿಂದಾದ ಸಹಾಯ ಮಾಡುತ್ತಿದ್ದರು. ಚಳಿಗಾಲದಲ್ಲಿ ಬೆಂಗಳೂರಿನ ರಸ್ತೆ ಬದಿಯಲ್ಲಿ ಚಳಿಯಿಂದ ನಡುಗುತ್ತಿದ್ದ ಬಡವರಿಗೆ ಸ್ವಂತ ಹಣದಲ್ಲಿ ಕಂಬಳಿ ವಿತರಿಸುತ್ತಿದ್ದರು.

ತಮ್ಮ ಸೇವೆಯ ಕಾಲದಲ್ಲಿ ಡಾ. ಪಲ್ಪು ಅನೇಕ ಆಡಳಿತಾತ್ಮಕ ಹುದ್ದೆಗಳನ್ನೂ ನಿರ್ವಹಿಸಬೇಕಾಗಿತ್ತು. ವಿಶ್ವೇಶ್ವರಯ್ಯನವರು ದಿವಾನರಾಗಿ ಕಾರ್ಯನಿರ್ವಹಿಸುತ್ತಿದ್ದ ದಿನಗಳು ಅವು. ವೈದ್ಯಾಧಿಕಾರಿಯಾಗಿದ್ದ ಪಲ್ಪು ಗುಡಿ ಕೈಗಾರಿಕೆಗಳ ವಸ್ತು ಪ್ರದರ್ಶನವೊಂದನ್ನು ಸಂಘಟಿಸಿದ್ದರು. ಗ್ರಾಮೀಣ ಜನತೆ ಹೊಸಬಗೆಯ ಕರಕುಶಲ ಪ್ರಯೋಗಗಳನ್ನು ಕೈಗೊಳ್ಳುವುದಕ್ಕೆ ಉತ್ತೇಜನಕಾರಿಯಾಗುವ ಬಗೆಬಗೆಯ ಪ್ರಾತ್ಯಕ್ಷಿಕೆಗಳನ್ನು ಪಲ್ಪು ಸಂಯೋಜಿಸಿದ್ದರು. ಪ್ರದರ್ಶನದಲ್ಲಿಯ ಪರಿಕಲ್ಪನೆ ಹಾಗೂ ಹೊಸತನಕ್ಕೆ ತುಂಬ ಸಂತೋಷಪಟ್ಟ ದಿವಾನ ವಿಶ್ವೇಶ್ವರಯ್ಯ ಅವರು ತಮ್ಮ ಎಂದಿನ ವ್ಯಾವಹಾರಿಕ ಧಾಟಿಯಲ್ಲಿ 'ಈ ವಸ್ತುಪ್ರದರ್ಶನ ನಿಮ್ಮ ವೈದ್ಯಕೀಯ ವೃತ್ತಿಯ ಜಾಡಿನಲ್ಲಿದೆಯೋ' ಎಂದು ಕೇಳಿದರು. ಮಾತಿನಲ್ಲಿದ್ದ ಕೀಟಲೆಯ ಧ್ವನಿಯನ್ನು ಅರ್ಥ ಮಾಡಿಕೊಂಡ ಪಲ್ಪು 'ಹೌದು ಸರ್, ತಮ್ಮ ಇಂಜಿನಿಯರಿಂಗ್ ವೃತ್ತಿಯಲ್ಲಿ ಹುದುಗಿದ್ದ ದಿವಾನಗಿರಿಯ ಪ್ರತಿಭೆಯಂತೆ' ಎಂದು ನಿರ್ಭಿಡೆಯಿಂದ ಉತ್ತರಿಸಿದರು. ವಿಶ್ವೇಶ್ವರಯ್ಯನವರು ಅದಕ್ಕೆ ಸಮ್ಮತಿಸುವಂತೆ ನಗೆಯಾಡಿದರು ಎಂದು ಸದಾಶಿವಂ ದಾಖಲಿಸಿದ್ದಾರೆ.

ಆಧುನಿಕ ವೈದ್ಯಪದ್ಧತಿಯ ಬಗ್ಗೆ ಹೊಂದಿದ್ದ ತಲಸ್ಪರ್ಶಿ ಜ್ಞಾನ ಮತ್ತು ಅರ್ಪಣಾ ಭಾವದ ಸೇವಾ ತತ್ಪರತೆಯ ಕಾರಣ ಪಲ್ಪು ಸಂಸ್ಥಾನದ ಆರೋಗ್ಯ ಇಲಾಖೆಯಲ್ಲಿ ಖ್ಯಾತಿ ಪಡೆದರು. ದಿವಾನರು ಮತ್ತು ರಾಜ ಪರಿವಾರಕ್ಕೂ ವೈದ್ಯಕೀಯ ಸಲಹೆಗಾರರಾದರು. ಮೈಸೂರು ಸಂಸ್ಥಾನಕ್ಕೆ ಮಾತ್ರವಲ್ಲದೆ, ಮಹಾರಾಜರ ಪರಿವಾರಕ್ಕೆ ಪಲ್ಪು ಸಲ್ಲಿಸಿದ ಸೇವೆಗೆ ಮೈಸೂರು ಮಹಾರಾಜರು ಎಷ್ಟು ಕೃತಜ್ಞರಾಗಿದ್ದರೆಂದರೆ, ಪಲ್ಪು ನಿವೃತ್ತರಾಗಿ ತಿರುವನಂತಪುರದಲ್ಲಿ ನೆಲೆಸಿದ ದಿನಗಳಲ್ಲಿ ಅವರ ಮನೆಗೂ ಭೇಟಿ ನೀಡಿ ಕುಶಲ ವಿಚಾರಿಸಿದ್ದರು.

1920ರ ನವೆಂಬರ್ ತಿಂಗಳಲ್ಲಿ ನಿವೃತ್ತರಾಗಿ ಕೇರಳಕ್ಕೆ ವಾಪಸಾದರು. ಕೆಲವು ಕಾಲದ ನಂತರ ತಿರುವನಂತಪುರದಲ್ಲಿ ತರವಾಡು ಮನೆ ಇದ್ದರೂ ಕೊಚ್ಚಿ, ಎರ್ನಾಕುಲಂ, ಅಲುವದಲ್ಲಿ ಕೆಲವು ಸಮಯ ನೆಲೆಸಿದರು. ಕೊನೆಗೆ ನಂದನಕೋಡು ಎಂಬಲ್ಲಿ ಮನೆಯೊಂದನ್ನು ಖರೀದಿಸಿ ಅಲ್ಲಿ ನೆಲೆಸಿದರು.

1903ರ ಮೇ 15ರಂದು ಅಸ್ತಿತ್ವಕ್ಕೆ ತಂದ 'ಶ್ರೀ ನಾರಾಯಣ ಧರ್ಮ ಪರಿಪಾಲನಾ ಯೋಗಂ' (ಎಸ್‌ಎನ್‌ಡಿಪಿ) ಸಂಸ್ಥೆಯ ಸಂಸ್ಥಾಪಕ ಉಪಾಧ್ಯಕ್ಷರಾಗಿದ್ದ ಪಲ್ಪು, ಆ ಸಂಘಟನೆಗೆ ರಾಜಕೀಯ, ಸಾಮಾಜಿಕ ಜಾಗೃತಿಯ ವಿಧಾಯಕ ಕ್ರಮಗಳಿಗೆ ಪ್ರೇರಕರಾಗಿದ್ದರು. ಅವುಗಳಿಗೆ ಗುರುಗಳ ಆಧ್ಯಾತ್ಮಿಕ ದರ್ಶನ, ಕುಮಾರನ್ ಆಶಾನ್ ಅವರ ಸಾಹಿತ್ಯ ಸಂಘಟನೆಯ ಚಿಂತನೆಗಳು ಮೇಳೈಸಿ ಕೇರಳ ಸಮಾಜದ ಶೋಷಿತ ಸಮುದಾಯಗಳ ಉದ್ಧಾರಕ್ಕೆ ನೂತನ ಆಯಾಮವನ್ನು ಒದಗಿಸಿದ್ದವು.

ಮಹಿಳೆಯರಿಗೆ ಆದ್ಯತೆ

ಎಸ್‌ಎನ್‌ಡಿಪಿಯ ಮೊಟ್ಟಮೊದಲ ವಾರ್ಷಿಕ ಸಮ್ಮೇಳನ 1904ರಲ್ಲಿ ಅರವಿಪ್ಪುರದಲ್ಲಿ ನಡೆದಾಗ ಡಾ.ಪಲ್ಪು ತಳ ಸಮುದಾಯಗಳ ಎಲ್ಲಾ ಸ್ತ್ರೀ ಪುರುಷರು ವಿದ್ಯಾವಂತರಾಗುವುದೇ ಶೂದ್ರ ಸಮುದಾಯಗಳ ಪ್ರಗತಿಗೆ ಇರುವ ಏಕೈಕ ಮಾರ್ಗ ಎಂದು ಪ್ರಬಲವಾಗಿ ಪ್ರತಿಪಾದಿಸಿದರು. ಪಲ್ಪು ಅವರ ಒತ್ತಾಸೆಯಂತೆ ಪ್ರತಿ ವಾರ್ಷಿಕ ಸಮ್ಮೇಳನದಲ್ಲಿಯೂ ಪ್ರತ್ಯೇಕ ಮಹಿಳಾ ಸಮ್ಮೇಳನಗಳು ನಡೆಯುವುದಕ್ಕೆ ಏರ್ಪಾಟಾಯಿತು. ಸಂಸ್ಥಾಪಕ ಉಪಾಧ್ಯಕ್ಷರಾಗಿದ್ದ ಅವರು ಎರಡನೆಯ ವರ್ಷದಲ್ಲಿಯೇ ಉಪಾಧ್ಯಕ್ಷ ಸ್ಥಾನವನ್ನು ಬೇರೆಯವರಿಗೆ ಬಿಟ್ಟುಕೊಟ್ಟರು. ಸಂಘಟನೆಯಲ್ಲಿ ಯಾವುದೇ ಸ್ಥಾನವನ್ನು ಬಯಸದೆ ಸಕ್ರಿಯವಾದ ಕಾರ್ಯಕರ್ತನಾಗಿ ಸೇವೆ ಸಲ್ಲಿಸುವುದಾಗಿ ಪ್ರಕಟಿಸಿ ನಿಜವಾದ ಸಮಾಜಸೇವಾ ಕಾರ್ಯಕರ್ತರಿಗೆ ಮಾದರಿಯನ್ನು ಒದಗಿಸಿದರು.

ಡಾ. ಪಲ್ಪು ಅವರು ಮೈಸೂರು ಸಂಸ್ಥಾನದ ಸೇವೆಯಲ್ಲಿದ್ದ ಮೊದಲ ದಶಕದಲ್ಲಿ (1891ರಿಂದ) ತಿರುವಾಂಕೂರು, ಕೊಚ್ಚಿ ಮತ್ತು ಮಲಬಾರ್ ಪ್ರದೇಶಗಳಲ್ಲಿದ್ದ ಶೂದ್ರ ಸಮುದಾಯಗಳ ಶೈಕ್ಷಣಿಕ ಮತ್ತು ಔದ್ಯೋಗಿಕ ಉನ್ನತಿಗಾಗಿ ತುಡಿಯುತ್ತಿದ್ದ ದಿನಗಳಲ್ಲಿಯೇ ಕೇರಳದ ಉತ್ತರ ಗಡಿಗೆ ಹೊಂದಿಕೊಂಡ ತುಳುನಾಡಿನಲ್ಲಿ ದಲಿತರ ಉನ್ನತಿಗಾಗಿ **ಕುದ್ಮುಲ್ ರಂಗರಾವ್** ಅವರು ತಮ್ಮದೇ ನೆಲೆಯಲ್ಲಿ ಕಾರ್ಯೋನ್ಮುಖರಾಗಿದ್ದರು. ಮಂಗಳೂರಿನ ಬ್ರಹ್ಮಸಮಾಜದ ಸಂಗಾತಿಗಳೊಂದಿಗೆ ದಲಿತೋದ್ಧಾರದ ಚಿಂತನೆ ನಡೆಸುತ್ತಿದ್ದ ಅವರು, ಡಾ.ಪಲ್ಪು ತಿರುವಾಂಕೂರು ಸಂಸ್ಥಾನಕ್ಕೆ ಈಳವರ ಸಂಕಟವನ್ನು ನಿವೇದಿಸಿ ಶಾಲೆಗಳಲ್ಲಿ ಕಲಿಯಲು ಅವಕಾಶ ಕೋರುವ ಐತಿಹಾಸಿಕ ಮನವಿಯನ್ನು ಸಲ್ಲಿಸುವ ಒಂದು ವರ್ಷ ಮೊದಲೇ 1892ರಲ್ಲಿ ಮಂಗಳೂರಿನಲ್ಲಿ ದಲಿತರಿಗಾಗಿ ಶಾಲೆಯನ್ನು ಉರ್ವ ಚಿಲಿಂಬಿಯಲ್ಲಿ ತೆರೆದಿದ್ದರು. ಆ ದಶಕದಲ್ಲಿಯೇ 'ಡಿಪ್ರೆಸ್ಡ್ ಕ್ಲಾಸ್ ಮಿಷನ್'(ಡಿಸಿಎಂ) ಎಂಬ ಸಂಸ್ಥೆಯನ್ನು ಹುಟ್ಟು ಹಾಕಿ ಅದರ ಮೂಲಕ ದಲಿತೋದ್ಧಾರದ ಅನೇಕ ವಿಧಾಯಕ ಕ್ರಮಗಳನ್ನು ಆರಂಭಿಸಿದ್ದರು (ಹೆಚ್ಚಿನ ವಿವರಗಳು ಅನುಬಂಧದಲ್ಲಿ).

ನಾರಾಯಣಗುರುಗಳು, ಡಾ.ಪಲ್ಪು ಅವರಂತೆ ಶಿಕ್ಷಣವೇ ಶೂದ್ರ ಸಮುದಾಯದಲ್ಲಿ ಜಾಗೃತಿ ಮೂಡಿಸುವ ಮತ್ತು ಸರ್ಕಾರಿ ಸೇವೆಗಳಲ್ಲಿ ಅವಕಾಶ ಪಡೆಯುವ ಮಾರ್ಗ ಎಂಬ ಅರಿವು ಆ ದಿನಗಳಲ್ಲಿ ವೀರಶೈವರು, ಒಕ್ಕಲಿಗರು ಮೊದಲಾದ ಸಮುದಾಯಗಳ ಮುಖಂಡರಲ್ಲಿ ಮೂಡಿದ್ದು ದೇಶದ ಪುನರುತ್ಥಾನದ ದೃಷ್ಟಿಯಿಂದ ಮಹತ್ವದ್ದು. ಈ ಬಗೆಯ ಚಿಂತನೆ ಪಾಶ್ಚಾತ್ಯ ಶಿಕ್ಷಣ ಪದ್ಧತಿಯಿಂದ ಮೂಡಿದ್ದರಿಂದ ಮೈಸೂರು ಸಂಸ್ಥಾನದಲ್ಲಿ ಹೆಚ್ಚಿನ ಸಾಂಸ್ಥಿಕ ಚಟುವಟಿಕೆಗಳು ಪ್ರಾರಂಭವಾದವು. 1903ರಲ್ಲಿ ತಿರುವಾಂಕೂರು ಸಂಸ್ಥಾನದಲ್ಲಿ ಅಸ್ತಿತ್ವಕ್ಕೆ ತಂದ 'ಶ್ರೀನಾರಾಯಣ ಧರ್ಮ ಪರಿಪಾಲನಾ

ಯೋಗಂ'(ಎಸ್.ಎನ್.ಡಿ.ಪಿ) ಸ್ವರೂಪದಲ್ಲಿ ಅಲ್ಲದಿದ್ದರೂ ತಮ್ಮ ತಮ್ಮ ಸಮುದಾಯದ ಮಕ್ಕಳಿಗೆ ಶಿಕ್ಷಣ ಸಿಗುವಂತಾಗಬೇಕು ಎಂಬ ಉದ್ದೇಶದಿಂದ ಸಂಘಟನೆಗಳಿಗೆ ಪ್ರಯತ್ನಗಳಾದವು. 1905ರಲ್ಲಿ ಬೆಂಗಳೂರಿನಲ್ಲಿ 'ಮೈಸೂರು ಲಿಂಗಾಯತ ವಿದ್ಯಾ ಶ್ರೇಯೋಭಿವೃದ್ಧಿ ಸಂಘ'ವು ವೀರಶೈವ– ಲಿಂಗಾಯತ ಸಮುದಾಯದ ಗಣ್ಯ ಮುಖಂಡರಿಂದ ಸ್ಥಾಪನೆಯಾಯಿತು. ಒಂದು ವರ್ಷದ ನಂತರ 1906ರ ಏಪ್ರಿಲ್ ತಿಂಗಳಲ್ಲಿ 'ಒಕ್ಕಲಿಗರ ಸಂಘ'ಕ್ಕೆ ಚಾಲನೆಯಾಯಿತು. ಸಂಸ್ಥಾನದ ಈ ಎರಡು ಪ್ರಬಲ ಸಮುದಾಯಗಳಲ್ಲಿ ಮೂಡಿದ ಜಾಗೃತಿಯನ್ನು ಕಂಡ ಇತರ ಹಿಂದುಳಿದ ಸಮುದಾಯಗಳಲ್ಲಿ ದೇವಾಂಗ ಸಮುದಾಯವೂ ಸಂಘಟನೆಗೆ ಮುಂದಾಯಿತು. ಆದರೆ, ಪಲ್ಪು ಅವರು ಮೈಸೂರು ಸಂಸ್ಥಾನದಲ್ಲಿ ಅಧಿಕಾರದಲ್ಲಿದ್ದ ಅವಧಿಯಲ್ಲಿ ಅವರ ಪೂರ್ವಜರ ಕುಲಕಸುಬನ್ನು ಅವಲಂಬಿಸಿದ್ದ ಈಡಿಗ ಸಮುದಾಯ ಮೂರ್ತೆದಾರಿಕೆ ಮತ್ತು ವಾಣಿಜ್ಯ ವಹಿವಾಟಿನಲ್ಲಿ ತೊಡಗಿದ್ದರೂ ಶೈಕ್ಷಣಿಕ ಉದ್ದೇಶಕ್ಕಾಗಿ ಸಮುದಾಯದ ಸಂಘಟನೆಯನ್ನು ಆರಂಭಿಸಿದ್ದು ಪಲ್ಪು ಅವರು ನಿವೃತ್ತರಾಗಿ ಕೇರಳಕ್ಕೆ ಹೋದ ಇಪ್ಪತ್ತೈದು ವರ್ಷಗಳ ನಂತರ. ಶೇಂದಿ ಇಳಿಸುವ ಕಸುಬನ್ನು ಅವಲಂಬಿಸಿದ್ದ ಸಂಸ್ಥಾನದ ಬೇರೆ ಬೇರೆ ಕಡೆ ಬೇರೆ ಬೇರೆ ಹೆಸರುಗಳಿಂದ ಕರೆಯಲಾಗುತ್ತಿದ್ದ ಇಪ್ಪತ್ತಾರು ಜಾತಿಗಳವರನ್ನು ಈಡಿಗರೆಂದು ಸಂಘಟಿಸಲು ಸಂಸ್ಥೆಯನ್ನು ಕಟ್ಟುವ ಪ್ರಯತ್ನ 1944ರಲ್ಲಿ ಪ್ರಾರಂಭವಾಯಿತು. ಈಡಿಗರ ಮುಖಂಡರಾಗಿದ್ದ ರಾವ್ ಸಾಹೇಬ್ ಕಣೇಕಲ್ ನೆಟ್ಟಕಲ್ಲಪ್ಪ, ಅವರ ಪುತ್ರರಾದ ಕೆ.ಎನ್. ಗುರುಸ್ವಾಮಿ, ಉದ್ಯಮಿ ಕೆ.ವೆಂಕಟಸ್ವಾಮಿ ಮೊದಲಾದವರು ಇಪ್ಪತ್ತನೆಯ ಪ್ರಾರಂಭದ ಎರಡು ದಶಕಗಳಲ್ಲಿ ಮೈಸೂರು ಸಂಸ್ಥಾನದಲ್ಲಿ ಅಬ್ಕಾರಿ ಗುತ್ತಿಗೆದಾರರಾಗಿ ಅಭಿವೃದ್ಧಿ ಹೊಂದಿದ್ದರೂ, ಆ ದಿನಗಳಲ್ಲಿ ಸಂಸ್ಥಾನದಲ್ಲಿ ಉನ್ನತ ಹುದ್ದೆಯಲ್ಲಿದ್ದ ಡಾ.ಪಲ್ಪು ಅವರ ಸಂಪರ್ಕಕ್ಕೆ ಬಂದಿದ್ದರೇ ಎಂಬುದಕ್ಕೆ ದಾಖಲೆಗಳು ಸಿಗುತ್ತಿಲ್ಲ. ತಮ್ಮ ಸಮುದಾಯದ ಮಕ್ಕಳಿಗೆ ಶಿಕ್ಷಣ ನೀಡುವುದಕ್ಕೆ ಆಸಕ್ತರಾಗಿದ್ದ ಈ ಮುಖಂಡರು ಪಲ್ಪು ಅವರು ಇಲ್ಲಿ ಅಧಿಕಾರದಲ್ಲಿ ಇದ್ದಾಗ ಸಂಪರ್ಕಕ್ಕೆ ಬಂದಿದ್ದರೆ, ಅಲ್ಲಿ ಕೇರಳದಲ್ಲಿ ಇಪ್ಪತ್ತನೇ ಶತಮಾನದ ಪ್ರಾರಂಭದಲ್ಲಿಯೇ ಉಂಟಾಗಿದ್ದ ಜಾಗೃತಿ ಇಲ್ಲಿ ಮೈಸೂರಿನಲ್ಲಿಯೂ ಪ್ರಾರಂಭವಾಗುತ್ತಿತ್ತು. ಹಿಂದುಳಿದ ಸಮುದಾಯಗಳ ನೂರಾರು ಯುವಕ ಯುವತಿಯರು ಶಿಕ್ಷಣ ಪಡೆದು ಸಂಸ್ಥಾನದಲ್ಲಿ ಉದ್ಯೋಗ ಪಡೆದು ನಾಡಿನ ಅಭಿವೃದ್ಧಿಯಲ್ಲಿ ತಮ್ಮ ಪಾತ್ರವನ್ನು ಯಶಸ್ವಿಯಾಗಿ ನಿರ್ವಹಿಸಲು ಸಾಧ್ಯವಿತ್ತು.

ತುಳುನಾಡಿನಲ್ಲಿ ಗುರುಗಳು

ಇಪ್ಪತ್ತನೆಯ ಶತಮಾನದ ಮೊದಲ ದಶಕದಲ್ಲಿ ತಿರುವಾಂಕೂರು, ಕೊಚ್ಚಿ ಮತ್ತು ಮಲಬಾರ್ ಪ್ರಾಂತ್ಯಗಳಲ್ಲಿ ನಾರಾಯಣಗುರು ಅವರ ಅನುಯಾಯಿಗಳಾದ ಡಾ. ಪಲ್ಪು, ಕುಮಾರನ್ ಆಶಾನ್ ಮೊದಲಾದವರಿದ್ದ ಸಂಘಟನೆ ಎಸ್.ಎನ್.ಡಿ.ಪಿಯಿಂದ ಆಗುತ್ತಿದ್ದ ಸಾಮಾಜಿಕ ಜಾಗೃತಿ ನೆರೆಯಲ್ಲಿದ್ದ ಕರ್ನಾಟಕದ ತುಳುನಾಡಿಗೂ ವಿಸ್ತರಿಸಲು ಹೆಚ್ಚು ಸಮಯ ಹಿಡಿಯಲಿಲ್ಲ. ಅದಕ್ಕೆ

ಸಂಬಂಧಿಸಿದ ವಿದ್ಯಮಾನ ಚಾರಿತ್ರಿಕ ಮಹತ್ವ ಪಡೆದುಕೊಂಡಿದೆ.

ಮಂಗಳೂರಿನ ಹೊಯ್ಗೆ ಬಜಾರಿನಲ್ಲಿ ಬಿಲ್ಲವ ಕುಟುಂಬದಲ್ಲಿ 1865ರಲ್ಲಿ ಕೊರಗಪ್ಪ ಜನಿಸಿದರು. ಸಿ.ಅಬ್ದುಲ್ ರಹಿಮಾನ್ ಎಂಬುವರ ಜೊತೆ ಪಾಲುದಾರಿಕೆಯಲ್ಲಿ 'ಸಿ ಅಬ್ದುಲ್ ರಹಿಮಾನ್ ಮತ್ತು ಕೊರಗಪ್ಪ ಕಂಪನಿ' ಎಂಬ ವ್ಯಾಪಾರಿ ಸಂಸ್ಥೆಯನ್ನು ಪ್ರಾರಂಭಿಸಿದರು. ಒಣಮೀನಿನ ರಫ್ತು ವಹಿವಾಟಿನಲ್ಲಿ ಆ ಸಂಸ್ಥೆ ಅಗ್ರಸ್ಥಾನ ಗಳಿಸಿತ್ತು. ಕೊಲಂಬಿಯಾ, ಸಿಂಗಪುರ, ಅರೇಬಿಯಾ ಮೊದಲಾದ ದೇಶಗಳಿಗೆ ಒಣಮೀನಿನ ರಫ್ತಿನಲ್ಲಿ ಹೆಸರು ಮಾಡಿತ್ತು ಸಂಸ್ಥೆ. ಬ್ಯಾರಿಯೊಂದಿಗೆ ಬಿಲ್ಲವರು ಪಾಲುದಾರಿಕೆಯಲ್ಲಿ ನಡೆಸುತ್ತಿದ್ದ ವ್ಯಾಪಾರ ವಹಿವಾಟು ಅಂದಿನ ಸಾಮಾಜಿಕ ಸನ್ನಿವೇಶದಲ್ಲಿ ಸಾಮರಸ್ಯದಿಂದ ಕೂಡಿತ್ತು. ಆದರೆ ಆ ದಿನಗಳಲ್ಲಿ ಬಿಲ್ಲವರಿಗೆ ದಕ್ಷಿಣ ಕನ್ನಡ ಜಿಲ್ಲೆಯಲ್ಲಿ ದೇವಾಲಯಗಳಲ್ಲಿ ಪ್ರವೇಶವಿರಲಿಲ್ಲ. ಅವರನ್ನು ಮೇಲು ಜಾತಿಯವರು ಮುಟ್ಟಿಸಿಕೊಳ್ಳುತ್ತಲೂ ಇರಲಿಲ್ಲ.

ಶ್ರೀಮಂತರಾಗಿದ್ದ ಕೊರಗಪ್ಪನವರು ಒಮ್ಮೆ ಉತ್ತರ ಕನ್ನಡ ಜಿಲ್ಲೆಯ ಗೋಕರ್ಣಕ್ಕೆ ವ್ಯಾಪಾರ ನಿಮಿತ್ತ ಭೇಟಿ ನೀಡಿದರು. ಮಂಗಳೂರಿನ ದೇವಾಲಯಗಳಲ್ಲಿ ಪ್ರವೇಶ ಇಲ್ಲದ ಕಾರಣ ಅಲ್ಲಿನ ಪ್ರಸಿದ್ಧ ಮಹಾಬಲೇಶ್ವರ ದೇವಾಲಯದಲ್ಲಿ ದೇವರ ದರ್ಶನಕ್ಕೆ ಮನಸ್ಸು ಮಾಡಿದರು. ಅವರ ಶ್ರೀಮಂತ ವೇಷಭೂಷಣಗಳನ್ನು ನೋಡಿದ ಅರ್ಚಕರು ಅವರನ್ನು ದೇವಾಲಯದ ಒಳಗೆ ಗೌರವಪೂರ್ವಕವಾಗಿ ಬರಮಾಡಿಕೊಂಡರು. ಪೂಜೆ ಮಾಡುವ ಮೊದಲು 'ಸಂಕಲ್ಪ'ಕ್ಕಾಗಿ ಗೋತ್ರದ ವಿವರಗಳನ್ನು ಕೇಳಿದಾಗ ಕೊರಗಪ್ಪನವರು ಬಿಲ್ಲವರೆಂದು ಗೊತ್ತಾಗಿ ಅವರನ್ನು ದೇವಾಲಯದಿಂದ ನಿರ್ದಾಕ್ಷಿಣ್ಯವಾಗಿ ಹೊರಕ್ಕೆ ಕಳಿಸಿದರು. ಅಷ್ಟೇ ಅಲ್ಲ, ಶೂದ್ರರಾಗಿದ್ದ ಅವರು ದೇವಾಲಯ ಪ್ರವೇಶಿಸಿ ಅದಕ್ಕೆ ಮೈಲಿಗೆ ಉಂಟು ಮಾಡಿದರೆಂದು ಅದರ ಶುದ್ಧೀಕರಣ ಕಾರ್ಯಕ್ಕೆ ದೊಡ್ಡ ಮೊತ್ತದ ದಂಡವನ್ನೂ ವಿಧಿಸಿ ಬಲವಂತವಾಗಿ ವಸೂಲು ಮಾಡಿದರು. ಇದರಿಂದ ಕೊರಗಪ್ಪನವರು ತುಂಬ ಅಪಮಾನಿತರಾಗಿ ವಾಪಸಾದರು.

ವ್ಯಾಪಾರ ವ್ಯವಹಾರಗಳಲ್ಲಿ ಯಶಸ್ವಿಯಾಗಿದ್ದು ಸ್ಥಿತಿವಂತರಾಗಿದ್ದರೂ ಸಾಮಾಜಿಕವಾಗಿ ಕಡೆಗಣನೆಗೆ ಒಳಗಾಗಿ ಅಪಮಾನಿತರಾಗಿದ್ದ ಕೊರಗಪ್ಪನವರು ತಮ್ಮಂತೆಯೇ ನೊಂದಿದ್ದ ಶೆಡ್ಡೆ ಸೋಮಯ್ಯ ಮೇಸ್ತ್ರಿ, ಐತಪ್ಪ ಪೂಜಾರಿ, ಅಮ್ಮಣ್ಣ ಮೇಸ್ತ್ರಿ, ಕಂಟ್ರಾಕ್ಟರ್ ದೂಮಪ್ಪ ಮೊದಲಾದ ಬಿಲ್ಲವ ಮುಖಂಡರೊಂದಿಗೆ ತಮ್ಮ ನೋವನ್ನು ಹಂಚಿಕೊಂಡರು. ಆ ಸಂದರ್ಭದಲ್ಲಿ ನೆರೆಯ ತಿರುವಾಂಕೂರು ಸಂಸ್ಥಾನದಲ್ಲಿ ಈಳವ ಸಮುದಾಯಕ್ಕೆ ಸೇರಿದ ಧಾರ್ಮಿಕ ಮುಖಂಡರಾಗಿ ನಾರಾಯಣಗುರುಗಳು ತಮ್ಮವರಿಗಾಗಿ ದೇವಾಲಯಗಳನ್ನು ಸ್ಥಾಪಿಸುತ್ತಿರುವ ಸುದ್ದಿ ಪ್ರಚಾರದಲ್ಲಿತ್ತು. ಎಲ್ಲ ಮುಖಂಡರೂ ತಿರುವಾಂಕೂರು ಸಂಸ್ಥಾನಕ್ಕೆ ಹೋಗಿ ನಾರಾಯಣಗುರುಗಳನ್ನು ಭೇಟಿ ಮಾಡಿದರು. ತಮಗಾಗಿ

ಮಂಗಳೂರಿನಲ್ಲಿ ದೇವಾಲಯವೊಂದನ್ನು ಸ್ಥಾಪಿಸುವಂತೆ ಕೋರಿದರು. ಗುರುಗಳು 1908ರಲ್ಲಿ ಮಂಗಳೂರಿಗೆ ಆಗಮಿಸಿದರು. ಬೊಕ್ಕಪಟ್ಣ, ಸುಲ್ತಾನ್ ಬತ್ತೇರಿ ಪ್ರದೇಶಕ್ಕೆ ಮಧ್ಯದಲ್ಲಿ ವಿಶಾಲವಾಗಿದ್ದ ಜಾಗವನ್ನು ಗುರುಗಳು ನೋಡಿದರು. ಅದು ಟಿಪ್ಪೂ ಸುಲ್ತಾನನ ಸೇನೆ ಬೀಡು ಬಿಟ್ಟ ಸಂದರ್ಭದಲ್ಲಿ ಕುದುರೆಗಳಿಗೆ ಮೇವಿಗಾಗಿ ಬಿಟ್ಟ ಜಾಗ 'ಕುದುರೆಹಳ್ಳಿ'ಯಾಗಿ ಹೆಸರಾಗಿ ಕ್ರಮೇಣ ಕುದ್ರೋಳಿಯೆಂದು ಬಳಕೆಗೆ ಬಂದಿತ್ತು. ಗುರುಗಳು ಅಲ್ಲಿ ಒಂದು ಬಾವಿಯನ್ನು ತೆಗೆಸಿ ಅದು ದೇವಾಲಯಕ್ಕೆ ಪ್ರಶಸ್ತ ಸ್ಥಳವೆಂದು ಗುರುತಿಸಿದರು. ಗರ್ಭಗುಡಿ ಮತ್ತು ತೀರ್ಥಬಾವಿಯ ಸ್ಥಳವನ್ನು ನಿರ್ದೇಶಿಸಿ ದೇವಾಲಯವನ್ನು ಕಟ್ಟಿಕೊಳ್ಳಲು ಸೂಚಿಸಿದರು. ಕೊರಗಪ್ಪನವರ ನೇತೃತ್ವದಲ್ಲಿ ಮುಳಿಹುಲ್ಲಿನ ಚಾವಣಿಯ ಸಣ್ಣ ದೇವಾಲಯ ನಾಲ್ಕು ವರ್ಷಗಳಲ್ಲಿ ನಿರ್ಮಾಣವಾಯಿತು. ನಾರಾಯಣಗುರುಗಳು ಮಂಗಳೂರಿಗೆ ಮತ್ತೆ ಬಂದು 1912ರ ಡಿಸೆಂಬರ್ 12 ರಂದು ಅಲ್ಲಿ ಶಿವಲಿಂಗವನ್ನು ಪ್ರತಿಷ್ಠಾಪನೆ ಮಾಡಿದರು. ಮಂಗಳೂರಿನ ಕದ್ರಿ ಮಂಜುನಾಥ ದೇವಾಲಯದ ಸಮೀಪದಲ್ಲಿ ವಾಸವಿದ್ದ ಬಿಲ್ಲವರೊಬ್ಬರ ಮಗನನ್ನು ಗುರುತಿಸಿ ಅವನಿಗೆ 'ಕೃಷ್ಣ ಶಾಂತಿ' ಎಂದು ನಾಮಕರಣ ಮಾಡಿ ಪೂಜಾ ವಿಧಾನಗಳನ್ನು ಕಲಿಸಿ ದೇವಾಲಯದ ಪ್ರಥಮ ಅರ್ಚಕರನ್ನಾಗಿ ನೇಮಿಸಿದರು. ಕೊರಗಪ್ಪನವರು ಹಿಂದೆ ಗೋಕರ್ಣದಲ್ಲಿ ತಮಗಾಗಿದ್ದ ಅಪಮಾನವನ್ನು ನೆನಪಿಸಿಕೊಂಡು ಮಂಗಳೂರಿನ ಕುದ್ರೋಳಿಯಲ್ಲಿ ತಮ್ಮವರಿಗಾಗಿ ನಿರ್ಮಿಸಿ, ನಾರಾಯಣಗುರುಗಳು ಪ್ರತಿಷ್ಠಾಪಿಸಿದ ದೇವಾಲಯಕ್ಕೆ ಗೋಕರ್ಣನಾಥೇಶ್ವರನೆಂದು ಹೆಸರಿಟ್ಟರು. 'ಇದು ತುಳುನಾಡಿನ ಎಲ್ಲ ಶೂದ್ರ ಸಮುದಾಯಕ್ಕೂ ಮುಕ್ತವಾಗಿ ತೆರೆದುಕೊಂಡ ದೇವಾಲಯವಾಯಿತು' ಎಂದು 'ತುಳುನಾಡಿನ ಬಿಲ್ಲವರು' ಕೃತಿಯಲ್ಲಿ ರಮಾನಾಥ್ ಕೋಟ್ಯಾನ್ ಬರೆದಿದ್ದಾರೆ.

ಕುದ್ರೋಳಿಯ ಗೋಕರ್ಣನಾಥ ದೇವಾಲಯ ನಂತರದ ವರ್ಷಗಳಲ್ಲಿ ಕರಾವಳಿಯಲ್ಲಿ ಮಾತ್ರವಲ್ಲದೆ, ದೇಶದಾದ್ಯಂತ ಪ್ರಖ್ಯಾತಿ ಪಡೆಯುವ ಸುಧಾರಣೆಗಳಿಗೆ ವೇದಿಕೆಯಾಯಿತು. 1991ರಲ್ಲಿ ಅದರ ನವೀಕರಣದ ಸಾರಥ್ಯ ವಹಿಸಿದ ದೇಶದ ಹಿರಿಯ ರಾಜಕೀಯ ಮುಖಂಡ ಬಿ. ಜನಾರ್ದನ ಪೂಜಾರಿ ಅವರು ಅದಕ್ಕೆ ಆಧುನಿಕ ಸೌಲಭ್ಯಗಳನ್ನು ಒದಗಿಸಿದರು. ನಾರಾಯಣಗುರುಗಳ ಆದರ್ಶವನ್ನು ಅನುಸರಿಸುತ್ತಲೇ ಮಹಿಳೆಯರನ್ನು ಕುರಿತ ಸಾಂಪ್ರದಾಯಿಕ ಅವಗಣನೆಗಳನ್ನು ನಿವಾರಿಸಲು ಕ್ರಮ ಕೈಗೊಂಡರು. ವಿಧವೆಯರನ್ನು ಆಹ್ವಾನಿಸಿ ಅವರಿಗೆ ಮಂಗಳದ್ರವ್ಯಗಳ ಕೊಡುಗೆ ನೀಡಿ ಅವರಿಗೆ ಅಂಟಿಸಿದ್ದ ಅಮಂಗಳದ ಛಾಯೆಯನ್ನು ನಿರ್ಲಕ್ಷಿಸಿದರು. ಪೂಜೆಯ ವಿಧಾನಗಳಲ್ಲಿ ಪರಿಶ್ರಮವಿದ್ದ ಪರಿಶಿಷ್ಟ ವರ್ಗಕ್ಕೆ ಸೇರಿದ ಹಿರಿಯ ವಿಧವೆಯೊಬ್ಬರನ್ನು ಆಹ್ವಾನಿಸಿ ಅವರಿಗೆ ಅರ್ಚಕರ ಹುದ್ದೆಯನ್ನು ನೀಡಿದರು. ದೇಶದ ಕೆಲವು ದೇವಾಲಯಗಳಿಗೆ ಮಹಿಳೆಯರ ಪ್ರವೇಶಕ್ಕೆ ಅಮಾನವೀಯ ಎನ್ನಿಸಬಹುದಾದ ಅನೇಕ ಬಗೆಯ ನಿರ್ಬಂಧಗಳು ಇಂದಿಗೂ ಮುಂದುವರಿದಿರುವ ಇಂದಿನ ದಿನಗಳಲ್ಲಿ ಪರಿಶಿಷ್ಟ

ವರ್ಗಕ್ಕೆ ಸೇರಿದ ವಿಧವೆಯರನ್ನು ದೇವಾಲಯದ ಅರ್ಚಕರನ್ನಾಗಿ ನೇಮಿಸುವ ಕ್ರಾಂತಿಕಾರಕ ಹೆಜ್ಜೆಯನ್ನು ಜನಾರ್ದನ ಪೂಜಾರಿಯವರು ಕೈಗೊಂಡಿರುವುದನ್ನು ದಾಖಲಿಸಬೇಕು.

ಕೇರಳದ ಆಧುನಿಕ ಸಮಾಜದ ಪುರೋಭಿವೃದ್ಧಿಗೆ ದೃಢವಾದ ಅಸ್ತಿಭಾರವನ್ನು ಹಾಕಿದ್ದ ಡಾ. ಪದ್ಮನಾಭನ್ ಪಲ್ಪು ನಿವೃತ್ತಿಯ ನಂತರವೂ ಸಮಾಜದ ಅಭಿವೃದ್ಧಿಗಾಗಿ ಹಲವು ಹೊಣೆಗಳನ್ನು ನಿರ್ವಹಿಸುತ್ತಿದ್ದು, 1950ರ ಜನವರಿ 25 ರಂದು (ಭಾರತ ಸಂವಿಧಾನ ಅಂಗೀಕಾರದ ಒಂದು ದಿನ ಮೊದಲು) ಇಹಲೋಕ ಯಾತ್ರೆಯನ್ನು ಮುಗಿಸಿದರು.

ಮೂವರು ಪುತ್ರರು ಮತ್ತು ಇಬ್ಬರು ಹೆಣ್ಣುಮಕ್ಕಳ ತಂದೆಯಾಗಿದ್ದ ಪಲ್ಪು ತಮ್ಮ ಗಳಿಕೆಯನ್ನು ಮಕ್ಕಳಿಗೆ ಹಂಚಲಿಲ್ಲ. ಎಲ್ಲವನ್ನೂ ಸಮಾಜದ ಒಳಿತಿಗಾಗಿಯೇ ಮೀಸಲಿಟ್ಟರು. ಅವರ ಉಯಿಲಿನಲ್ಲಿಯೂ ಅದನ್ನೇ ಸ್ಪಷ್ಟಪಡಿಸಿದ್ದರು.

ಪಲ್ಪು ಅವರ ಉಯಿಲು

'ನಾವೆಲ್ಲರೂ ಸಮಾಜ ಸೇವಕರು. ಆದ್ದರಿಂದ ಸಮಾಜದ ಒಳಿತಿಗಾಗಿ ಜೀವಿಸಲು ಬದ್ಧರಾಗಿರುವವರು. ನಾನು ಸಮಾಜದ ಒಳಿತಿಗಾಗಿ ನನ್ನ ಎಲ್ಲಾ ಸೊತ್ತುಗಳನ್ನು, ಮುಂದೆ ಸಂಪಾದಿಸುವ ಸಂಪಾದನೆಗಳನ್ನೆಲ್ಲ, ನನ್ನ ಹೆಂಡತಿ ಮಕ್ಕಳಿಗೆ ಸಿಗಬೇಕಾದ ಸೊತ್ತುಗಳೆಲ್ಲ ಸಮಾಜದ ಒಳಿತಿಗಾಗಿ ಮೀಸಲಿಡುತ್ತಿದ್ದೇನೆ..'

***

ಡಾ.ಪದ್ಮನಾಭ ಪಲ್ಪು ಅವರ ಜೀವನದ ಪ್ರಮುಖ ಘಟನೆಗಳು

ಜನನ: 1863 ನವೆಂಬರ್ 2

ತಂದೆ: ಟಿ.ಪಿ.ಪಲ್ಪು (ಮದಿಯಕುಟ್ಟಿ ಭಗವತಿ)

ತಾಯಿ: ಪಪ್ಪಮ್ಮ (ಟೊಪ್ಪಿಲ್ ಮಾತಾ ಪೆರುಮಾಳ್)

1883– ಮೆಟ್ರಿಕ್ಯುಲೇಶನ್ ಉತ್ತೀರ್ಣ

1885– ಮದ್ರಾಸ್ ಮೆಡಿಕಲ್ ಕಾಲೇಜು ಸೇರ್ಪಡೆ

1889 –ಎಲ್‌ಎಂ ಎಸ್ ಪದವಿ (Licenciate in medicine and surgery)

1890– ತಿರುವಾಂಕೂರು ಸಂಸ್ಥಾನದಲ್ಲಿ ವೈದ್ಯಕೀಯ ಇಲಾಖೆಯಲ್ಲಿ ಉದ್ಯೋಗ ನಿರಾಕರಣೆ (ಬೇರೆ ಇಲಾಖೆಯಲ್ಲಿ ಗುಮಾಸ್ತೆಯ ಹುದ್ದೆ ನೀಡುವುದಾಗಿ ಭರವಸೆ, ವೇತನ–ರೂ.5). ಮದ್ರಾಸ್ ಸರ್ಕಾರದ ಸ್ಪೆಷಲ್ ವ್ಯಾಕ್ಸಿನೇಶನ್ ಇಲಾಖೆಯಲ್ಲಿ ವ್ಯಾಕ್ಸಿನ್ ಸೂಪರಿಂಟೆಂಡೆಂಟ್ ಹುದ್ದೆಗೆ ನೇಮಕ (ವೇತನ ರೂ.70). ಈ ಇಲಾಖೆ ಬೆಂಗಳೂರಿಗೆ ಸ್ಥಳಾಂತರವಾದಾಗ ಸೀನಿಯರ್ ಸೂಪರಿಂಟೆಂಡೆಂಟ್ ಹುದ್ದೆಗೆ ಬಡ್ತಿ

1891– ಮೈಸೂರು ಸಂಸ್ಥಾನದ ವ್ಯಾಕ್ಸಿನೇಷನ್ ಇಲಾಖೆ ಮುಖ್ಯಸ್ಥರಾಗಿ ನೇಮಕ (ವೇತನ ರೂ.100)

1892– ವಿವೇಕಾನಂದರ ಭೇಟಿ, ಅವರಿಗೆ ಮನೆಯಲ್ಲಿ ಆತಿಥ್ಯ

1893– ತಿರುವಾಂಕೂರು ಸಂಸ್ಥಾನದಲ್ಲಿ 'ಈಳವ ಮಹಾಜನಸಂಘ' ಸ್ಥಾಪನೆ, ಅರಸರಿಗೆ ಈಳವರ ಸಂಕಟ ಅರ್ಜಿ ಸಲ್ಲಿಕೆ. ಅಹವಾಲು ಅರ್ಜಿಗೆ 13,176 ಮಂದಿ ಈಳವರ ಸಹಿ ಸಂಗ್ರಹ. ಇದೇ ವರ್ಷ ಅರವಿಪ್ಪುರ ಕ್ಷೇತ್ರಕ್ಕೆ ಪ್ರವಾಸ ಮಾಡಿ ನಾರಾಯಣಗುರುಗಳ ಭೇಟಿ

1895– ನಾರಾಯಣಗುರುಗಳು ಮತ್ತು ಕುಮಾರನ್ ಆಶಾನ್ ಬೆಂಗಳೂರಿನ ಡಾ. ಪಲ್ಪು ನಿವಾಸಕ್ಕೆ ಭೇಟಿ, ಅಲ್ಲಿ ವಾಸ್ತವ್ಯ. ಈ ಸಂದರ್ಭದಲ್ಲಿ ಕುಮಾರನ್ ಆಶಾನ್ ಶಿಕ್ಷಣದ ಜವಾಬ್ದಾರಿಯನ್ನು ಸ್ವೀಕರಿಸಿ ಅವರನ್ನು ಬೆಂಗಳೂರಿನ ಚಾಮರಾಜಪೇಟೆಯಲ್ಲಿದ್ದ ಶ್ರೀ ಚಾಮರಾಜೇಂದ್ರ ಸಂಸ್ಕೃತ ಕಾಲೇಜಿಗೆ ಸೇರಿಸಿದ್ದು.

1898– ಬೆಂಗಳೂರಿನಲ್ಲಿ ಪ್ಲೇಗ್ ಹಾವಳಿ.

1898–ಮೈಸೂರು ಸಂಸ್ಥಾನದಿಂದ ಉನ್ನತ ಅಧ್ಯಯನಕ್ಕೆ ನಿಯೋಜಿತರಾಗಿದ್ದರೂ ಪ್ಲೇಗ್ ಹಾವಳಿ ನಿರ್ವಹಣೆಗೆ ನಿಂತು ಬೆಂಗಳೂರು, ಕಾಮಸಮುದ್ರದಲ್ಲಿ ಕೆಲಸ.

1899– ಉನ್ನತ ಅಧ್ಯಯನಕ್ಕೆ ಇಂಗ್ಲೆಂಡಿಗೆ ಪ್ರಯಾಣ. ಇಂಗ್ಲೆಂಡಿನ ಕೇಂಬ್ರಿಜ್ ವಿಶ್ವವಿದ್ಯಾಲಯದಲ್ಲಿ ಒಂದೂವರೆ ವರ್ಷ ಅಧ್ಯಯನ ನಡೆಸಿ ಸಿ.ಪಿ.ಎಚ್., ಎಫ್.ಆರ್.ಪಿ ಪದವಿ ಗಳಿಸಿ ಪ್ಯಾರಿಸ್, ರೋಮ್, ಜರ್ಮನಿ ದೇಶಗಳ ಸಂದರ್ಶನ. 1901– ಮೈಸೂರಿಗೆ ಆಗಮನ, ಬೆಂಗಳೂರು ನಗರದ ಆರೋಗ್ಯಾಧಿಕಾರಿಯಾಗಿ ನೇಮಕ(ಬೆಂಗಳೂರು ಮುನಿಸಿಪಾಲಿಟಿಗೆ ಪದನಿಮಿತ್ತ ಉಪಾಧ್ಯಕ್ಷ).

1903– ರಜೆ ಪಡೆದು ಅರವಿಪ್ಪುರ ಕ್ಷೇತ್ರಕ್ಕೆ ಭೇಟಿ, ಅಲ್ಲಿ 'ಶ್ರೀ ನಾರಾಯಣ ಧರ್ಮ ಪರಿಪಾಲನಾ ಯೋಗಂ' (ಎಸ್‌ಎನ್‌ಡಿಪಿ) ಸ್ವಯಂಸೇವಾ ಸಂಘಟನೆಯ ಸ್ಥಾಪನೆಗೆ ಪ್ರೇರಣೆ, ಗೌರವದ ಉಪಾಧ್ಯಕ್ಷ ಸ್ಥಾನಕ್ಕೆ ನಾಮಕರಣ

1905– ಮೈಸೂರು ಸಂಸ್ಥಾನದ ಸ್ಯಾನಿಟರಿ ಕಮೀಷನರ್ ಗೆ ಆಪ್ತಕಾರ್ಯದರ್ಶಿಯಾಗಿ ನೇಮಕ.

1907– ಸ್ಯಾನಿಟರಿ ಕಮೀಷನರ್ ಹುದ್ದೆಗೆ ನೇಮಕ (ವೇತನ ರೂ.900)

1911– (ಏಪ್ರಿಲ್ 29) ಶಿವಮೊಗ್ಗ ಜಿಲ್ಲಾ ವೈದ್ಯಾಧಿಕಾರಿಯಾಗಿ ವರ್ಗ.

1915– ಬೆಂಗಳೂರು ಆರೋಗ್ಯಾಧಿಕಾರಿ, ಬೆಂಗಳೂರು ಸೆಂಟ್ರಲ್ ಜೈಲಿನ ಪ್ರಭಾರಿ ಅಧೀಕ್ಷಕ.

1917– ಬರೋಡ ಮಹಾರಾಜರಿಗೆ ಸಾರ್ವಜನಿಕ ಆರೋಗ್ಯ ಸೇವೆಯಲ್ಲಿ ಸಲಹೆಗಾರರಾಗಿ ನಿಯೋಜನೆ (ವೇತನ ರೂ.2000)

1919ರಲ್ಲಿ ನಿಯೋಜನೆಯಿಂದ ವಾಪಸು. ಸಿಡುಬು ನಿವಾರಕ ಲಸಿಕೆ ವಿಭಾಗದ ನಿರ್ದೇಶಕ ಹುದ್ದೆಗೆ ನೇಮಕ

1921– ಅದೇ ಹುದ್ದೆಯಲ್ಲಿ ನಿವೃತ್ತಿ. ಕೇರಳಕ್ಕೆ ವಾಪಸಾಗಿ ಕೊಚ್ಚಿ, ಎರ್ನಾಕುಲಂ, ಅಲುವದಲ್ಲಿ ಕೆಲವು ಸಮಯ ವಾಸ್ತವ್ಯ. ಕೊನೆಯಲ್ಲಿ ನಂದನಕೋಡು ಎಂಬಲ್ಲಿ ಮನೆಯೊಂದನ್ನು ಕೊಂಡು ಅಲ್ಲಿ ನೆಲೆಸಿದರು. ತಾವು ಹುಟ್ಟುಹಾಕಿದ ಎಸ್‌ಎನ್‌ಡಿಪಿಯ ಚಟುವಟಿಕೆಗಳಲ್ಲಿ ಕ್ರಿಯಾಶೀಲರಾಗಿ ತೊಡಗಿಕೊಂಡು, ಗುರುಗಳ ಮಹಾಪ್ರಸ್ಥಾನದ (1928) ನಂತರವೂ ಮಾರ್ಗದರ್ಶನ ನೀಡುತ್ತಾ ಸಮಾಜದ ಅಭಿವೃದ್ಧಿಯ ನೂರಾರು ಕೆಲಸಗಳಿಗೆ ಪ್ರೇರಕರಾದರು.

1950–(ಜನವರಿ 25) ಸ್ವತಂತ್ರ ಭಾರತ ಗಣರಾಜ್ಯವಾಗುವ ಮುನ್ನಾ ದಿನ ಇಹಲೋಕ ಯಾತ್ರೆಗೆ ವಿರಾಮ.

ಡಾ.ಪಲ್ಪು ಅವರಿಗೆ ಮೂರು ಗಂಡು, ಎರಡು ಹೆಣ್ಣು ಮಕ್ಕಳು. ಹಿರಿಯ ಪುತ್ರ ಗಂಗಾಧರ, ಬಾಲ್ಯದಿಂದ ಆಸ್ತಮಾ ಇದ್ದ ಕಾರಣ ಮದುವೆ ಆಗಲಿಲ್ಲ.

ಎರಡನೆಯ ಪುತ್ರ ನಟರಾಜ. ನಾರಾಯಣಗುರು ಅವರ ಆಪ್ತಶಿಷ್ಯರಾಗಿ 'ನಟರಾಜ ಗುರು' ಎಂದೇ ಖ್ಯಾತರಾದರು. ವಿದೇಶಗಳಲ್ಲಿ ಗುರುಗಳ ಅಧ್ಯಯನ ಕೇಂದ್ರಗಳನ್ನು ತೆರೆದು ಅವರ ಸಂದೇಶಗಳನ್ನು ಸಾರುತ್ತಿರುವ ಅಪ್ರತಿಮ ಸಾಧಕ. ಮೂರನೆಯ ಪುತ್ರ ಹರಿಹರ. ಚಿತ್ರ ಕಲಾವಿದ. ಜಪಾನ್, ಚೀನಾ ಮೊದಲಾದ ಕಡೆ ಗುಡು ಕೈಗಾರಿಕೆಯಲ್ಲಿ ಅಧ್ಯಯನ ನಡೆಸಿ ಮತ್ತು ತರಬೇತಿ ಪಡೆದು ಬೆಂಗಳೂರಿನಲ್ಲಿ ಪಿಂಗಾಣಿ ಪಾತ್ರೆಗಳ ಕೈಗಾರಿಕೆ ಘಟಕಗಳನ್ನು ಸ್ಥಾಪಿಸಿದರು. ಜಪಾನಿ ಕನ್ಯೆಯೊಂದಿಗೆ ಮದುವೆ ಆಗಿದ್ದರು. ಹಿರಿಯ ಪುತ್ರಿ ಆನಂದಂ ಮದುವೆ ಆಗಲಿಲ್ಲ. ಎರಡನೆಯ ಪುತ್ರಿ ದಾಕ್ಷಾಯಿಣಿ. ಕೆ.ಎನ್. ಅಚ್ಯುತನ್ ಎಂಬುವರೊಂದಿಗೆ ಮದುವೆಯಾಗಿ ಮುಂಬೈಯಲ್ಲಿ ಬಾಂದ್ರಾದಲ್ಲಿ ನೆಲೆಸಿದ್ದಾರೆ (ಆಕರ: ಬಾಬು ಶಿವಪೂಜಾರಿ ಅವರ 'ಶ್ರೀನಾರಾಯಣಗುರು ವಿಜಯ ದರ್ಶನ, ಪುಟ 232)

ಅನುಬಂಧ-1

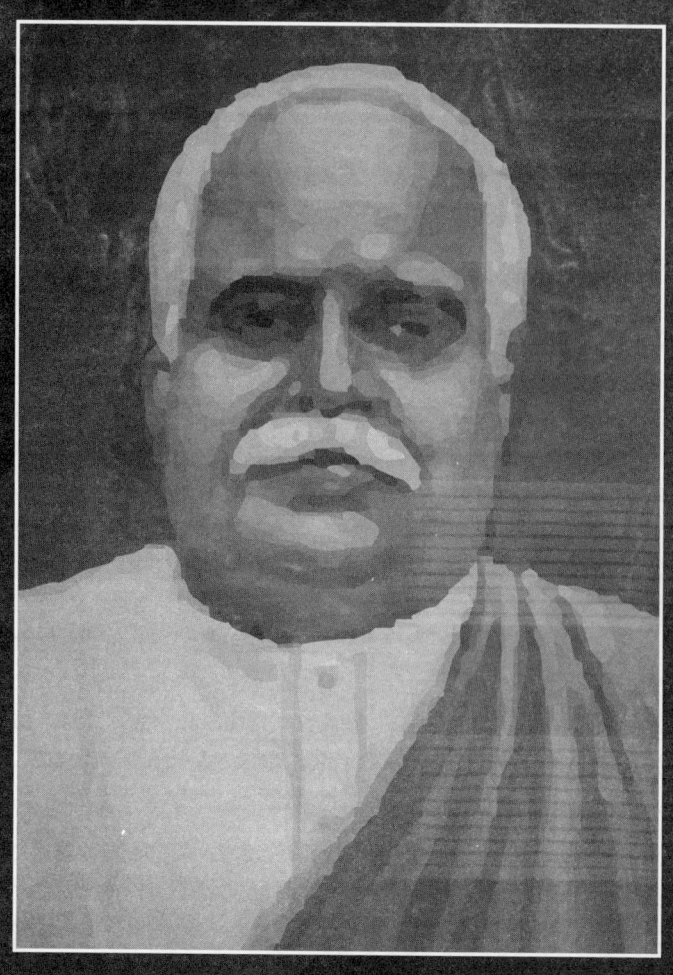

ಮಹಾತ್ಮರ ಗುರು

ಕುದ್ಮುಲ್ ರಂಗರಾವ್

ಪ್ರವೇಶ

ಕರ್ನಾಟಕದ ಕರಾವಳಿ ಪ್ರದೇಶ ವಿಶಿಷ್ಟವಾದದ್ದು. ಪೂರ್ವಕ್ಕೆ ಪಶ್ಚಿಮಘಟ್ಟಗಳು ಮತ್ತು ಪಶ್ಚಿಮಕ್ಕೆ ಅರಬ್ಬೀ ಸಮುದ್ರ ಇರುವ ಸುಮಾರು 4866 ಚದರ ಕಿಲೋಮೀಟರ್ ವ್ಯಾಪ್ತಿಯ ವಿಶಾಲ ಪ್ರದೇಶ. ಸಹ್ಯಾದ್ರಿ ಶ್ರೇಣಿಯ ಪಶ್ಚಿಮಕ್ಕೆ ಸಮುದ್ರದ ತೀರದವರೆಗೆ ಹರಡಿರುವ ಈ ಕರಾವಳಿ ಪ್ರದೇಶ ನಾಡಿನ ಇತರ ಭಾಗಗಳಿಗಿಂತ ವಿಭಿನ್ನವಾದದ್ದು. ಒಂದೆಡೆ ಕಡಲತೀರ, ಇನ್ನೊಂದೆಡೆ ದಟ್ಟ ಕಾಡುಗಳು, ಎತ್ತರದ ಗುಡ್ಡೆಗಳು. ನಡುನಡುವೆ ಅಲ್ಲಲ್ಲಿ ಅಲ್ಪಸ್ವಲ್ಪ ಬಯಲು ಪ್ರದೇಶ. ಪಶ್ಚಿಮಘಟ್ಟಗಳಲ್ಲಿ ಜನಿಸಿ ಪಶ್ಚಿಮಾಭಿಮುಖವಾಗಿ ಸುಮಾರು ಇಪ್ಪತ್ತೆರಡು ದೊಡ್ಡ ಸಣ್ಣ ನದಿಗಳು ಹರಿದು ಅರಬ್ಬೀ ಸಮುದ್ರವನ್ನು ಸೇರುತ್ತವೆ. ನೇತ್ರಾವತಿ, ಕುಮಾರಧಾರ, ಪಯಸ್ವಿನಿ, ಗುರುಪುರ ಮುಂತಾದವು ಪ್ರಮುಖ ನದಿಗಳು. ಇಡೀ ಜಿಲ್ಲೆಯನ್ನು ಪ್ರಾಕೃತಿಕವಾಗಿ ಕರಾವಳಿ ಪ್ರದೇಶ, ಒಳನಾಡು ಪ್ರದೇಶ ಮತ್ತು ಪಶ್ಚಿಮ ಘಟ್ಟಗಳ ಪ್ರದೇಶವೆಂದು ಮೂರು ಭಾಗಗಳಾಗಿ ನೋಡಬಹುದು. ಕರಾವಳಿ ಪ್ರದೇಶದಲ್ಲಿ ಸಾರಿಗೆ ಸೌಲಭ್ಯ, ಉದ್ಯೋಗ ಅವಕಾಶ ಇತ್ಯಾದಿ ಮೂಲಸೌಕರ್ಯಗಳು ಹೆಚ್ಚಾಗಿರುವುದರಿಂದ ಜನಸಾಂದ್ರತೆಯೂ ಹೆಚ್ಚಾಗಿದೆ. ಈಗಿನ ಮಂಗಳೂರು ತಾಲ್ಲೂಕು ಕರಾವಳಿ ಪ್ರದೇಶದಲ್ಲಿದೆ. ಒಳನಾಡು ಪ್ರದೇಶವು ಏರುತಗ್ಗುಗಳಿಂದ ತುಂಬಿದ ಪ್ರದೇಶ. ಬಂಟ್ವಾಳ, ಪುತ್ತೂರು ಮತ್ತು ಬೆಳ್ತಂಗಡಿ ತಾಲ್ಲೂಕಿನ ಕೆಲವು ಪ್ರದೇಶಗಳು ಬರುತ್ತವೆ. ಪಶ್ಚಿಮಘಟ್ಟ ಪ್ರದೇಶ ಕಾಡು ಕಣಿವೆಗಳಿಂದ ಸುತ್ತುವರಿದಿದ್ದು ಸದಾಕಾಲವೂ ಹಚ್ಚ ಹಸಿರಾಗಿ ಕಂಗೊಳಿಸುತ್ತಿರುತ್ತದೆ. ಇಲ್ಲಿ ಸುಳ್ಯ ಮತ್ತು ಬೆಳ್ತಂಗಡಿ ತಾಲ್ಲೂಕಿನ ಹೆಚ್ಚಿನ ಪ್ರದೇಶಗಳು ಸೇರುತ್ತವೆ. ಇಡೀ ಜಿಲ್ಲೆಯಲ್ಲಿ ಎಲ್ಲಿ ನೋಡಿದರೂ ತೆಂಗು, ಕಂಗು, ತಾಳೆ, ಹಸಿರುಪೈರು ಪಚ್ಚೆಗಳ ಸಮೃದ್ಧ ವನಸಿರಿ.

ಪ್ರಾಚೀನ ಕಾಲದಲ್ಲಿ ಗೋಕರ್ಣದಿಂದ ಚಂದ್ರಗಿರಿ ಹೊಳೆಯ ತನಕ ಇರುವ ಒಟ್ಟು ಪ್ರದೇಶ 'ತುಳು ನಾಡು' ಎಂದು ಪ್ರಸಿದ್ಧವಾದದ್ದು. ಇದು ಕರ್ನಾಟಕ ಪ್ರಾಂತ್ಯದ ಭಾಗವೇ ಆಗಿತ್ತು. ಕನ್ನಡ ಅರಸರೇ ತುಳುವ ಪ್ರದೇಶವನ್ನೂ ಆಳುತ್ತಿದ್ದರು. ಸ್ಥಳೀಯವಾಗಿ ಪ್ರತ್ಯೇಕವಾದ ತುಳು ಭಾಷೆ ಇದ್ದರೂ ರಾಜಕೀಯ ಆಡಳಿತದ ಕಾರಣ ಕನ್ನಡ ಸಾಮಾಜಿಕ, ರಾಜಕೀಯ ಮತ್ತು ವಾಣಿಜ್ಯ ವ್ಯವಹಾರಗಳಲ್ಲಿ ಉಳಿದುಕೊಂಡಿದೆ. ಜೈನ ಅರಸರು ತುಳು ಭಾಷಿಕರಾಗಿದ್ದರೂ ಕನ್ನಡದ ಪ್ರಾಧಾನ್ಯಕ್ಕೆ ಧಕ್ಕೆಯಾಗಿರಲಿಲ್ಲ. ತುಳು ಜನರ ಮನೆಯ ಭಾಷೆಯಾಗಿ

(ಇದು ಕಾಂತಾವರದ ಕನ್ನಡ ಸಂಘದ 'ನಾಡಿಗೆ ನಮಸ್ಕಾರ' ಮಾಲಿಕೆಯಲ್ಲಿ 2015ರಲ್ಲಿ ಮೊದಲು ಪುಸ್ತಕ ರೂಪದಲ್ಲಿ ಪ್ರಕಟವಾಗಿತ್ತು. ಪ್ರತಿಗಳು ಕೆಲವೇ ದಿನಗಳಲ್ಲಿ ಮಾರಾಟವಾಗಿ ಆಸಕ್ತರಿಗೆ ಪುಸ್ತಕ ಸಿಗುತ್ತಿರಲಿಲ್ಲ. ಆದ್ದರಿಂದ, ಇಲ್ಲಿ ಅನುಬಂಧ ರೂಪದಲ್ಲಿ ಎಲ್ಲ ಮಾಹಿತಿಗಳನ್ನು ನೀಡಲಾಗಿದೆ. ಮೊದಲ ಪ್ರಕಟಣೆಗೆ ಕಾರಣರಾದ ಡಾ.ನಾ.ಮೊಗಸಾಲೆ ಮತ್ತು ಅವರ ಬಳಗಕ್ಕೆ ಕೃತಜ್ಞ– ಲೇಖಕ)

ತುಳು ಈ ಪ್ರದೇಶದಲ್ಲಿ ರೂಢಿಯಲ್ಲಿತ್ತು. ಕರಾವಳಿಯಲ್ಲಿ ಮೀನು ಹಿಡಿಯುವ ಬೆಸ್ತರೂ, ಅಲ್ಲಲ್ಲಿ ಬಯಲು, ಬಂಜರು ಭೂಮಿಗಳಿರುವಲ್ಲಿ ತಾಳೆ ಮರಗಳಿಂದ ಹೆಂಡ ಇಳಿಸುವ ಮೂರ್ತೆದಾರರೂ, ಸಣ್ಣ ಪುಟ್ಟ ಅರಸರಂತೆ ಇದ್ದ ಬಂಟ ಜಮೀನ್ದಾರರೂ, ಕಾಡುಗುಡ್ಡಗಳಲ್ಲಿ ಆದಿ ಮೂಲನಿವಾಸಿಗಳೂ ವಾಸ ಮಾಡಿಕೊಂಡಿದ್ದರು ಎಂಬುದು ಕರಾವಳಿ ಪ್ರದೇಶದ ಕುರಿತಾಗಿ ಇತಿಹಾಸಜ್ಞರು ಕಂಡಿರುವ ಸ್ಥೂಲ ಸಂಗತಿಗಳು.

ಕರ್ನಾಟಕದಲ್ಲಿ ಬ್ರಿಟಿಷರ ನೇರವಾದ ಆಳ್ವಿಕೆಗೆ ಒಳಗಾದ ಮೊಟ್ಟ ಮೊದಲ ಪ್ರದೇಶ ಕೆನರಾ ಎಂದು ಬ್ರಿಟಿಷರಿಂದ ಕರೆಯಲಾಗಿದ್ದ ಕರಾವಳಿ ಪ್ರದೇಶ. ಅದು 1799ರಲ್ಲಿ ನಾಲ್ಕನೇ ಮೈಸೂರು ಯುದ್ಧದಲ್ಲಿ ಬ್ರಿಟಿಷರಿಗೆ ಗೆಲವು ದೊರೆತಾಗ ಸಿಕ್ಕಿದ್ದು. ಕೆನರಾ ಎಂದರೆ ಈಗಿನ ಕಾಸರಗೋಡು, ದಕ್ಷಿಣ ಕನ್ನಡ, ಉಡುಪಿ ಮತ್ತು ಉತ್ತರ ಕನ್ನಡ ಜಿಲ್ಲೆಗಳು ಒಳಗೊಂಡ ಒಟ್ಟು ಕರಾವಳಿ ಪ್ರದೇಶ. ಕೆನರಾ ಪ್ರದೇಶ ಮತ್ತೆ 1862ರಲ್ಲಿ ವಿಭಜನೆಯಾಯಿತು. ಉತ್ತರ ಕನ್ನಡ ಜಿಲ್ಲೆ ಮುಂಬೈ ಪ್ರಾಂತ್ಯಕ್ಕೆ ಸೇರಿತು. ಉಡುಪಿಯೂ ಸೇರಿದಂತೆ ದಕ್ಷಿಣ ಕನ್ನಡ ಜಿಲ್ಲೆ ಪೂರ್ವ ಕರಾವಳಿ ತೀರದಲ್ಲಿ ಆಡಳಿತ ಕೇಂದ್ರವಿದ್ದ ಮದ್ರಾಸ್ ಆಧಿಪತ್ಯಕ್ಕೆ ಒಳಪಟ್ಟಿತು. ಬ್ರಿಟಿಷರ ನೇರ ಆಡಳಿತ ಇದ್ದ ಈ ಪ್ರದೇಶಗಳಲ್ಲಿ ಹೊಸಬಗೆಯ ರಾಜ್ಯಭಾರ ಕ್ರಮ ಆರಂಭವಾಯಿತು. ಅದುವರೆಗೆ ಇದ್ದುದು ಸ್ಥಳೀಯ ಅರಸರ ನಿರಂಕುಶಾಧಿಕಾರ. ಅರಸ, ಮಂತ್ರಿ, ಸೇನಾಧಿಕಾರಿ, ಆಸ್ಥಾನಪಂಡಿತ ಇವರಿಂದ ಕೂಡಿದ ರಾಜನ ದರಬಾರು. ಆಸ್ಥಾನ ಪಂಡಿತರು ಹೇಳಿದ್ದೇ ರಾಜಧರ್ಮ. ತಮ್ಮ ಹಾಗೂ ಅರಸರ ಹಿತಕ್ಕೆ ಮಾರಕವಾದುದೇನನ್ನೂ ಅವರು ಹೇಳುತ್ತಿರಲಿಲ್ಲ. ಬ್ರಿಟಿಷರ ನೇರ ಆಡಳಿತ ಈ ಬಗೆಯ ಮಧ್ಯಯುಗದ ಪಾಳೇಗಾರಿಕೆಯನ್ನು ಕೊನೆಗೊಳಿಸಿತು.

ಬ್ರಿಟಿಷರ ಆಡಳಿತದಲ್ಲಿ ಕಂಡ ಸುವ್ಯವಸ್ಥೆ, ಬಿಗುವು ಆ ಹಿಂದಿನ ಆಡಳಿತಗಳಲ್ಲಿ ಇರಲಿಲ್ಲ. ಅಧಿಕಾರಿಗಳ ಕಾರ್ಯಕ್ಷಮತೆ ಸಾಮಾನ್ಯ ಜನತೆಯನ್ನು ಬೆರಗುಗೊಳಿಸಿತ್ತು. ಕೆಲವೇ ಬ್ರಿಟಿಷ್ ಅಧಿಕಾರಿಗಳು ಇಡೀ ಜಿಲ್ಲೆಯನ್ನು ಸಮರ್ಥವಾಗಿ ನಿಯಂತ್ರಿಸುವುದನ್ನು ಜನ ನೋಡಿದರು. ಆಡಳಿತದ ಹಿಡಿತವು ಹಳ್ಳಿ ಹಳ್ಳಿಗೂ ಪಸರಿಸಿತು. ಅಸ್ಥಿರ ರಾಜಕೀಯದ ಅಶಾಂತ ವಾತಾವರಣ ಕಣ್ಮರೆಯಾಗಿ ಜನತೆಗೆ ನೆಮ್ಮದಿ, ಭದ್ರತೆಗಳು ದೊರಕಿದವು.

ಯೂರೋಪದ ಔದ್ಯೋಗಿಕ ಸುಧಾರಣೆಗಳು ಭಾರತಕ್ಕೆ ಒಂದೊಂದಾಗಿ ಕಾಲಿಡತೊಡಗಿದವು. ಉದ್ಯಮ, ಕೈಗಾರಿಕೆಗಳಿಗೆ ಸಂಬಂಧಿಸಿದ ಯಂತ್ರಸಾಮಗ್ರಿ, ಆಧುನಿಕ ಸಂಚಾರ ಸಾಧನ ಇಂಥವುಗಳನ್ನು ಜನತೆ ಊಹಿಸಲೂ ಸಾಧ್ಯವಿರಲಿಲ್ಲ. ತಮ್ಮನ್ನು ಆಳುತ್ತಿದ್ದ ಬ್ರಿಟಿಷ್ ಅಧಿಕಾರಿಗಳ ಚಿಕಿತ್ಸಕ ಮನೋವೃತ್ತಿ, ವ್ಯಾವಹಾರಿಕ ದೃಷ್ಟಿ, ಜಾತಿಗಳ ಮೇಲು ಕೀಳನ್ನು ಎಣಿಸದೆ ನಡೆಸುತ್ತಿದ್ದ ವ್ಯವಹಾರ ಇವು ಸ್ಥಳೀಯರ ಬದುಕಿನಲ್ಲೂ ಹರಡಿದವು. ಅವರ ಜೀವನ ದೃಷ್ಟಿಯನ್ನೂ ಬದಲಿಸಿದವು.

ಬ್ರಿಟಿಷರ ಸಂಪರ್ಕದಿಂದ ಹೊಸ ಶಿಕ್ಷಣ ಕ್ರಮ ಜಾರಿಗೆ ಬಂದಿತು. ತಮ್ಮ ಅನುಕೂಲಕ್ಕೆ ಸರ್ಕಾರವೂ ಕ್ರೈಸ್ತ ಮತಪ್ರಚಾರಕ್ಕಾಗಿ ಬಂದ ಮಿಷನರಿ ಜನರೂ ಇಂಗ್ಲಿಷ್ ಶಾಲೆಗಳನ್ನು ತೆರೆದರು. ಅಲ್ಲಿ ಪರಿಚಯಿಸಿದ ಹೊಸಬಗೆಯ ಪಠ್ಯಗಳು, ಆಧುನಿಕ ವಿಜ್ಞಾನ, ಪ್ರಪಂಚ ಪರಿಚಯ, ಇಂಗ್ಲಿಷ್ ವಾಙ್ಮಯ ಹೊಸದೊಂದು ಜಗತ್ತನ್ನು ಅನಾವರಣಗೊಳಿಸಿದವು. ಅಲ್ಲಲ್ಲಿ ಅನುಕೂಲವಿದ್ದ ಹಳ್ಳಿಗಳಲ್ಲಿ ಗಾಂವಟಿ ಶಾಲೆಗಳನ್ನು ಆರಂಭಿಸಿದ್ದು ಆರಂಭದ ಬೆಳವಣಿಗೆ. ಅದಕ್ಕೆ ಬ್ರಿಟಿಷ್ ಸರ್ಕಾರದಿಂದ ಅನುದಾನವೂ ಸಿಗುತ್ತಿತ್ತು. ಕರಾವಳಿ ಪ್ರದೇಶದಲ್ಲಿ ಗುತ್ತಿನ ಪಟೇಲಿಕೆ, ಗ್ರಾಮದ ಶ್ಯಾನುಭೋಗಿಕೆ, ತಾಲ್ಲೂಕು ಗುಮಾಸ್ತಿಕೆ, ಪೋಲೀಸ್ ಕೈದುಗಾರಿಕೆ ಇಂಥ ಸರ್ಕಾರಿ ಕೆಲಸಗಳಿಗೆ ಅವರೇ ಜಾರಿಗೆ ತಂದಿದ್ದ ಪ್ರಾಥಮಿಕ ಪರೀಕ್ಷೆಯಲ್ಲಿ ಪಾಸಾಗಿರುವುದು ಅವಶ್ಯಕವಿತ್ತು.

ಅದುವರೆಗೆ ತಮ್ಮ ವ್ಯಾಪ್ತಿಯ ಗುತ್ತಿನ ಧನಿಗಳ ಆಣತಿಯಂತೆ ಬದುಕು ಸಾಗಿಸುತ್ತಿದ್ದ ಜನ ಕಂಪೆನಿ ಸರ್ಕಾರ ಅಸ್ತಿತ್ವಕ್ಕೆ ಬಂದ ಮೇಲೆ ಅದರ ಶಿಸ್ತಿನ ಚೌಕಟ್ಟಿಗೆ ಒಳಗಾದರು. ದುಡಿದು ಬದುಕು ಸಾಗಿಸುವ ಮಂದಿಗೆ ಹೆಚ್ಚಿನ ಬದಲಾವಣೆ ಕಾಣಲಿಲ್ಲ. ಪರಕೀಯರ ಆಳ್ವಿಕೆಯಲ್ಲಿ, ಹೊಸದಾಗಿ ಬರುತ್ತಿದ್ದ ಆಧುನಿಕ ಆವಿಷ್ಕಾರಗಳು ಮತ್ತು ಹೊಸ ಶಿಕ್ಷಣ ಕ್ರಮದಿಂದ ಮೂಡುತ್ತಿದ್ದ ಸಾಮಾಜಿಕ ಜಾಗೃತಿಯಲ್ಲಿ ಇಡೀ ಸಮಾಜ ವ್ಯವಸ್ಥೆಯಲ್ಲಿ ಬದಲಾವಣೆಗಳು ಆರಂಭವಾದವು. ಸ್ವಂತ ಅಸ್ತಿತ್ವವನ್ನು ಕಾಯ್ದುಕೊಳ್ಳುವುದರಲ್ಲಿ ಹೋರಾಟ ನಡೆಸುತ್ತಿದ್ದಾಗಲೇ ತಮ್ಮಂತೆ ಮನುಷ್ಯರಾಗಿದ್ದರೂ ಪಶುಗಳಂತೆ, ಉಳ್ಳವರ ಜೀತಕ್ಕಾಗಿ ಹುಟ್ಟಿದವರಂತೆ ಬದುಕುತ್ತಿದ್ದ ಕೆಳವರ್ಗದವರ ಬದುಕನ್ನು ಮಾನವೀಯ ಅಂತಃಕರಣದಿಂದ ಕಂಡು ಮರುಗಿದವರಲ್ಲಿ ಕುದ್ಮುಲ್ ರಂಗರಾವ್ ಅವರು ಒಬ್ಬರು. ದಕ್ಷಿಣ ಕನ್ನಡ, ಕಾಸರಗೋಡು ಜಿಲ್ಲೆ ಸೇರಿದಂತೆ ಕನ್ನಡ ಮಾತನಾಡುವ ಕರಾವಳಿಯ ಪ್ರದೇಶಗಳೆಲ್ಲ ಮದ್ರಾಸ್ ಪ್ರೆಸಿಡೆನ್ಸಿಯ ಆಳ್ವಿಕೆಗೆ ಒಳಗಾಗಿದ್ದು ಬ್ರಿಟಿಷರ ಆಡಳಿತಕ್ಕೆ ಒಗ್ಗಿಕೊಳ್ಳಲು ಪ್ರಯತ್ನ ನಡೆಸುತ್ತಿದ್ದ ಕಾಲಘಟ್ಟದಲ್ಲಿ ದಲಿತರ ಬದುಕಿನಲ್ಲಿ ಬೆಳಕನ್ನು ತರುವುದಕ್ಕೆ ವಿಶೇಷ ಪರಿಶ್ರಮ ವಹಿಸಿದ ವಿಭೂತಿ ಪುರುಷರು ಅವರು.

***

1. ಜೀವನ ವಿವರ

ರಂಗರಾವ್ ಅವರು 1859ರ ಜೂನ್ 29ರಂದು ಕಾಸರಗೋಡು ಜಿಲ್ಲೆಯ ಕುದ್ಮುಲ್ ಎಂಬಲ್ಲಿ ದೇವಪ್ಪಯ್ಯ-ಗೌರಿ ದಂಪತಿಗಳ ಹಿರಿಯ ಮಗನಾಗಿ ಜನಿಸಿದರು. ದೇವಪ್ಪಯ್ಯ ಮುಸ್ಲಿಂ ಜಮೀನ್ದಾರರೊಬ್ಬರ ಬಳಿ ಗುಮಾಸ್ತೆಯಾಗಿದ್ದರು. ದೇವಪ್ಪಯ್ಯ ತುಂಬ ಸರಳ ವ್ಯಕ್ತಿ. ಧಾರ್ಮಿಕ ಪ್ರವೃತ್ತಿಯವರು. ತಾಯಿ ಗೌರಿ ಮುಗ್ಧ ಮನಸ್ಸಿನ ಸತ್ಯಸಂಧ ಗೃಹಿಣಿ. ಗುರುಹಿರಿಯರ ಬಗ್ಗೆ ಭಕ್ತಿ ವಿನಮ್ರತೆಯನ್ನು ಮೈಗೂಡಿಸಿಕೊಂಡಿದ್ದ ಮಹಿಳೆ. ರಂಗರಾವ್ ಬೆನ್ನಹಿಂದೆ ಆರು ಮಂದಿ ಸೋದರ ಸೋದರಿಯರು ಜನಿಸಿದ ತುಂಬು ಕುಟುಂಬ ಅವರದು. ಗುಮಾಸ್ತೆ ಕೆಲಸದಿಂದ ಬರುತ್ತಿದ್ದ ಅಲ್ಪ ಆದಾಯದಲ್ಲಿ ಕುಟುಂಬವನ್ನು ನಿರ್ವಹಿಸುತ್ತಾ ಮಕ್ಕಳಿಗೆ ಶಿಕ್ಷಣವನ್ನೂ ಕೊಡಿಸುವುದರಲ್ಲಿ ಶ್ರಮಪಡುತ್ತಿದ್ದ ದೇವಪ್ಪಯ್ಯ ಅಕಾಲಿಕವಾಗಿ ಮೃತಪಟ್ಟಾಗ ರಂಗರಾವ್ 16 ವರ್ಷದ ತರುಣ. ತುಂಬು ಕುಟುಂಬದ ಹೊಣೆ ಎಳೆಯನ ಹೆಗಲ ಮೇಲೆ ಬಿದ್ದಿತು. ಅದುವರೆಗೆ ಕಷ್ಟದಿಂದ ಕಾಸರಗೋಡಿನಲ್ಲಿ ಬಾಲ್ಯ ಶಿಕ್ಷಣವನ್ನು ಮುಗಿಸಿದ್ದರು. ತಾಯಿ ಹಾಗೂ ಆರು ಮಂದಿ ಸೋದರ ಸೋದರಿಯರನ್ನು ಸಾಕುವುದಕ್ಕಾಗಿ ಉದ್ಯೋಗ ಅರಸಿ ಮಂಗಳೂರಿಗೆ ಬಂದರು. ಅವರಿಗೆ ಸಿಕ್ಕಿದ್ದು ತಿಂಗಳಿಗೆ ಎಂಟು ರೂಪಾಯಿ ವೇತನದ ಅಧ್ಯಾಪಕ ವೃತ್ತಿ.

ರಂಗರಾವ್ ಅವರಿಗೆ ಸಿಕ್ಕಿದ ಅಧ್ಯಾಪಕ ವೃತ್ತಿಯಲ್ಲಿ ಅವರು ಬಹುಬೇಗ ಜನಪ್ರಿಯರಾದರು. ಬಾಲ್ಯದಿಂದಲೇ ಸದ್ಗುಣಗಳನ್ನು ಪೋಷಿಸಿಕೊಂಡು ಬಂದಿದ್ದ ರಂಗರಾವ್ ವಿದ್ಯಾರ್ಥಿಗಳಿಗೆ ಅಚ್ಚುಮೆಚ್ಚಿನವರಾದರು. ನಮ್ರತೆಯ ಸ್ವಭಾವದಿಂದ ನೆರೆಯವರಿಗೆ ಆತ್ಮೀಯರಾದರು. ಎಳವೆಯಿಂದ ಕಷ್ಟಗಳನ್ನು ಅರಿತಿದ್ದ ಅವರು ಕಲಿಸುವುದರಲ್ಲಿ ಉತ್ಸಾಹಿಯಾಗಿದ್ದರು. ತಮಗಿಂತಲೂ ಕೆಳಹಂತದಲ್ಲಿದ್ದವರ ಬಗ್ಗೆ ಅಪಾರ ಕಾಳಜಿ ಉಳ್ಳವರಾಗಿದ್ದರು. ಆಗಿನ ಸಮಾಜದಲ್ಲಿ ಉಚ್ಚ ನೀಚ, ಮೇಲು ಕೀಳು ಎಂಬ ತರತಮ ಭಾವಗಳಿದ್ದರೂ ರಂಗರಾವ್ ಎಲ್ಲ ವರ್ಗದ ಜನರೊಂದಿಗೆ ಮುಕ್ತವಾಗಿ ಬೆರೆಯುತ್ತಿದ್ದರು. ಅದರಲ್ಲಿಯೂ ಕೆಳಜಾತಿಯ ಬಡವರು ಮತ್ತು ಅಸ್ಪೃಶ್ಯರಾದ ದಲಿತ ವರ್ಗದವರನ್ನು ತುಂಬ ಹಚ್ಚಿಕೊಳ್ಳುತ್ತಿದ್ದರು.

ಅಧ್ಯಾಪಕರಾಗಿ ಗಳಿಸುತ್ತಿದ್ದ ಹಣದಿಂದ ತುಂಬು ಸಂಸಾರವನ್ನು ಹೆಚ್ಚು ಕಾಲ ನಡೆಸುವುದು ಸುಲಭವಲ್ಲ ಎಂದು ತಿಳಿದಿದ್ದ ರಂಗರಾವ್ ಆ ಕಾಲದಲ್ಲಿ ಖಾಸಗಿಯಾಗಿ ಮೆಟ್ರಿಕ್ಯುಲೇಷನ್ ಪರೀಕ್ಷೆ ತೆಗೆದುಕೊಂಡರು. ಅದರಲ್ಲಿ ತೇರ್ಗಡೆಯೂ ಆದರು. ಮತ್ತಷ್ಟು ಪರಿಶ್ರಮದಿಂದ ಅಂದಿನ ಪ್ಲೀಡರ್‌ಶಿಪ್ (ವಕಾಲತ್) ಪರೀಕ್ಷೆಯನ್ನೂ ತೆಗೆದುಕೊಂಡು ಅದರಲ್ಲೂ ಉತ್ತೀರ್ಣರಾದರು. ನಂತರ ಅಧ್ಯಾಪಕ ವೃತ್ತಿ ತ್ಯಜಿಸಿ ಮಂಗಳೂರಿನ ಜಿಲ್ಲಾ ನ್ಯಾಯಾಲಯದಲ್ಲಿ ವಕೀಲಿ ವೃತ್ತಿ ಕೈಗೊಂಡರು.

ಅಂದಿನ ಸಾಮಾಜಿಕ ಸನ್ನಿವೇಶಕ್ಕೆ ಅನುಗುಣವಾಗಿ ರಂಗರಾವ್ ಹದಿಹರಯದಲ್ಲಿಯೇ ವಿವಾಹ ಬಂಧನಕ್ಕೂ ಒಳಗಾದರು. ಅವರ ಪತ್ನಿ ರುಕ್ಮಿಣಿಯಮ್ಮ ಅನುರೂಪ ಸಹಧರ್ಮಿಣಿ. ಮಂಗಳೂರಿನ ಸನಿಹದ ಉಳ್ಳಾಲದವರು. ಅತ್ತೆಯಂತೆಯೇ ಮುಗ್ಧ ಮಹಿಳೆ. ಪತಿಯ ಯಾವತ್ತೂ ಕೆಲಸಗಳಲ್ಲಿ ಸಹವರ್ತಿಯಾಗಿ ಸಹಕರಿಸಿದ ಸದ್ಗೃಹಿಣಿ. ನಿಶ್ಚಿತ ಆದಾಯದ ಅಧ್ಯಾಪಕ ವೃತ್ತಿ ತ್ಯಜಿಸಿದಾಗ ಅದಕ್ಕಾಗಿ ಅಸಮಾಧಾನಗೊಳ್ಳಲಿಲ್ಲ. ಅನಿಶ್ಚಿತವೆನಿಸಿದ ವಕೀಲಿ ವೃತ್ತಿ ಕೈಗೊಂಡಾಗ ಅದಕ್ಕೆ ಪ್ರತಿ ಹೇಳಲಿಲ್ಲ. ಪತಿಯ ಎಲ್ಲ ಬಗೆಯ ಕೆಲಸಗಳಿಗೂ ಅವರು ಒತ್ತಾಸೆಯಾಗಿ ನಿಂತರು.

ವಕೀಲರಾಗಿ ರಂಗರಾವ್ ಬೇಗನೇ ಹೆಸರಾದರು. ಅವರ ಪತ್ನಿಯ ಸೋದರ ಉಳ್ಳಾಲದ ರಘುನಾಥಯ್ಯ ಅವರೊಂದಿಗೆ ಉತ್ತಮ ಒಡನಾಟವಾಯಿತು. ರಂಗರಾವ್ ಅವರಂತೆಯೇ ಸಾಮಾಜಿಕ ಕಾಳಜಿ ಹೊಂದಿದ್ದವರು ರಘುನಾಥಯ್ಯ. ಸಜ್ಜನ. ಧಾರ್ಮಿಕ ಶ್ರದ್ಧೆಯ ವ್ಯಕ್ತಿ. ಆಗ ಸಮಾಜದಲ್ಲಿದ್ದ ಮೂಢನಂಬಿಕೆ, ಅಂಧಾನುಕರಣೆ, ಮೇಲುಕೀಳಿನ ತಾರತಮ್ಯಗಳ ವಿರುದ್ಧ ರಂಗರಾವ್ ತಾಳಿದ್ದ ಅಸಮಾಧಾನ ರಘುನಾಥಯ್ಯ ಅವರಲ್ಲಿಯೂ ಇತ್ತು.

ದೇಶದಲ್ಲಿ ಬ್ರಿಟಿಷರ ಆಡಳಿತ ನೆಲೆಗೊಂಡಿದ್ದು ಹೊಸಬಗೆಯ ಶಿಕ್ಷಣ ಕ್ರಮದಿಂದ ಒಂದು ಬಗೆಯ ಜಾಗೃತ ಸ್ಥಿತಿಗೆ ಬಂದಿದ್ದ ಅಂದಿನ ಸುಶಿಕ್ಷಿತ ವ್ಯಕ್ತಿಗಳು ಹೊಸತನಕ್ಕೆ ತುಡಿಯುತ್ತಿದ್ದರು. ದೂರದ ಬಂಗಾಳದಲ್ಲಿ ಆರಂಭವಾಗಿದ್ದ ರಾಷ್ಟ್ರೀಯತೆಯ ಗಾಳಿ ಕರಾವಳಿಯ ಈ ಪಶ್ಚಿಮ ಭಾಗಕ್ಕೂ ಬೀಸಲಾರಂಭಿಸಿತ್ತು. ಬಂಗಾಳದಲ್ಲಿ ರಾಜಾರಾಮ ಮೋಹನರಾಯ್ ಹುಟ್ಟುಹಾಕಿದ್ದ ಹೊಸ ಸಮಾಜ ಪುನರುಜ್ಜೀವನದ ಅಲೆ ದಕ್ಷಿಣ ಭಾಗಕ್ಕೂ ಆವರಿಸಿತ್ತು. ಮಂಗಳೂರು ಪ್ರದೇಶದಲ್ಲಿ ನೆಲೆಗೊಂಡಿದ್ದ ಮಿಷಿನರಿಗಳು ಕ್ರೈಸ್ತಮತ ಪ್ರಚಾರಕ್ಕೆ ತೀವ್ರ ಪ್ರಯತ್ನ ನಡೆಸಿದ್ದರು. ಇಂಗ್ಲಿಷ್ ಶಿಕ್ಷಣದಿಂದ ಹೊಸಬಗೆಯ ತುಡಿತಕ್ಕೆ ಒಳಗಾಗಿದ್ದ ರಘುನಾಥಯ್ಯ ಒಂದು ಹಂತದಲ್ಲಿ ಕ್ರಿಶ್ಚಿಯನ್ ಆಗಿ ಮತಾಂತರ ಹೊಂದಿದರು. ಆದರೆ, ಅದರಿಂದ ತಮ್ಮ ಕುಟುಂಬಕ್ಕೆ ಎದುರಾದ ಮಾನಸಿಕ ಕ್ಲೇಶದಿಂದ ಎಚ್ಚರಗೊಂಡು ಬ್ರಹ್ಮಸಮಾಜಕ್ಕೆ ಸೇರಿಕೊಂಡರು. ಅವರು ಮಂಗಳೂರಿನಲ್ಲಿ 1870ರಲ್ಲಿ ಬ್ರಹ್ಮಸಮಾಜವನ್ನು ಆರಂಭಿಸಿದರು. ಅವರ ನಿಕಟವರ್ತಿಗಳಾಗಿದ್ದ ರಂಗರಾವ್ ಕೂಡ ಅದರಲ್ಲಿ ತೊಡಗಿಕೊಂಡರು. ಹಿಂದೂ ವೇದಾಂತ ತತ್ವವನ್ನು ಆಧರಿಸಿದ ಈ ಸುಧಾರಕ ಪಂಥವು ಜಾತಿ, ಮತ ಧರ್ಮಗಳ ಮಧ್ಯೆ ಯಾವ ತಾರತಮ್ಯವನ್ನೂ ಒಪ್ಪದ ಧಾರ್ಮಿಕ ಸಂಘಟನೆ. ಕ್ರೈಸ್ತ ಮತಕ್ಕೆ ಮತಾಂತರಗೊಳ್ಳುತ್ತಿದ್ದ ಅಂದಿನ ಭರಾಟೆಯನ್ನು ಎದುರಿಸಲು ರಾಷ್ಟ್ರೀಯವಾದಿ ಸುಧಾರಕರಿಂದ 1931ರಲ್ಲಿಯೇ ಸ್ಥಾಪನೆಯಾಗಿದ್ದ ಪಂಥ.

ರಂಗರಾವ್ ಅವರದು ಸತ್ಯಕ್ಕೆ ಬದ್ಧವಾದ ವ್ಯಕ್ತಿತ್ವ. ಸರಿ ಕಂಡುದನ್ನು ನಿರ್ಭೀತಿಯಿಂದ ಹೇಳುವ ಎದೆಗಾರಿಕೆ. ಬಡವರು ಮತ್ತು ತುಳಿತಕ್ಕೆ

ಒಳಗಾಗಿದ್ದವರ ಬಗ್ಗೆ ಇನ್ನಿಲ್ಲದ ಕಳಕಳಿ. ಸತ್ಯ, ನ್ಯಾಯಕ್ಕಾಗಿ ಬಡಜನರ, ದೀನ ದಲಿತರ ವಕಾಲತ್ತುಗಳನ್ನೇ ವಹಿಸಿಕೊಂಡು ಅವರಿಗಾಗುತ್ತಿರುವ ಅನ್ಯಾಯ, ವಂಚನೆಗಳ ವಿರುದ್ಧ ಹೋರಾಡುತ್ತಿದ್ದರು. ಅದರಲ್ಲಿ ಹೆಚ್ಚಿನ ಯಶಸ್ಸು ಪಡೆದರು. ಬಡವರ ವಕೀಲರಾಗಿ ಪ್ರಸಿದ್ಧರಾದರು. ರಂಗರಾವ್ ಅವರ ಆದರ್ಶ ವ್ಯಕ್ತಿತ್ವ, ಪ್ರಾಮಾಣಿಕತೆ ಆಗಿನ ಇಂಗ್ಲಿಷ್ ನ್ಯಾಯಾಧೀಶರನ್ನು ಆಕರ್ಷಿಸಿತ್ತು. ಸೇವಾ ದೃಷ್ಟಿಯಿಂದ ವಕೀಲಿ ವೃತ್ತಿಯನ್ನು ನಡೆಸುತ್ತಿದ್ದ ಅವರು ಬಹುಬೇಗನೇ 'ಬಡವರ ವಕೀಲ'ರೆಂದು ಖ್ಯಾತಿ ಪಡೆದರು. 'ಬಡವರ ಬಂಧು' ಎಂಬ ಅಭಿದಾನಕ್ಕೂ ಪಾತ್ರರಾದರು.

ಅವರ ವಕೀಲಿ ವೃತ್ತಿಯ ಆರಂಭದ ದಿನಗಳಲ್ಲಿ ಮೇಲುಜಾತಿಯ ಆಢ್ಯನೊಬ್ಬ ಕೆಳಜಾತಿಯ ಮಹಿಳೆಯೊಬ್ಬರ ಮೇಲೆ ಅತ್ಯಾಚಾರ ಎಸಗಿದ. ಅದರಿಂದ ಆ ಮಹಿಳೆ ಗರ್ಭಿಣಿಯಾದರು. ರಂಗರಾವ್ ಆ ಮಹಿಳೆಯ ಕೇಸನ್ನು ತೆಗೆದುಕೊಂಡರು. ಹೋರಾಟ ನಡೆಸಿದರು. ನ್ಯಾಯಾಲಯದಲ್ಲಿ ಮಾತ್ರವಲ್ಲದೆ, ಮೇಲುಜಾತಿಯ ಸವರ್ಣೀಯರನ್ನೂ ಅವರು ಈ ಪ್ರಕರಣದಲ್ಲಿ ಎದುರಿಸಬೇಕಾಯಿತು. ಅಂತಿಮವಾಗಿ ಮಹಿಳೆಗೆ ನ್ಯಾಯ ಸಿಕ್ಕಿತು. ಇದರಿಂದ ಮೇಲು ಜಾತಿಯವರ ಅಸಮಾಧಾನ ಮುಂದುವರಿಯಿತು. ಆದರೆ, ಕೆಳಜಾತಿಯವರು ರಂಗರಾವ್ ಅವರನ್ನು ಆರಾಧಿಸತೊಡಗಿದರು. ತಳವರ್ಗದ, ಬಡ ಜನರ ಬಗೆಗಿನ ಅವರ ಮಾನವೀಯ ಕಾಳಜಿ ಬ್ರಿಟಿಷ್ ನ್ಯಾಯಾಧೀಶರ ಗಮನವನ್ನೂ ಸೆಳೆಯಿತು. ಅವರು ರಂಗರಾವ್ ಅವರನ್ನು ಅತ್ಯಂತ ಗೌರವದಿಂದ ಕಾಣತೊಡಗಿದರು.

ರಂಗರಾವ್ ಅವರು ವಕೀಲಿ ನಡೆಸುತ್ತಿದ್ದುದು ಹತ್ತೊಂಬತ್ತನೆಯ ಶತಮಾನದ ಕೊನೆಯ ದಶಕಗಳ ಕಾಲಘಟ್ಟದಲ್ಲಿ. ಮದ್ರಾಸ್ ಪ್ರೆಸಿಡೆನ್ಸಿಯ ನೇರ ಆಳ್ವಿಕೆಗೆ ಒಳಪಟ್ಟಿದ್ದ ಪಶ್ಚಿಮ ಕರಾವಳಿಯ ಈ ವಿಶಿಷ್ಟ ಪ್ರದೇಶದಲ್ಲಿ ಆಡಳಿತವನ್ನು ಸುಭದ್ರವಾಗಿ ನೆಲೆಗೊಳಿಸಿದ್ದ ಬ್ರಿಟಿಷರು ಸಾರ್ವಜನಿಕವಾಗಿ ಕೆಲವು ಸುಧಾರಣಾ ಕ್ರಮಗಳನ್ನು ಆರಂಭಿಸಿದ್ದರು. ಕೆಳಜಾತಿಯವರ ಅಭಿವೃದ್ಧಿಗಾಗಿ ವಿಶೇಷ ಯೋಜನೆಗಳನ್ನು ಹಾಕಿಕೊಂಡರು. ಶಾಲೆಗಳನ್ನು ತೆರೆದರು. ಸಾರ್ವಜನಿಕ ಬಾವಿಗಳನ್ನು ತೋಡಿಸಿದರು. ಅವರಿಗಾಗಿ ಪ್ರತ್ಯೇಕ ಕಾಲೊನಿಗಳನ್ನೂ ಗುರುತಿಸಿದರು.

ಪ್ರೇರಣೆ

ಮಂಗಳೂರು ನಗರದ ಉತ್ತರ ಭಾಗದ ವೆಲೆನ್ಸಿಯದಲ್ಲಿ ಸರ್ಕಾರ ತೆರೆದಿದ್ದ ಶಾಲೆಯಲ್ಲಿ ಕೆಳಜಾತಿಯ ಮಕ್ಕಳನ್ನು ಸೆಳೆಯಲು ಮಧ್ಯಾಹ್ನದ ಊಟ ಒದಗಿಸಲೂ ಕ್ರಮ ಕೈಗೊಳ್ಳಲಾಗಿತ್ತು. ವೆಲೆನ್ಸಿಯ ಬಳಿ ನಂದಿಗುಡ್ಡೆ ಮುಟ್ಟಿಕಲ್ ಎಂಬಲ್ಲಿ ತೆರೆದಿದ್ದ ಆ ದಲಿತರ ಶಾಲೆಯಲ್ಲಿ ಬೆಂದೂರು ಬಾಬು ಎಂಬಾತ ನಾಲ್ಕನೇ ತರಗತಿವರೆಗೆ ಕಲಿತಿದ್ದ. ಆತ ಜಿಲ್ಲಾ ನ್ಯಾಯಾಲಯದಲ್ಲಿ ಪೇದೆಯ ಕೆಲಸಕ್ಕೆ ಅರ್ಜಿ ಹಾಕಿದ. ಆತನನ್ನು ಆಗಿದ್ದ ಬ್ರಿಟಿಷ್ ನ್ಯಾಯಾಧೀಶರು ಕೆಲಸಕ್ಕೆ

ನೇಮಕ ಮಾಡಿಕೊಂಡರು. ಈ ವಿಷಯ ತಿಳಿದ ಮೇಲು ಜಾತಿಯವರು ಇದರಿಂದ ಸಮಾಜದ ಸಂಪ್ರದಾಯಕ್ಕೆ ಚ್ಯುತಿಯಾಗುವುದೆಂದು ಒಟ್ಟಾಗಿ ಪ್ರತಿಭಟಿಸಿದರು. ನ್ಯಾಯಾಲಯವನ್ನು ಬಹಿಷ್ಕರಿಸಿ, ನ್ಯಾಯಾಧೀಶರಿಗೆ ಕೊಲೆ ಬೆದರಿಕೆ ಹಾಕಿದರು. ಮೇಲು ಜಾತಿಯ ವಕೀಲರೆಲ್ಲ ನ್ಯಾಯಾಧೀಶರ ಈ ನೇಮಕದ ವಿರುದ್ಧ ಉಗ್ರವಾಗಿ ಪ್ರತಿಭಟಿಸಿ ಕೋರ್ಟ್ ಕಲಾಪಕ್ಕೆ ತಡೆ ಒಡ್ಡಿದರು. ಇದೇ ಸಂದರ್ಭದಲ್ಲಿ ಬೆಂದೂರು ಬಾಬು ನೇಮಕ ಮಾಡಿದ್ದ ಬ್ರಿಟಿಷ್ ನ್ಯಾಯಾಧೀಶರ ವರ್ಗವೂ ಆಯಿತು. ವರ್ಗವಾಗಿ ಹೋಗುವ ಮುನ್ನ ಆ ಬ್ರಿಟಿಷ್ ನ್ಯಾಯಾಧೀಶರು ಬೆಂದೂರು ಬಾಬುವನ್ನೂ ಕುದ್ಮಲ್ ರಂಗರಾವ್ ಅವರನ್ನೂ ತಮ್ಮ ಕಚೇರಿಗೆ ಕರೆಸಿದರು. ಪರಿಸ್ಥಿತಿಯನ್ನು ವಿವರಿಸಿ ಬೆಂದೂರು ಬಾಬುವನ್ನು ಮೇಲು ಜಾತಿಯವರಿಂದ ರಕ್ಷಿಸುವುದಕ್ಕಾಗಿ ಆ ನೇಮಕವನ್ನು ರದ್ದುಪಡಿಸುವುದಾಗಿ ಹೇಳಿದರು. ಜೊತೆಗೆ ರಂಗರಾವ್ ಅವರನ್ನು ಉದ್ದೇಶಿಸಿ 'ಕೋರ್ಟಿನಲ್ಲಿ ಪೇದೆ ಕೆಲಸ ಕೊಡಿಸುವುದರಿಂದ ದಲಿತರ ಉದ್ಧಾರ ಸಾಧ್ಯವಿಲ್ಲ; ಅವರಿಗೆ ವಿದ್ಯಾಭ್ಯಾಸ ಕೊಡಿಸುವಂತೆ ನೀವು ಏನಾದರೂ ಮಾಡಿ' ಎಂದು ಸಲಹೆ ಮಾಡಿದರು. ಅಲ್ಲದೆ, 'ಒಬ್ಬಿಬ್ಬರನ್ನು ನ್ಯಾಯಾಲಯದಲ್ಲಿ ಪೇದೆಯಾಗಿ ಸೇರಿಸುವುದಕ್ಕಿಂತ ಕೆಳಜಾತಿಯವರಿಗೆ ಒಳ್ಳೆಯ ಶಿಕ್ಷಣವನ್ನು ಕೊಡಿಸಿ ಅವರು ಸ್ವಂತವಾಗಿ ಮೇಲೆ ಬರುವಂತೆ ಮಾಡಬಹುದಲ್ಲವೇ? ಅವರು ಆತ್ಮಗೌರವದಿಂದ ಬದುಕುವಂತೆ ನೆರವಾಗಬಹುದಲ್ಲವೇ?' ಎಂದೂ ಸೂಚಿಸಿದರು. ಬಾಬು ನೇಮಕ ಹಾಗೂ ಅದಕ್ಕೆ ಮೇಲು ಜಾತಿಯವರಿಂದ ವ್ಯಕ್ತವಾದ ವಿರೋಧಗಳಿಂದ ವ್ಯಾಕುಲರಾಗಿದ್ದ ರಂಗರಾವ್ ಅವರಿಗೆ ನ್ಯಾಯಾಧೀಶರ ಸೂಚನೆ ತೀವ್ರವಾಗಿ ತಟ್ಟಿತು. ಮನಸ್ಸಿನಲ್ಲಿ ಸಂಕಲ್ಪ ಮಾಡಿಕೊಂಡು ಕಚೇರಿಯಿಂದ ನಿರ್ಗಮಿಸಿದರು.

ಅಂದಿನಿಂದಲೇ ಅವರಿಗೆ ತಾವು ಮಾಡಬೇಕಿರುವ ಕೆಲಸ ಬೇರೆಯದೇ ಎಂದು ತೋರಿತು. ವಕೀಲಿ ವೃತ್ತಿಯಿಂದ ದೂರ ಉಳಿದರು. ದಲಿತ ವರ್ಗದ ಏಳಿಗೆಗೆ ತಮ್ಮ ಸಮಯವನ್ನು ಮೀಸಲಿಟ್ಟರು. ಕೆಳಜಾತಿಯ ಜನ ಎದುರಿಸುತ್ತಿದ್ದ ಸಮಸ್ಯೆಗಳೆಲ್ಲ ಒಂದೊಂದಾಗಿ ಅವರ ಗಮನಕ್ಕೆ ಬರತೊಡಗಿದವು. ಅವರನ್ನು ಸಮಾಜದ ಮೇಲು ಜಾತಿಯವರು ಪಶುಗಳಿಗಿಂತ ಕೀಳಾಗಿ ನೋಡಿಕೊಳ್ಳುತ್ತಾ ಇದ್ದುದನ್ನು ಕಂಡರು. ಅವರ ಶೋಷಣೆ ತೀವ್ರ ಸ್ವರೂಪದ್ದಾಗಿತ್ತು. ಮಾನವರು ಸಹಮಾನವರನ್ನು ಪಶುಗಳಂತೆ ಪರಿಗಣಿಸುತ್ತಿದ್ದ ಪರಿಸ್ಥಿತಿಯನ್ನು ಬದಲಾಯಿಸಲು ಸಂಕಲ್ಪ ತೊಟ್ಟರು. ಮೇಲು– ಕೀಳಿನ ಜಾತಿ ವ್ಯವಸ್ಥೆಯನ್ನು ಬದಲಿಸುವುದು ಹೇಗೆ? ಜಾತಿಪದ್ಧತಿಯ ತಾರತಮ್ಯದ ನಿವಾರಣೆ ಹೇಗೆ? ಸಾಮಾಜಿಕ ಅಸಮಾನತೆ, ಅಸ್ಪೃಶ್ಯತೆಗಳನ್ನು ತೊಡೆದುಹಾಕುವುದು ಹೇಗೆ ಎಂಬ ಚಿಂತೆಯಲ್ಲಿ ದಿನಗಳನ್ನು ಕಳೆದರು. ಎಲ್ಲ ಮಾನವರೂ ಭಗವಂತನ ಸೃಷ್ಟಿಯಲ್ಲಿ ಸಮಾನರು ಎಂಬ ಆದರ್ಶ ತತ್ವವನ್ನು ಅನುಸರಿಸಿ ನಮ್ಮ ಜೀವನವನ್ನು ಸಾರ್ಥಕಪಡಿಸಿಕೊಳ್ಳುವುದು ಹೇಗೆ ಎಂಬ ಯೋಚನೆಯಲ್ಲಿ ಮುಳುಗಿದರು.

ಕೆಳಜಾತಿಯ ಶೋಷಿತರನ್ನು ಮೇಲೆತ್ತುವ ಕೆಲಸ ತಮ್ಮ ಕರ್ತವ್ಯ ಎಂದುಕೊಂಡ ರಂಗರಾವ್ ಅವರು ಅದಕ್ಕಾಗಿ ಜೀವನೋಪಾಯಕ್ಕೆ ಮಾರ್ಗವಾಗಿದ್ದ ವಕೀಲಿ ವೃತ್ತಿಯನ್ನು ತ್ಯಜಿಸುವುದಕ್ಕೂ ಹಿಂಜರಿಯಲಿಲ್ಲ. ಆಗ ಅವರಿಗೆ ಕೇವಲ 30 ವರ್ಷ ವಯಸ್ಸಾಗಿತ್ತು. ದೃಢ ಸಂಕಲ್ಪದಿಂದ ದಲಿತರ ಏಳಿಗೆಗೆ ನಿರ್ಧರಿಸಿದ ಅವರು ದಲಿತರ ಜೀವನಶೈಲಿಯನ್ನು ಮೆಲುಕು ಹಾಕಿದರು. ಮೌಢ್ಯಾಚರಣೆ, ಅಂಧಾನುಕರಣೆ, ಕುರುಡು ನಂಬಿಕೆಗಳನ್ನು ಹೊಂದಿದ್ದ ಕೆಳಜಾತಿಯವರ ಜೀವನ ಶೈಲಿಯಲ್ಲಿ ಸುಧಾರಣೆಗೆ ಮಾರ್ಗಗಳನ್ನು ಚಿಂತಿಸಿದರು. ತಮ್ಮ ಚಿಂತನೆಗಳನ್ನು ಬಂಧು ಉಳ್ಳಾಲ ರಘುನಾಥಯ್ಯ ಅವರೊಂದಿಗೆ ಹಂಚಿಕೊಂಡರು. ಬ್ರಹ್ಮಸಮಾಜದ ಸುಧಾರಕ ಪಂಥಕ್ಕೆ ಸೇರಿದ್ದ ರಘುನಾಥಯ್ಯ ರಂಗರಾವ್ ಅವರ ಯೋಜನೆಗಳನ್ನು ಒಪ್ಪಿಕೊಂಡರು.

ಅಂದಿನ ದಿನಗಳಲ್ಲಿ ದಲಿತರಿಗೆ ಯಾವುದೇ ಶಾಲೆಗಳಲ್ಲಿ ಪ್ರವೇಶ ಇರಲಿಲ್ಲ. ಅವರನ್ನು ಮುಟ್ಟುವುದಕ್ಕೂ ಕೆಲವರು ಹೇಸುತ್ತಿದ್ದರು. ಸಾರ್ವಜನಿಕ ಕೆರೆ, ಬಾವಿಗಳನ್ನು ಅವರು ಬಳಸುವುದು ನಿಷಿದ್ಧವಾಗಿತ್ತು. ದಲಿತರನ್ನು ವಿದ್ಯಾವಂತರನ್ನಾಗಿ ಮಾಡುವುದು ಮತ್ತು ಅವರ ಶ್ರೇಯಸ್ಸಿಗಾಗಿ ದುಡಿಯುವುದು ಅಂದಿನ ಸಮಾಜದ ನಂಬಿಕೆಗೆ ವಿರೋಧವಾಗಿತ್ತು. 'ಶೂದ್ರರು, ದಲಿತರು ವಿದ್ಯಾವಂತರಾದರೆ, ಆರ್ಥಿಕವಾಗಿ ಪ್ರಗತಿ ಹೊಂದಿದರೆ, ಜೀತದ ಕೆಲಸಗಳನ್ನು ಯಾರು ಮಾಡುತ್ತಾರೆ?' ಎಂಬ ಭಯ ಸಮಾಜದ ಮೇಲು ಜಾತಿಗಳಲ್ಲಿತ್ತು. ಆದ್ದರಿಂದ ದಲಿತರಿಗೆ ಶಿಕ್ಷಣ ನೀಡುವುದನ್ನು ವಿರೋಧಿಸುತ್ತಿದ್ದರು.

ಮೊದಲ ಶಾಲೆ

ಶಿಕ್ಷಣವೇ ಕೆಳಜಾತಿಯವರನ್ನು ಉದ್ಧರಿಸಲು ಇರುವ ಮಾರ್ಗ ಎಂಬುದನ್ನು ಖಚಿತಪಡಿಸಿಕೊಂಡ ರಂಗರಾವ್ ಅವರು 1892ರಲ್ಲಿ ಮಂಗಳೂರಿನ ಉರ್ವ ಚಿಲಿಂಬಿಯಲ್ಲಿ ದಲಿತರ ಮಕ್ಕಳಿಗಾಗಿ ಒಂದು ಶಾಲೆಯನ್ನು ತೆರೆದರು. ಅದಕ್ಕಾಗಿ ಸಣ್ಣ ಹುಲ್ಲಿನ ಮನೆಯನ್ನು ಬಾಡಿಗೆಗೆ ಪಡೆದಿದ್ದರು. ಅಲ್ಲಿಗೆ ಕೆಲವೇ ಮಕ್ಕಳು ಬರುತ್ತಿದ್ದರು. ಅದನ್ನು ಸಹಿಸದ ಮೇಲು ಜಾತಿಯವರು, ಮಕ್ಕಳಿಗೆ ಕಿರುಕುಳ ನೀಡತೊಡಗಿದರು. ಅದು ತೀವ್ರಗೊಂಡಾಗ ಅದನ್ನು ಮುಚ್ಚಿದರು. ಒಂದು ಶಾಲೆಯನ್ನು ಮುಚ್ಚಿದ್ದರಿಂದ ರಂಗರಾವ್ ಅವರ ನಿರ್ಧಾರ ಸಡಿಲವಾಗಲಿಲ್ಲ. ಅವರು ಕಂಕನಾಡಿ, ಬೋಳೂರಿನಲ್ಲಿ ಪ್ರಾಥಮಿಕ ಶಾಲೆಗಳನ್ನು ತೆರೆದರು. ಅಲ್ಲಿಗೂ ಮೇಲು ಜಾತಿಯವರ ವಿರೋಧ, ಅಸಹಕಾರ ಕಾಲಿಟ್ಟಿತು. ಶಾಲೆಯಲ್ಲಿ ದಲಿತ ಮಕ್ಕಳಿಗೆ ಪಾಠ ಮಾಡುವುದಕ್ಕೆ ಹಿಂದೂ ಶಿಕ್ಷಕರು ನಿರಾಕರಿಸಿದರು. ಈ ಪರಿಸ್ಥಿತಿಯಲ್ಲಿ ರಂಗರಾವ್ ಕ್ರೈಸ್ತ ಅಧ್ಯಾಪಕರನ್ನು ನೇಮಿಸಿಕೊಂಡರು. ಮಂಗಳೂರಿನ ಶೇಡಿಗುಡ್ಡೆಯ ಕೋರ್ಟ್‌ಗುಡ್ಡೆ ಇಳಿಜಾರು ಸ್ಥಳದಲ್ಲಿಯೂ ಒಂದು ಶಾಲೆ ತೆರೆದರು. ವೃತ್ತಿಪರ ಶಿಕ್ಷಣವನ್ನು ನೀಡುವ ಕೈಗಾರಿಕೆ ತರಬೇತಿ ಶಾಲೆಯನ್ನೂ ಶೇಡಿಗುಡ್ಡೆಯಲ್ಲಿ ತೆರೆದರು. ಅಲೆಮಾರಿಯಾಗಿದ್ದ ಮೂಲನಿವಾಸಿ

ಕೊರಗರ ಹತ್ತು ಕುಟುಂಬಗಳಿಗೆ ಶೇಡಿಗುಡ್ಡೆಯಲ್ಲಿಯೇ ಆಶ್ರಯ ಕೊಟ್ಟರು. ಬುಟ್ಟಿ ಹೆಣೆಯುವ ಅವರ ಕರಕುಶಲ ವೃತ್ತಿಗೆ ಆವಶ್ಯಕ ಸಹಾಯ ಮಾಡಿದರು.

ಶೇಡಿಗುಡ್ಡೆಯಲ್ಲಿ ದಲಿತ ವಿದ್ಯಾರ್ಥಿನಿಯರಿಗೆ ಹೆಣ್ಣು ಮಕ್ಕಳ ವಸತಿ ನಿಲಯವನ್ನು ಕಟ್ಟಿಸಿದರು. ತಾವು ಸ್ಥಾಪಿಸಿದ ಶಾಲೆಗಳಲ್ಲಿ ನಾಲ್ಕನೇ ತರಗತಿವರೆಗೆ ಕಲಿತ ದಲಿತ ಯುವಕರನ್ನು ಶಿಕ್ಷಕ ತರಬೇತಿ ಸಂಸ್ಥೆಗಳಿಗೆ ಕಳುಹಿಸಿ ಅಲ್ಲಿ ಹೆಚ್ಚಿನ ಕಲಿಕೆಗೆ ಆಸ್ಪದ ಕಲ್ಪಿಸಿದರು. ಅಲ್ಲಿ ತರಬೇತಿ ಪಡೆದವರನ್ನು ತಮ್ಮ ಇತರ ಶಾಲೆಗಳಿಗೆ ಅಧ್ಯಾಪಕರಾಗಿ ನೇಮಿಸಿದರು.

ಪ್ರಾರಂಭಗೊಂಡ ಕೆಲವೇ ವರ್ಷಗಳಲ್ಲಿ ರಂಗರಾವ್ ಕರಾವಳಿ ಜಿಲ್ಲೆಯ ಅತ್ತಾವರ, ಬಾಬುಗುಡ್ಡೆ, ದಡ್ಡಲಕಾಡು, ಉಳ್ಳಾಲ, ಮೂಲ್ಕಿ ಮತ್ತು ಉಡುಪಿಯ ನೇಜಾರು ಹಾಗೂ ಬನ್ನಂಜೆಯಲ್ಲಿ ಶಾಲೆಗಳನ್ನು ತೆರೆದರು. ಈ ಶಾಲೆಗಳಿಗೆ ದಲಿತರ ಮಕ್ಕಳಷ್ಟೇ ಅಲ್ಲದೆ ಇತರೆ ಹಿಂದುಳಿದ ವರ್ಗಗಳವರ ಮಕ್ಕಳೂ ಬರುತ್ತಿದ್ದರು. ರಂಗರಾವ್‌ರು ಆರಂಭಿಸಿದ ಈ ಶಾಲೆಗಳನ್ನೆಲ್ಲ ಆಗ ಪಂಚಮರ ಶಾಲೆಗಳೆಂದೇ ಹೆಸರಾಗಿದ್ದವು.

ಪಂಚಮರ ಶಾಲೆಗಳಲ್ಲಿ ಕಲಿತು ಶಿಕ್ಷಕ ತರಬೇತಿ ಪಡೆದು ಅವೇ ಶಾಲೆಗಳಲ್ಲಿ ಅಧ್ಯಾಪಕರಾಗಿ ಕೆಲಸ ಮಾಡಿದವರ ಕೆಲವು ಹೆಸರುಗಳನ್ನು ಈಚೆಗೆ ಪತ್ತೆ ಮಾಡಲಾಗಿದೆ. ಮುಂಡಪ್ಪ ಮಾಸ್ಟರ್, ಬೆಂದೂರು ಬಾಬು ಮಾಸ್ಟರ್ (ಇವರು ಕೋರ್ಟಿನಲ್ಲಿ ಕೆಲಸ ಪಡೆದಾಗ ಮೇಲು ಜಾತಿಯವರ ತೀವ್ರ ವಿರೋಧ ಎದುರಿಸಬೇಕಾಗಿತ್ತು), ಬ್ಯಾರಿಪಳ್ಳ ಅಂಗಾರ ಮಾಸ್ಟರ್, ಪುಟ್ಟ ಮಾಸ್ಟರ್, ಬಸವ ಮಾಸ್ಟರ್, ಕಾಪಿಕಾಡ್ ಪದ್ದು ಮಾಸ್ಟರ್, ಗುರುವ ಮಾಸ್ಟರ್, ಜೆ.ಬಾಬು ಮಾಸ್ಟರ್, ಕೊರಗ ಮಾಸ್ಟರ್, ಯು.ಕೋಟಿ ಮಾಸ್ಟರ್. ಗೋವಿಂದ ಮಾಸ್ಟರ್ (ಉಡುಪಿ).

ರಂಗರಾವ್ ಅವರು ದಲಿತರ ಮಕ್ಕಳ ಮೈಕೈ ತೊಳೆದು, ಅವರನ್ನು ಶುಚಿಗೊಳಿಸುತ್ತಿದ್ದರು. ದಲಿತರ ಮನೆಗಳಿಗೆ ಹೋಗಿ ಮಕ್ಕಳ ತಲೆ ನೇವರಿಸಿ, ಅವರ ಜೊತೆ ಕುಳಿತು ಊಟ ಮಾಡಿದರು. ದಲಿತರ ಹಟ್ಟಿಗಳಲ್ಲಿ ಮಲಗಿ ಅವರ ಮನಸ್ಸು ಗೆದ್ದರು. ಅವರ ಮಕ್ಕಳನ್ನು ಶಾಲೆಗೆ ಸೇರಿಸುವಂತೆ ಮನ ಒಲಿಸಿದರು. ಪಂಚಮ ಶಾಲೆಗಳಿಗೆ ಬರುತ್ತಿದ್ದ ಮಕ್ಕಳ ಹಾಜರಾತಿಯನ್ನು ಉತ್ತಮಪಡಿಸಲು ಅವರಿಗೆ ಪ್ರೋತ್ಸಾಹ ಧನ ನೀಡುವ ಯೋಜನೆಯನ್ನು ರಂಗರಾವ್ ಅವರು ಆರಂಭಿಸಿದ್ದರು. ಶಾಲೆಗೆ ಹಾಜರಾಗುವ ದಿನ ಎರಡರಿಂದ ನಾಲ್ಕು ಕಾಸಿನಂತೆ ಮಕ್ಕಳಿಗೆ ಕೊಡಲಾಗುತ್ತಿತ್ತು. ಇದು ಮಕ್ಕಳನ್ನು ಶಾಲೆಗೆ ಕಳುಹಿಸುವುದಕ್ಕೆ ಅವರ ಹೆತ್ತವರಿಗೂ ಉತ್ತೇಜನಕಾರಿಯಾಗಿತ್ತು. ಎರಡು ಕಾಸಿಗೂ ಆಗ ಬೆಲೆ ಇದ್ದ ಕಾರಣ ಮಕ್ಕಳನ್ನು ಶಾಲೆಗೆ ಕಳುಹಿಸುವುದು ಲಾಭದ ಬಾಬತ್ತು ಕೂಡ ಆಗಿತ್ತು.

ಡಿಪ್ರೆಸ್ಡ್ ಕ್ಲಾಸಸ್ ಮಿಷನ್

ತಮ್ಮ ಸ್ವಂತದ ದುಡಿಮೆ ಹಾಗೂ ಗೆಳೆಯರ ಉದಾರ ನೆರವಿನಿಂದ ಹೀಗೆ ಪಂಚಮರ ಶಾಲೆಗಳನ್ನು ನಡೆಸುತ್ತಿದ್ದ ರಂಗರಾವ್ ಅವರು ತಮ್ಮೆಲ್ಲ ಚಟುವಟಿಕೆಗಳಿಗೆ ಅಗತ್ಯವಾಗಿ 1897ರಲ್ಲಿ ಮಂಗಳೂರಿನ ಕೊಡಿಯಾಲಬೈಲಿನಲ್ಲಿ 'ಡಿಪ್ರೆಸ್ಡ್ ಕ್ಲಾಸಸ್ ಮಿಷನ್' (ಡಿಸಿಎಂ) ಎಂಬ ಸಂಘಟನೆಯನ್ನು ಹುಟ್ಟುಹಾಕಿದರು. ಅದಕ್ಕೆ ಬ್ರಹ್ಮಸಮಾಜದ ರಘುನಾಥಯ್ಯ ಅವರನ್ನು ಕಚೇರಿ ಕಾರ್ಯದರ್ಶಿಯಾಗಿ ಆಯ್ಕೆ ಮಾಡಿಕೊಂಡರು.

ತಮ್ಮ ಡಿಸಿಎಂ ಸಂಸ್ಥೆಯ ಧ್ಯೇಯೋದ್ದೇಶಗಳ ಬಗ್ಗೆ ರಂಗರಾವ್ ಅವರಲ್ಲಿ ಸ್ಪಷ್ಟನೆ ಇತ್ತು. ದಲಿತರಿಗೆ ಶಿಕ್ಷಣ, ಅವರಿಗೆ ಉದ್ಯೋಗ ಮತ್ತು ಅವರು ಸಮಾಜದ ಮುಖ್ಯವಾಹಿನಿಯಲ್ಲಿ ಸೇರಿಕೊಳ್ಳುವಂತೆ ಸನ್ನಡತೆಯ ಧಾರ್ಮಿಕ ಶಿಕ್ಷಣ ನೀಡುವುದು ಅವರ ಪ್ರಮುಖ ಉದ್ದೇಶವಾಗಿತ್ತು. ಅವರ ಎಲ್ಲ ಚಟುವಟಿಕೆಗಳೂ ಡಿಸಿಎಂ ಸಂಸ್ಥೆಯ ಮೂಲಕವೇ ನಡೆಯುವಂತೆ ಕಚೇರಿ ಹಾಗೂ ಸಿಬ್ಬಂದಿಯ ವ್ಯವಸ್ಥೆಗಳನ್ನು ಮಾಡಿಕೊಂಡರು.

ದಲಿತರ ಬದುಕಿನ ಬವಣೆಯನ್ನು ಚೆನ್ನಾಗಿ ಅರಿತಿದ್ದ ರಂಗರಾವ್ ಅವರು ಅವರ ಜೀವನಶೈಲಿಯಲ್ಲಿ ಬದಲಾವಣೆ ತರುವುದರಲ್ಲಿ ಆಸಕ್ತಿ ವಹಿಸಿದರು. ಅವರು ಗಮನಿಸಿದ್ದಂತೆ ಆಗಿನ ದಲಿತರ ಸಮುದಾಯ ಪ್ರಾಣಿಗಳಂತೆ ಬದುಕುವುದಕ್ಕೆ ಒಗ್ಗಿ ಹೋಗಿತ್ತು. ಹೊಟ್ಟೆ-ಬಟ್ಟೆಯ ಕನಿಷ್ಠ ಅಗತ್ಯಗಳನ್ನು ಪೂರೈಸುವುದಕ್ಕೆ ಮೇಲುಜಾತಿಯವರ ತೋಟ, ಪ್ಲಾಂಟೇಶನ್ನುಗಳಲ್ಲಿ ಗಾಣದ ಎತ್ತುಗಳಂತೆ ದುಡಿಯುತ್ತಿದ್ದರು. ತಾವೂ ಮನುಷ್ಯರು ಎಂಬುದನ್ನು ಮರೆತವರಂತೆ ಕನಿಷ್ಠ ರೀತಿಯಲ್ಲಿ ಬದುಕುತ್ತಿದ್ದರು. ಸ್ವಂತದ ಅಗತ್ಯ, ಬೇಡಿಕೆಗಳ ಬಗ್ಗೆ ಅವರಿಗೆ ಕಿಂಚಿತ್ತೂ ಅರಿವು ಇರಲಿಲ್ಲ. ದಟ್ಟ ಕಾಡುಗಳಲ್ಲಿ ಬಿದಿರು ಗಳು ಜೋಡಿಸಿ ಹುಲ್ಲಿನ ಮಾಡುಗಳನ್ನು ಕತ್ತರಿ ಆಕಾರದಲ್ಲಿ ನಿರ್ಮಿಸಿಕೊಳ್ಳುತ್ತಿದ್ದರು. ಅವರ ಗುಡಿಸಲುಗಳನ್ನು ಕೊಪ್ಪ ಎಂದು ಕರೆಯಲಾಗುತ್ತಿತ್ತು. ಮೈ ಮುಚ್ಚಿಕೊಳ್ಳಲು ಬಟ್ಟೆಯಿಲ್ಲದೆ ಮೇಲು ಜಾತಿಯವರು ಉಟ್ಟು ಬಿಸಾಕಿದ ಚಿಂದಿ ಬಟ್ಟೆಗಳನ್ನು ಧರಿಸುತ್ತಿದ್ದರು. ಬೇಟೆಯಾಡಿದ ಪ್ರಾಣಿಗಳು, ಗೆಡ್ಡೆ ಗೆಣಸುಗಳು, ಅಡವಿಯ ಸೊಪ್ಪು ಸದೆಗಳನ್ನು ತಿನ್ನುತ್ತಿದ್ದ ಅವರಿಗೆ ನಾಳೆಗೆ ಏನು ಎಂಬುದೇ ಅನಿಶ್ಚಿತವಾಗಿತ್ತು. ಕಷ್ಟಪಟ್ಟು ದುಡಿಯಬಲ್ಲ ಆ ಜನ ಮೌಢ್ಯದ ಮೊತ್ತವಾಗಿದ್ದರು. ಹಿಂದಿನ ಜನ್ಮದ ಪಾಪಕರ್ಮಗಳಿಂದ ಈ ಜನ್ಮದಲ್ಲಿ ಅಂಥ ದುರವಸ್ಥೆಯಲ್ಲಿರುವುದೆಂಬ ಭಾವ ಅವರ ತಲೆಯೊಳಗೆ ತುಂಬಿ ಹೋಗಿತ್ತು. ಅಂಧಶ್ರದ್ಧೆ, ಕುರುಡು ನಂಬಿಕೆಯಿಂದ ಸಂಸ್ಕೃತಿದೂರವಾಗಿ ಪ್ರಾಣಿಗಳಂತೆ ಬದುಕುತ್ತಿದ್ದರು. ಸಮಾಜದ ಮುಖ್ಯವಾಹಿನಿಯಿಂದ ಬಹು ದೂರ ಇದ್ದರು.

ಈ ನತದೃಷ್ಟ ಜನರ ಬದುಕಿನಲ್ಲಿ ಬದಲಾವಣೆ ತರುವುದಕ್ಕೆ ರಂಗರಾವ್ ಚಿಂತಿಸಿದರು. ಅವರೆಲ್ಲ ಶಿಕ್ಷಣ ಪಡೆದು ಸಮಾಜದ ಉಳಿದವರಂತೆ

ಸುಸಂಸ್ಕೃತರಾಗಿ ಬದುಕುವ ಕನಸು ಕಂಡರು. ದಲಿತರು ಮತ್ತು ಗುಡ್ಡಗಾಡುಗಳಲ್ಲಿ ನೆಲೆಸಿದ್ದ ಗಿರಿಜನರು ಶಿಕ್ಷಣ ಗಳಿಸಿ ಸಮಾಜದ ಎಲ್ಲರ ಜೊತೆಗೆ ಸಹ ಮಾನವರಾಗಿ ಬದುಕುವಂತೆ ನೋಡುವುದು ಅವರ ಏಕೈಕ ಗುರಿಯಾಗಿತ್ತು. ತಮ್ಮ ಶಾಲೆಗಳಲ್ಲಿ ಕಲಿತವರು ಸಣ್ಣ ಸಣ್ಣ ಕೌಶಲ್ಯಗಳನ್ನು ಕಲಿತು ಸ್ವಂತವಾಗಿ ಗಳಿಸಿ ಸ್ವಾವಲಂಬಿಯಾಗುವಂತೆ ಮಾಡುವುದು ಅವರ ಉದ್ದೇಶವಾಗಿತ್ತು. ಅವರೆಲ್ಲ ಸ್ವಂತ ಉದ್ಯೋಗ ಮಾಡುವುದು ಎಣಿಸಿದಷ್ಟು ಸುಲಭವಿರಲಿಲ್ಲ. ಅದಕ್ಕೆ ಹಣ ಬೇಕಿತ್ತು. ಮೇಲು ಜಾತಿಯವರ ವಿರೋಧವಂತೂ ಇದ್ದೇ ಇತ್ತು. ಆದರೂ ಸಿಂಹದ ಹೃದಯದಂತೆ ತಮ್ಮ ಗುರಿಯಲ್ಲಿ ಸದೃಢರಾಗಿದ್ದ ರಂಗರಾವ್ ಅವರು ತಮಗೆ ಎದುರಾದ ಸಂಕಷ್ಟಗಳನ್ನೆಲ್ಲ ನಿವಾರಿಸಿಕೊಂಡು ದಲಿತರ ಬದುಕಿನಲ್ಲಿ ಸುಧಾರಣೆಯನ್ನು ತರುವ ಮಾರ್ಗದಲ್ಲಿ ಮುನ್ನಡೆದರು.

ದಲಿತರಿಗೆ ಸ್ವತಂತ್ರವಾಗಿ ದುಡಿಯುವ ಅವಕಾಶ ಸಿಗುವುದು ಅವರಿಗೆ ಭೂಮಿಯ ಒಡೆತನ ಬಂದಾಗ ಎಂಬುದು ಅವರ ವಿಶ್ವಾಸವಾಗಿತ್ತು. ಜಿಲ್ಲೆಯ ಅಂದಿನ ಶ್ರೀಮಂತರಿಂದ ಜಮೀನನ್ನು ಕ್ರಯಕ್ಕೆ ಹಾಗೂ ಮೂಲಗೇಣಿಗೆ ಪಡೆದು ದಲಿತರಿಗೆ ಕೃಷಿ ಮಾಡಲು ಹಾಗೂ ಮನೆಗಳನ್ನು ಕಟ್ಟಿಕೊಳ್ಳಲು ವಿತರಿಸಿದರು. ಅವರು ಉಪವೃತ್ತಿ ಕೈಗೊಳ್ಳಲು ನೆರವು ನೀಡಿದರು. ಉಡುಪಿ ಮತ್ತು ಪುತ್ತೂರಿನಲ್ಲಿ ಕೊರಗರಿಗೆ ದರಖಾಸ್ತು ಜಮೀನುಗಳನ್ನು ಕೊಡಿಸಿದರು. ಬಿಜೈ ಕಾಪಿಕಾಡು, ದಡ್ಡಲಕಾಡು ಮತ್ತು ಇನ್ನಿತರ ಕಾಲೋನಿಗಳಲ್ಲಿ ದಲಿತರಿಗೆ ಜಮೀನು ವಿತರಣೆ ಮಾಡುವಾಗ ರಂಗರಾವ್ ಅವರು 'ಜಮೀನನ್ನು ದಲಿತರಲ್ಲದವರಿಗೆ ಯಾವ ಕಾರಣದಿಂದಲೂ ಪರಭಾರೆ ಮಾಡಬಾರದು. ದಲಿತರಿಗೆ ಪರಭಾರೆ ಮಾಡುವುದಿದ್ದರೂ ತಮ್ಮ ಡಿಸಿಎಂ ಸಂಸ್ಥೆಯ ಅನುಮತಿ ಪಡೆಯಬೇಕು' ಎಂಬ ನಿಬಂಧನೆ ವಿಧಿಸಿದ್ದರು. ಅದಕ್ಕಾಗಿ ಆಗಿನ ಜಮೀನ್ದಾರರುಗಳಿಂದ ಲಭ್ಯವಿದ್ದ ಜಮೀನು ಕೊಂಡರು. ಕೆಲವು ಕಡೆ ಆಗ ಪ್ರಚಲಿತವಿದ್ದ ಮೂಲಗೇಣಿಗೆ ಇಲ್ಲವೇ ಚಾಲಗೇಣಿಗೆ ಗದ್ದೆಗಳನ್ನು ವಹಿಸಿಕೊಂಡರು. ಮೂಲಗೇಣಿಯಿಂದ ಪಾರಂಪರಿಕ ಹಕ್ಕು ಬರುವುದಿತ್ತು. ಚಾಲಗೇಣಿಯಿಂದ ತತ್ಕಾಲಕ್ಕೆ ಬೇಸಾಯಕ್ಕೆ ಭೂಮಿ ಸಿಗುತ್ತಿತ್ತು. ಹೀಗೆ ಪಡೆದ ಜಮೀನನ್ನು ಈ ದಲಿತರಿಗೆ ನೀಡಿ ಬೇಸಾಯ ಕೈಗೊಳ್ಳಲು ಉತ್ತೇಜಿಸಿದರು. ಅವರಿಗೆ ವಾಸಕ್ಕೆ ಮನೆಗಳನ್ನೂ ನಿರ್ಮಿಸಿ ಕೊಟ್ಟರು.

ಪ್ರತ್ಯೇಕ ಕಾಲೊನಿ

ಮಂಗಳೂರು ಸನಿಹದ ಕಾಪಿಕಾಡಿನಲ್ಲಿ ದಲಿತರಿಗಾಗಿ ಪ್ರತ್ಯೇಕ ಕಾಲೋನಿಯನ್ನು ನಿರ್ಮಿಸಿದರು. ಅಲ್ಲೊಂದು ಸಭಾಭವನವನ್ನೂ ಕಟ್ಟಿಸಿದರು. ಆ ಸಭಾಭವನದಲ್ಲಿ ನಿತ್ಯವೂ ಸೇರಬೇಕು. ಪ್ರಾರ್ಥನೆ, ಭಜನೆಗಳನ್ನು ಹಾಡಬೇಕು ಎಂದು ಅಲ್ಲಿನ ನಿವಾಸಿಗಳಿಗೆ ತಾಕೀತು ಮಾಡಿದರು. ಅದರಂತೆ ಪ್ರತಿ ಶನಿವಾರ ಸಂಜೆ ಸಭಾಭವನದಲ್ಲಿ ಸೇರುತ್ತಿದ್ದ ದಲಿತರು ಭಜನೆ ಹಾಗೂ ಸಾಮೂಹಿಕ

ಪ್ರಾರ್ಥನೆಗಳನ್ನು ಮಾಡಲಾರಂಭಿಸಿದರು. ಅದೊಂದು ಸಾರ್ವಜನಿಕ ಕೂಟದಂತೆ ಇತ್ತು. ಅಲ್ಲಿ ಅವರ ಸಾಂಸ್ಕೃತಿಕ ಚಟುವಟಿಕೆಗಳನ್ನು ನಡೆಸುವುದಕ್ಕೂ ಉತ್ತೇಜನವಿತ್ತು. ಅಲ್ಲಿನ ನಿವಾಸಿಗಳಿಗೆಲ್ಲ ಕೇಶ ಮುಂಡನ ಮಾಡಿಸಿ, ಅವರೆಲ್ಲ ಸನಿಹದಲ್ಲಿದ್ದ ತೊರೆಯಲ್ಲಿ ಸ್ನಾನ ಮಾಡುವಂತೆ ರಂಗರಾವ್ ಅವರು ಹೇಳುತ್ತಾ ಇದ್ದುದರಿಂದ ದಲಿತರು ದೇವಾಲಯಗಳ ಬಳಿ ಸುಳಿಯುವುದಕ್ಕೆ ಮೊದಲು ಸ್ನಾನ ಮಾಡುವ ಅಭ್ಯಾಸವನ್ನು ರೂಢಿಸಿಕೊಂಡರು.

ಡಿಸಿಎಂ ಸಂಸ್ಥೆಯ ಮೂಲಕ ವಿತರಿಸಿದ್ದ ಜಮೀನಿನ ಬಗ್ಗೆ ಕೆಲವು ಕಟ್ಟಳೆಗಳನ್ನೂ ರಂಗರಾವ್ ಅವರು ವಿಧಿಸಿದ್ದರು. ಮೊಟ್ಟಮೊದಲನೆಯದಾಗಿ ಅವರು ತಮಗೆ ನೀಡಲಾಗಿದ್ದ ಜಮೀನನ್ನು ಯಾರಿಗೂ ಮಾರುವಂತಿರಲಿಲ್ಲ. ಮಾರುವುದಿದ್ದರೂ ತಮ್ಮಂತೆ ದಲಿತರಿಗೆ ಮಾತ್ರವೇ ಮಾರಬಹುದಿತ್ತು. ಆದರೆ, ಅದಕ್ಕೆ ಡಿಸಿಎಂ ಸಂಸ್ಥೆಯ ಅನುಮತಿ ಪಡೆಯುವುದು ಕಡ್ಡಾಯವಾಗಿತ್ತು. ಬಿಜೈ ಕಾಪಿಕಾಡು ಮತ್ತು ದಡ್ಡಲಕಾಡು ಬಳಿ ದಲಿತರಿಗಾಗಿ ನಿರ್ಮಿಸಿದ್ದ ಎರಡೂ ಕಾಲೊನಿಗಳಿಗೆ ಪ್ರವೇಶ ದ್ವಾರಗಳನ್ನು ನಿರ್ಮಿಸಿ ಅವುಗಳಿಗೆ ದೊಡ್ಡ ಗೇಟುಗಳನ್ನು ಹಾಕಿಸಿದ್ದರು. ಪೊಲೀಸರು, ಸರ್ಕಾರಿ ಅಧಿಕಾರಿಗಳು ಇಲ್ಲವೆ ಇನ್ನಿತರರು ಆ ಕಾಲೊನಿಗಳಿಗೆ ಪ್ರವೇಶಿಸುವುದಿದ್ದರೆ ಅವರು ರಂಗರಾವ್ ಅವರ ಅನುಮತಿ ಪಡೆಯಬೇಕಿತ್ತು. ದಲಿತರ ವಸತಿ ಪ್ರದೇಶಗಳಲ್ಲಿ ಶಿಸ್ತನ್ನು ತರುವುದಕ್ಕೆ ಅವರು ಈ ಕಟ್ಟುಪಾಡನ್ನು ತಂದಿದ್ದರು. ಅಮಾಯಕ ದಲಿತರನ್ನು ಹಾದಿ ತಪ್ಪಿಸಲು ಮೇಲು ಜಾತಿಯವರು ನಡೆಸುತ್ತಿದ್ದ ವಿಕೃತ ಹುನ್ನಾರವನ್ನು ಎದುರಿಸಲು ರಂಗರಾವ್ ಈ ಎಚ್ಚರಿಕೆ ವಹಿಸಿದ್ದರು.

ದಲಿತರಿಗೆ ಪ್ರತ್ಯೇಕ ವಸತಿ ಕಾಲೊನಿಗಳನ್ನು ಕಟ್ಟಿಸಿದ ಪ್ರಯೋಗವನ್ನು ಇತರ ಕಡೆಗೂ ವಿಸ್ತರಿಸಿದರು. ಉಡುಪಿ ಸನಿಹದ ಬನ್ನಂಜೆ, ಉದ್ಯಾವರದಲ್ಲಿ ಜಮೀನು ಹಂಚಿಕೊಟ್ಟರಲ್ಲದೆ, ಮಂಗಳೂರು ಸನಿಹದ ಪಣಂಬೂರು, ತಣ್ಣೀರುಬಾವಿ, ಬೈಕಂಪಾಡಿಯಲ್ಲಿ ಪ್ರತ್ಯೇಕ ಕಾಲೊನಿಗಳನ್ನು ರೂಪಿಸಿದರು. ಮಂಗಳೂರಿನ ಬಾಬುಗುಡ್ಡೆಯಲ್ಲಿ ಒಂದಿಷ್ಟು ಜಮೀನನ್ನು ದಲಿತರಿಗೆ ಹಂಚಿಕೊಟ್ಟರು. ಅಲ್ಲಿಯೇ ಪ್ರಾಥಮಿಕ ಶಾಲೆಯೊಂದನ್ನು ಸರ್ಕಾರದ ನೆರವಿನಿಂದ ಆರಂಭಿಸಿದರು.

ರಂಗರಾವ್ ಅವರ ಸಾಮಾಜಿಕ ಸೇವೆಯನ್ನು ಗಮನಿಸುತ್ತಿದ್ದ ಅವರ ಬಂಧು ಡಾ. ಬೆನಗಲ್ ರಾಘವೇಂದ್ರರಾವ್ ಅವರು ಉಡುಪಿ ಸನಿಹದಲ್ಲಿದ್ದ ತಮ್ಮ ಸ್ವಂತ ಜಮೀನಿನಲ್ಲಿ ಏಳು ಎಕರೆಯನ್ನು ರಂಗರಾವ್ ಅವರಿಗೆ ದಾನ ಕೊಟ್ಟರು. ಅದನ್ನು ರಂಗರಾವ್ ಅವರು ಅಲ್ಲಿ ನೆಲೆ ಇಲ್ಲದ ದಲಿತ ಕುಟುಂಬಗಳಿಗೆ ಹಂಚಿಕೊಟ್ಟರು.

ಕುಂಜಿಬೆಟ್ಟು ವಸತಿ ಪ್ರದೇಶದಲ್ಲಿ ದಲಿತರಿಗಾಗಿ ಕುಡಿಯುವ ನೀರಿನ ಎರಡು ಬಾವಿಗಳನ್ನು ತೋಡಿಸಿದರು. ಅಲ್ಲದೆ, ತಮ್ಮ ಶಾಲೆಗಳಲ್ಲಿ ಶಿಕ್ಷಣ ಪಡೆದ ದಲಿತ ಮಕ್ಕಳಿಗೆ ಆಗಿನ ಪಂಚಾಯತ್ ಮತ್ತು ಮುನಿಸಿಪಾಲಿಟಿಗಳಲ್ಲಿ ಉದ್ಯೋಗ

ಕೊಡಿಸಲು ಶ್ರಮಿಸಿದರು. ಈ ಬಗೆಯ ಸೇವಾ ಕರ್ಮಗಳಿಂದ ರಂಗರಾವ್ ಅವರು ದಲಿತರಲ್ಲಿ ಸಾಮಾಜಿಕ ಜಾಗೃತಿ ಮೂಡಿಸಿದರು.

ರಂಗರಾವ್ ಅವರಿಗೆ ಮೂಲಶಿಕ್ಷಣದ ಅಗತ್ಯದ ಅರಿವಿತ್ತು. ತಮ್ಮ ಶಾಲೆಗಳಲ್ಲಿ ಮೂಲ ಶಿಕ್ಷಣವನ್ನು ಜಾರಿಗೆ ತಂದಿದ್ದರು. ಅಕ್ಷರ ಕಲಿಕೆಯೊಂದಿಗೆ ಒಂದಲ್ಲ ಒಂದು ಕಸುಬನ್ನು ಕಲಿಸಲು ಆದ್ಯತೆ ನೀಡಿದರು. ಬಡಗಿ ಕೆಲಸ, ನೇಯ್ಗೆ, ತೋಟಗಾರಿಕೆ, ಕಸೂತಿ ಮತ್ತು ರೇಷ್ಮೆ ಹುಳಸಾಕಣೆ, ಕಸೂತಿ, ಚಿತ್ರ ಬರೆಯುವುದು, ತಕಲಿಯಲ್ಲಿ ನೂಲು ಸುತ್ತುವುದು ಮೊದಲಾದವನ್ನು ಕಲಿಸಲಾಗುತ್ತಿತ್ತು. ಡಿಸಿಎಂ ಶಾಲೆಯಲ್ಲಿ ಕಲಿತಿದ್ದ ಪದ್ದು ಮಾಸ್ಟರ್ ಬನ್ನಂಜೆಯ ಆಶ್ರಮಶಾಲೆಗೆ ನಿಯೋಜಿತರಾದರು. ಅಲ್ಲಿನ ಪಂಚಮಶಾಲೆಯಲ್ಲಿ ಕಲಿತ ದಲಿತ ಯುವಕರು ಕುಂದಾಪುರ, ಹಂಗಾರಕಟ್ಟೆ, ಬ್ರಹ್ಮಾವರ, ಮಲ್ಪೆ, ಚಿಟ್ಪಾಡಿ, ಥೋನ್ಸೆ ಮತ್ತು ಉದ್ಯಾವರದಲ್ಲಿ ಮೂಲಶಿಕ್ಷಣದ ಪಂಚಮಶಾಲೆಗಳನ್ನು ಆರಂಭಿಸಿದರು.

ಕರಾವಳಿ ಪ್ರದೇಶ ಕೃಷಿಯನ್ನೇ ಆಧರಿಸಿದ್ದೆಂಬುದು ರಂಗರಾವ್ ಅವರಿಗೆ ಮನವರಿಕೆಯಾಗಿದ್ದರಿಂದ ಕೃಷಿಗೆ ಪೂರಕವಾಗಿದ್ದ ಕಸುಬುಗಳನ್ನು ಕಲಿಸುವುದಕ್ಕೆ ಆದ್ಯತೆ ನೀಡಿದರು. ಅವರಿಗೆ ದೂರದೃಷ್ಟಿ ಇತ್ತು. ದಾರ್ಶನಿಕನಂತೆ ಭವಿಷ್ಯದ ಬಗ್ಗೆ ಸ್ಪಷ್ಟತೆ ಇತ್ತು. ಅದನ್ನು ಅನುಷ್ಠಾನಕ್ಕೆ ತರುವ ಬುದ್ಧಿಮತ್ತೆಯೂ ಇತ್ತು. ಯಾವುದಾದರೊಂದು ಕೆಲಸವನ್ನು ಆರಂಭಿಸಲು ಎರಡು ಸಲ ಯೋಚನೆ ಮಾಡುತ್ತಿದ್ದರು. ಆದರೆ, ಒಮ್ಮೆ ನಿರ್ಧರಿಸಿದ ಮೇಲೆ ಅದರಿಂದ ಹಿಂದೆ ಸರಿಯುತ್ತಿರಲಿಲ್ಲ ಎಂದು ಅವರ ಬಗ್ಗೆ ಬರೆದಿರುವ ದಲಿತ ಚಿಂತಕ ಪಿ.ಕಮಲಾಕ್ಷ ಹೇಳಿಕೊಂಡಿದ್ದಾರೆ.

ಅವರು ಮಂಗಳೂರು, ತೋಕೂರು, ಬೋಳೂರು, ದಡ್ಡಲಕಾಡು, ಜೆಪ್ಪು, ಅತ್ತಾವರ, ತಲಪಾಡಿ, ಉಳ್ಳಾಲ, ಮೂಲ್ಕಿ, ಉಡುಪಿ, ಬನ್ನಂಜೆ, ನೇಜಾರು, ಪುತ್ತೂರು ಮುಂತಾದ ಕಡೆ ಸ್ಥಾಪಿಸಿದ ಶಾಲೆಗಳನ್ನು ಹಲವು ವರ್ಷಗಳ ಕಾಲ ತಾವೇ ಸ್ವಂತವಾಗಿ ಡಿಸಿಎಂ ಸಂಸ್ಥೆಯ ಮೂಲಕ ನಡೆಸಿಕೊಂಡು ಬಂದರು. ಆದರೆ ನಂತರ ಆರ್ಥಿಕ ಬಿಕ್ಕಟ್ಟಿನ ಕಾರಣ ಕೆಲವನ್ನು ಸರ್ಕಾರದ ವಶಕ್ಕೆ ಒಪ್ಪಿಸಬೇಕಾಯಿತು. ಸರ್ಕಾರದ ಅನುದಾನದಿಂದ ಮುಂದೆ ಅವುಗಳು ಕಾರ್ಯನಿರ್ವಹಿಸಿದವು.

ರಂಗರಾವ್ ಅವರು ದಲಿತರನ್ನು ಮುಖ್ಯವಾಹಿನಿಗೆ ತರುವುದಕ್ಕೆ ಸಾಧ್ಯವಿದ್ದ ಎಲ್ಲ ಮಾರ್ಗಗಳನ್ನೂ ಅನುಸರಿಸಿದರು. ಅವರ ಒತ್ತಡ ಹಾಗೂ ದಲಿತರ ಕಡೆಗಿದ್ದ ಮಾನವೀಯ ಕಾಳಜಿಯ ಅಂದಿನ ಸರ್ಕಾರ ಜಿಲ್ಲಾ ಮಂಡಲಿ ಹಾಗೂ ಮುನಿಸಿಪಲ್ ಕೌನ್ಸಿಲ್‌ನಲ್ಲಿ ದಲಿತರಿಗೆ ಪ್ರಾತಿನಿಧ್ಯ ನೀಡುವ ಕ್ರಾಂತಿಕಾರಕ ನಿರ್ಧಾರ ಕೈಗೊಳ್ಳಬೇಕಾಯಿತು. ರಂಗರಾವ್ ಅವರ ಆಶ್ರಮಶಾಲೆಯಲ್ಲಿ ಕಲಿತು ಅವರ ಶಾಲೆಗಳಲ್ಲಿ ಅಧ್ಯಾಪಕರಾಗಿದ್ದ ಅಂಗಾರ ಮಾಸ್ಟರ್ ಅವರನ್ನು ದಕ್ಷಿಣ ಕನ್ನಡ ಜಿಲ್ಲಾ ಮಂಡಲಿಗೆ, ಇನ್ನೊಬ್ಬ ಅಧ್ಯಾಪಕ ಗೋವಿಂದ ಮಾಸ್ಟರ್

ಅವರನ್ನು ಮಂಗಳೂರು ಮುನಿಸಿಪಾಲಿಟಿಗೆ ದಲಿತರ ಪ್ರತಿನಿಧಿಗಳೆಂದು ಅಂದಿನ ಸರ್ಕಾರ ನಾಮಕರಣ ಮಾಡಿತ್ತು.

ಮೊದಲ ಸಹಕಾರ ಸಂಘ

ದಲಿತರ ಆರ್ಥಿಕ ಚೈತನ್ಯ ಸುಧಾರಣೆಯಾಗಿ ಅವರಲ್ಲಿ ಹಣಕಾಸು ನಿರ್ವಹಣೆಯಲ್ಲಿ ಶಿಸ್ತು ಬರುವಂತೆ ರಂಗರಾವ್ ಅವರು ಅವರಿಗಾಗಿ ಒಂದು ಸಹಕಾರ ಸಂಘವನ್ನು ಆರಂಭಿಸಿದರು. ಮಂಗಳೂರಿನ ಶೇಡಿಗುಡ್ಡೆಯಲ್ಲಿ 'ಕೋರ್ಟ್ ಹಿಲ್ ಆದಿದ್ರಾವಿಡ ಸಹಕಾರ ಸಂಘ' ಕರಾವಳಿ ಭಾಗದ ಆರಂಭದ ಸಹಕಾರ ಸಂಘಗಳಲ್ಲಿ ಒಂದಾಗಿತ್ತು. ದೇಶದಲ್ಲಿಯೇ ದಲಿತರಿಗಾಗಿ ಆರಂಭವಾದ ಮೊದಲ ಸಹಕಾರ ಸಂಘವೆಂದೂ ಹೇಳಬಹುದು. ಮಂಗಳೂರಿನ ಕೋರ್ಟ್ ಹಿಲ್‌ನಲ್ಲಿ ರಂಗರಾವ್ ಅವರು ಹೈಸ್ಕೂಲ್ ಒಂದನ್ನು ಆರಂಭಿಸಿದ್ದರು. ಅಲ್ಲಿ ಎಂಟನೇ ತರಗತಿಯವರೆಗೆ ಕಲಿಯುವ ಅವಕಾಶವಿತ್ತು. ಅಲ್ಲಿ ದಲಿತರಲ್ಲದೆ ಇತರೆ ಮೇಲುಜಾತಿಯ ಮಕ್ಕಳೂ ಪ್ರವೇಶ ಪಡೆಯಲು ಮುಂದಾಗಿದ್ದರು ಎಂದರೆ ರಂಗರಾವ್‌ರು ಶಿಕ್ಷಣ ಸಂಸ್ಥೆಗಳು ಗಳಿಸಿದ್ದ ಸಾಮಾಜಿಕ ಮಾನ್ಯತೆಯ ಅರಿವಾಗುತ್ತದೆ. ಪಂಚಮಶಾಲೆಯಲ್ಲಿ ಓದಿ ಅಲ್ಲಿನ ಶಾಲೆಗಳಲ್ಲಿ ಶಿಕ್ಷಕರಾಗಿದ್ದ ಉಡುಪಿಯ ಗೋವಿಂದರಾವ್ ಎಂಬುವರು ಕೋರ್ಟ್ ಹಿಲ್ ಹೈಸ್ಕೂಲಿನಲ್ಲಿ 18 ವರ್ಷಗಳ ಕಾಲ ಶಿಕ್ಷಕರಾಗಿ ಡಿಸಿಎಂ ಸಂಸ್ಥೆಗೆ ಹೆಸರು ಬರುವಂತೆ ಶ್ರಮಿಸಿದ್ದರೆಂದು ಕಮಲಾಕ್ಷ ಬರೆದಿದ್ದಾರೆ. ರಂಗರಾವ್ ಅವರು ಕೊಡ್ಡೇಲು ಎಂಬಲ್ಲಿ ಕೊರಗರು ಹೆಚ್ಚಿನ ಸಂಖ್ಯೆಯಲ್ಲಿ ಇದ್ದ ಕಾರಣ ಅವರಿಗಾಗಿ ಹೊಸದಾಗಿ ಮನೆಗಳನ್ನು ಕಟ್ಟಿಸಿಕೊಟ್ಟರು. ತಮ್ಮ ಕೋರ್ಟ್ ಹಿಲ್ ಹೈಸ್ಕೂಲಿನಲ್ಲಿ 8ನೇ ತರಗತಿಯವರೆಗೆ ಓದಿ ಉತ್ತೀರ್ಣರಾದ ಕೆಳಜಾತಿಯ ಮಕ್ಕಳಿಗೆ ಆಗಿನ ಸರ್ಕಾರಿ ಕಾಲೇಜಿನಲ್ಲಿ ಪ್ರವೇಶ ಕೊಡಿಸುತ್ತಿದ್ದರೆಂದೂ ಕಮಲಾಕ್ಷ ನೆನಪು ಮಾಡಿಕೊಂಡಿದ್ದಾರೆ.

ದಲಿತರ ಬಗ್ಗೆಯಷ್ಟೇ ಅಲ್ಲದೆ, ದಲಿತ ಸಮುದಾಯದ ದೇವದಾಸಿಯರ ಏಳಿಗೆಗಾಗಿಯೂ ರಂಗರಾವ್ ಶ್ರಮಿಸಿದರು. ಅವರಿಗೆ ಶಿಕ್ಷಣ ನೀಡಲು ಪ್ರಯತ್ನಿಸಿದರು. ಅವರಿಗಾಗಿ ಆಶ್ರಮವೊಂದನ್ನು ಆರಂಭಿಸಿದರು. 1914ರಿಂದ 18 ರವರೆಗೆ ನಡೆದ ಮೊದಲ ಮಹಾಯುದ್ಧದ ಸಂದರ್ಭದಲ್ಲಿ ಮಂಗಳೂರಿನಲ್ಲಿ ಎಲ್ಲ ವಸ್ತುಗಳಿಗೂ ತೀವ್ರ ಅಭಾವವಿತ್ತು. ಆಗ ಅಕ್ಕಿ ಮತ್ತು ಸೀಮೆಎಣ್ಣೆಯನ್ನು ವಿತರಿಸುವ ಸಾಮಾಜಿಕ ಕೆಲಸವನ್ನು ಡಿಸಿಎಂ ಸಂಸ್ಥೆ ಹಮ್ಮಿಕೊಂಡಿತು.

ಅತಂತ್ರ ಸ್ಥಿತಿಯಲ್ಲಿದ್ದ ಮಹಿಳೆಯರು ಮತ್ತು ಬಾಲವಿಧವೆಯರಿಗಾಗಿ ರಂಗರಾವ್ ಅವರು ಆಶ್ರಮ ಶಾಲೆಯೊಂದನ್ನು ನಿರ್ಮಿಸುವ ಕನಸು ಕಂಡಿದ್ದರು. ಅದು ಅವರು ಬದುಕಿದ್ದಾಗ ಸಾಕಾರಗೊಳ್ಳಲಿಲ್ಲ. ಅವರ ನಿಧನದ ನಂತರ ಡಾ. ಬೆನಗಲ್ ರಾಘವೇಂದ್ರರಾವ್ ಅವರು 'ಸ್ವಾಮಿ ಈಶ್ವರಾನಂದ ಮಹಿಳಾ ಸೇವಾಶ್ರಮ' ಎಂಬ ಅಬಲಾಶ್ರಮವನ್ನು ರಂಗರಾವ್ ಅವರ ನೆನಪಿಗಾಗಿ ಆರಂಭಿಸಿದರು. ಮಂಗಳೂರಿನ ಬಂಟ್ಸ್ ಹಾಸ್ಟಲ್ ಎದುರುಗಡೆ ಆರಂಭವಾಗಿದ್ದ

ಸೇವಾಶ್ರಮವನ್ನು ರಂಗರಾವ್ ಅವರ ಬಂಧು ನಾಯಂಪಲ್ಲಿ ರಾಮರಾಯರು ನಂತರದಲ್ಲಿ ಕಂಕನಾಡಿ ಸನಿಹದ ಕುದ್ಮೋರಿಗುಡ್ಡೆಗೆ ಸ್ಥಳಾಂತರಿಸಿದರು.

ದಲಿತರ ವಿಮೋಚನೆ ಆಗಬೇಕಾದರೆ, ದಲಿತ ಮಹಿಳೆಯರ ವಿಮೋಚನೆಯೂ ಅವಶ್ಯಕವೆಂದು ರಂಗರಾವ್ ಅವರು ಅರಿತಿದ್ದರು. ದಲಿತ ಹೆಣ್ಣುಮಕ್ಕಳ ವಿದ್ಯಾಭ್ಯಾಸಕ್ಕೆ ವಿಶೇಷ ಆದ್ಯತೆ ನೀಡಿದರು. ದೂರದ ಹಳ್ಳಿಗಳಿಂದ ಬರುವ ಹೆಣ್ಣುಮಕ್ಕಳಿಗಾಗಿ ಮಂಗಳೂರಿನ ಶೇಡಿಗುಡ್ಡೆಯಲ್ಲಿ ಹಾಸ್ಟಲು ತೆರೆದರು. ಅವರ ತೆರೆದ ಆಶ್ರಮಗಳಲ್ಲಿ ಜಾತಿ ಭೇದವಿಲ್ಲದೆ ಎಲ್ಲ ಜಾತಿಯ ಅನಾಥ, ವಿಧವೆಯರನ್ನು ಸೇರಿಸಿ ಅವರಿಗೆ ರಕ್ಷಣೆ ಹಾಗೂ ಜೀವನೋಪಾಯಕ್ಕೆ ವಿವಿಧ ವೃತ್ತಿಗಳನ್ನು ಅವಲಂಬಿಸಲು ತರಬೇತಿಯೂ ದೊರೆಯುತ್ತಿತ್ತು. ಅಂತರ್ಜಾತಿ ವಿವಾಹಕ್ಕೆ ಪ್ರೋತ್ಸಾಹವನ್ನು ನೀಡಿ ದಲಿತರ ಒಳಜಾತಿಗಳೊಂದಿಗೆ ವಿವಾಹ ಸಂಬಂಧ ಏರ್ಪಡಿಸಿದರು. ದೇವದಾಸಿಯರ ಮತ್ತು ವಿಧವೆಯರ ಮರು ವಿವಾಹ ಮಾಡಿಸಿದರು.

ರಂಗರಾವ್ ಅವರು ತಮ್ಮೆಲ್ಲ ಶಾಲೆ ಹಾಗೂ ಆಶ್ರಮಗಳನ್ನು ನಿರ್ವಹಿಸಲು ಗಣ್ಯರಿಂದ ದೇಣಿಗೆಯನ್ನು ಕೋರುತ್ತಿದ್ದರು. ದೇವರಲ್ಲಿ ಅಪಾರ ಭಕ್ತಿ ಇದ್ದ ಅವರು ಸದಾ ತಮ್ಮ ಕೆಲಸಗಳಿಗೆ ಬೆಂಬಲ ಒದಗುವಂತೆ ಪ್ರಾರ್ಥನೆ ಸಲ್ಲಿಸುತ್ತಿದ್ದರು. ಅನೇಕ ಸಲ ಅನುಯಾಯಿಗಳು, ಮಿತ್ರರೊಂದಿಗೆ ಮಂಗಳೂರಿನ ರಸ್ತೆಗಳಲ್ಲಿ ಪಾದಯಾತ್ರೆ ನಡೆಸಿ ದೇಣಿಗೆಯನ್ನು ಸಂಗ್ರಹಿಸುತ್ತಿದ್ದರು. ಅಕ್ಕಿ, ತೆಂಗಿನಕಾಯಿ ಮತ್ತಿತರ ಸಾಮಗ್ರಿಗಳನ್ನೂ ದಾನಿಗಳಿಂದ ಸಂಗ್ರಹಿಸುತ್ತಿದ್ದರು. ಆಶ್ರಮದ ಮಕ್ಕಳಿಗೆ ನಿತ್ಯ ಊಟೋಪಚಾರಕ್ಕೆ ಎಷ್ಟು ಸಂಪನ್ಮೂಲ ಒದಗಿಸಿದರೂ ಕೊರತೆ ಬೀಳುತ್ತಿತ್ತು. ಸಾರ್ವಜನಿಕರಿಂದ ದೇಣಿಗೆ ಸಂಗ್ರಹಿಸುವ ಕೆಲಸದಲ್ಲಿ ಅವರೊಂದಿಗೆ ಮುಂಡಪ್ಪ ಬಂಗೇರ ಮತ್ತು ನರಸಪ್ಪಯ್ಯ ಎಂಬುವರು ನೆರಳಿನಂತೆ ಹಿಂಬಾಲಿಸುತ್ತಿದ್ದರೆಂದು ಕಮಲಾಕ್ಷ ಹೇಳುತ್ತಾರೆ.

ಸನಾತನಿಗಳ ವಿರೋಧ

ರಂಗರಾವ್ ಅವರು ದಲಿತರ ಏಳಿಗೆಯ ಸುಧಾರಣಾ ಕಾರ್ಯಕ್ರಮಗಳನ್ನು ಕೈಗೊಂಡಿದ್ದಾಗ ಅದನ್ನು ಮೇಲುಜಾತಿಯ ಮಡಿವಂತರು ಸಹಿಸಿಕೊಳ್ಳಲಿಲ್ಲ. ಸನಾತನಿಗಳು ವಿರೋಧಿಸಿದರು. ಸ್ವತಃ ಅವರ ಜಾತಿಯ ಸಾರಸ್ವತ ಬ್ರಾಹ್ಮಣರೂ ಬೆಂಬಲಿಸಲಿಲ್ಲ. ಬದಲಿಗೆ ಅಪಮಾನ ಪಡಿಸುತ್ತಿದ್ದರು. ಅವರಿಗೆ ಸಾರಸ್ವತ ಸಮಾಜ ಬಹಿಷ್ಕಾರ ಹಾಕಿತ್ತು. ಅವರಿಗೆ ದೇವಾಲಯಗಳಿಗೆ ಪ್ರವೇಶ ನಿರಾಕರಿಸಿತ್ತು. ಇದರ ವಿರುದ್ಧ ಕೋರ್ಟ್‌ಗೆ ಹೋಗಿದ್ದ ರಂಗರಾವ್ ಅವರು ನ್ಯಾಯಾಲಯದಲ್ಲಿ ಗೆಲುವು ಸಾಧಿಸಿದ್ದರು. ಮೇಲು ಜಾತಿಯವರ ಚಿತಾವಣೆಯಿಂದ ವಿವಿಧ ಸೇವಾ ವೃತ್ತಿಯಲ್ಲಿದ್ದ ಕೆಳಜಾತಿಯವರು ಕೂಡ ರಂಗರಾವ್ ಅವರನ್ನು ದೂರ ಇಡುತ್ತಿದ್ದರು. ಕ್ಷೌರಿಕರು ಕೂಡ ಕ್ಷೌರ ಮಾಡಲು ಒಪ್ಪಲಿಲ್ಲ. ಅಗಸರೂ ರಂಗರಾವ್ ಕುಟುಂಬದವರ ಬಟ್ಟೆಗಳನ್ನು ಮಡಿ ಮಾಡಲು ನಿರಾಕರಿಸಿದರು. ರಂಗರಾವ್

ಅವರ ಹೆಣ್ಣು ಮಕ್ಕಳು ಶಾಲೆಗೆ ಹೋಗುವಾಗ ರಸ್ತೆಯಲ್ಲಿ ಸಾರ್ವಜನಿಕವಾಗಿ ಅಪಮಾನ ಮಾಡುವ ಪ್ರಯತ್ನಗಳು ನಡೆದವು. ಅದರಿಂದ ರಂಗರಾವ್ ಅವರು ಅವರಿಗಾಗಿ ಕುದುರೆಗಾಡಿಯನ್ನು ಗೊತ್ತು ಮಾಡಬೇಕಾಯಿತು. ಶಾಲೆಯ ಒಳಗಡೆಯೂ ಮೇಲು ಜಾತಿಯ ವಿದ್ಯಾರ್ಥಿಗಳು ಆ ಹೆಣ್ಣುಮಕ್ಕಳಿಗೆ ಕಿರುಕುಳ ನೀಡುತ್ತಿದ್ದರು. ರಂಗರಾವ್ ರಸ್ತೆಯಲ್ಲಿ ನಡೆಯುವಾಗ ಅವರತ್ತ ಪುಂಡರು, ಕಿಡಿಗೇಡಿಗಳು ಕಲ್ಲೆಸೆಯುತ್ತಿದ್ದರು. ಅವರನ್ನು ಸಾರ್ವಜನಿಕವಾಗಿ ಅಪಮಾನಿಸುವ ಘಟನೆಗಳೂ ನಡೆಯುತ್ತಿದ್ದವು.

ತಾವು ಸಾಗುತ್ತಾ ಇದ್ದುದು ದುರ್ಗಮ ಹಾದಿ ಎಂಬುದು ರಂಗರಾವ್ ಅವರಿಗೆ ಅರಿವಿತ್ತು. ಅದನ್ನು ಅವರು ನಿರೀಕ್ಷಿಸಿಯೇ ಇದ್ದರು. ಈ ಅಪಮಾನ, ಕಿರುಕುಳ, ಬೆದರಿಕೆಗಳಿಗೆಲ್ಲ ಅವರು ತಿಲ ಮಾತ್ರವೂ ಅಂಜಲಿಲ್ಲ. ಯಾವ ಸಂದರ್ಭದಲ್ಲಿಯೂ ಅವರು ತಾಳ್ಮೆಯನ್ನು ಕಳೆದುಕೊಳ್ಳಲಿಲ್ಲ. ಎಲ್ಲ ಅಪಮಾನಗಳನ್ನೂ ಸಹಿಸಿಕೊಂಡರು. ಅವರ ಪತ್ನಿ ರುಕ್ಮಿಣಿ ಅಮ್ಮನವರಂತೂ ಪತಿಯ ಎಲ್ಲ ಕೆಲಸಗಳಿಗೂ ಒತ್ತಾಸೆಯಾಗಿ ನಿಂತಿದ್ದರು. ಅವರ ತ್ಯಾಗ, ಪತಿಯನ್ನು ಸಾಂತ್ವನಗೊಳಿಸುವ ತಾಳ್ಮೆ, ಅನುನಯದ ಮಾತುಗಳಿಂದ ರಂಗರಾವ್‌ರು ಹೊರಗಿನ ಎಲ್ಲ ಸಂಕಷ್ಟಗಳನ್ನೂ ಧೈರ್ಯವಾಗಿ ಎದುರಿಸಿದರು.

ಉಳ್ಳಾಲ ರಘುನಾಥಯ್ಯ ಅವರೊಂದಿಗೆ ನಿಕಟವಾಗಿದ್ದ ರಂಗರಾವ್ ಬ್ರಹ್ಮಸಮಾಜದ ಆದರ್ಶಗಳಿಗೆ ಮಾರು ಹೋಗಿದ್ದರು. ರಘುನಾಥಯ್ಯ ಅವರು ಮಂಗಳೂರಿನಲ್ಲಿ ಬ್ರಹ್ಮಸಮಾಜದ ಶಾಖೆಯನ್ನು ತೆರೆಯಲು ಮುಂದಾದಾಗ ಅವರೊಂದಿಗೆ ರಂಗರಾವ್ ಕೈ ಜೋಡಿಸಿದ್ದರು. ಇವರೊಂದಿಗೆ ಭಾರದ್ವಾಜ ಶಿವರಾಮ್, ಅರಸಪ್ಪ, ಕಾರ್ನಾಡು ಸದಾಶಿವರಾವ್ ಅವರೂ ಜೊತೆ ಸೇರಿದರು. ಇದರ ಪರಿಣಾಮ 1870ರ ಮೇ ತಿಂಗಳಲ್ಲಿ ಮಂಗಳೂರಿನಲ್ಲಿ ಬ್ರಹ್ಮಸಮಾಜದ ಶಾಖೆ ಅಸ್ತಿತ್ವಕ್ಕೆ ಬಂದಿತು. ಆಗ ರಂಗರಾವ್‌ರು ವಕೀಲಿ ವೃತ್ತಿಯನ್ನು ಆರಂಭಿಸಿದ್ದರು. ಬ್ರಹ್ಮಸಮಾಜದ ಚಟುವಟಿಕೆಗಳಲ್ಲಿ ತೊಡಗಿಕೊಳ್ಳುತ್ತಲೇ ದಲಿತರ ಏಳಿಗೆಯ ಕಾರ್ಯಕ್ರಮಗಳನ್ನು ರೂಪಿಸಿಕೊಂಡು ಶಾಲೆ, ಆಶ್ರಮ ಶಾಲೆಗಳನ್ನು ಆರಂಭಿಸಿದ್ದ ರಂಗರಾವ್ ಅವರಿಗೆ ಗೆಳೆಯರ ನೆರವು ಪ್ರಮುಖವಾಗಿತ್ತು.

ಕಾರ್ನಾಡ್ ಸದಾಶಿವರಾಯರು ಮಂಗಳೂರಿನ ಸುಪ್ರಸಿದ್ಧ ವಕೀಲ ಕಾರ್ನಾಡ್ ಭಾರದ್ವಾಜರ ಏಕೈಕ ಪುತ್ರ. 1881ರ ಮಾರ್ಚ್ 29ರಂದು ಜನಿಸಿದ ಅವರು ಮಂಗಳೂರಿನಲ್ಲಿ ಶಿಕ್ಷಣ ಪಡೆದು ಮದ್ರಾಸಿಗೆ ತೆರಳಿ 1901ರಲ್ಲಿ ಬಿಎ ಪದವಿ ಗಳಿಸಿದರು. ಅಲ್ಲಿಂದ ಮುಂದೆ ಅವರು ಮುಂಬೈಗೆ ತೆರಳಿ ಕಾನೂನು ಪಡೆದು 1909ರಲ್ಲಿ ಮಂಗಳೂರಿನಲ್ಲಿ ವಕೀಲಿ ವೃತ್ತಿ ಆರಂಭಿಸಿದರು. ಅವರ ಕುಟುಂಬ ಮಂಗಳೂರಿನ ಸಿರಿವಂತ ಕುಟುಂಬಗಳಲ್ಲಿ ಒಂದಾಗಿತ್ತು. ಮುನ್ನೂರು ಮುಡಿ ಅಕ್ಕಿ ಗೇಣಿ ಬರುತ್ತಿದ್ದ ಜಮೀನ್ದಾರ ಕುಟುಂಬ. ಬಾಲ್ಯದಿಂದಲೂ ಬಡವರ ಬಗ್ಗೆ ತುಂಬ ಕಾಳಜಿಯನ್ನು ಹೊಂದಿದ್ದ ಸದಾಶಿವರಾಯರು ಕುದ್ಮುಲ್

ರಂಗರಾವ್ ಅವರ ಸೇವಾತತ್ಪರತೆಗೆ ಮಾರು ಹೋದರು. ಅವರ ಕಟ್ಟಾ
ಅಭಿಮಾನಿಯೂ ಆಗಿದ್ದರು. ದಲಿತರ ಉದ್ಧಾರಕ್ಕಾಗಿ ರಂಗರಾವ್ ಆರಂಭಿಸಿದ್ದ
ಡಿಪ್ರೆಸ್ಡ್ ಕ್ಲಾಸಸ್ ಮಿಷನ್ ಚಟುವಟಿಕೆಗಳಲ್ಲಿ ಆಸಕ್ತರಾದರು. 1914ರಲ್ಲಿ ಅದರ
ಕಾರ್ಯದರ್ಶಿಯಾಗಿ ಸೇರಿಕೊಂಡರು. ರಂಗರಾವ್ ಅವರೊಂದಿಗೆ ತಮ್ಮ ಶಕ್ತಿ
ಮೀರಿ ತೊಡಗಿಕೊಂಡರು. ಅಸ್ಪೃಶ್ಯತೆಯ ವಿರುದ್ಧ ರಂಗರಾವ್ ಅವರಿಗಿದ್ದ
ಕಾಳಜಿ ಸದಾಶಿವರಾಯರಿಗೂ ಬಂದಿತು.

ತಮ್ಮದೆಲ್ಲವನ್ನೂ ಡಿಸಿಎಂ ಸಂಸ್ಥೆಗೆ ಸಮರ್ಪಿಸುವ ಉದಾರ
ಹೃದಯದವರಾಗಿದ್ದ ಸದಾಶಿವರಾಯರು ಗಾಂಧೀಜಿಯವರ ನಾಯಕತ್ವಕ್ಕೆ
ಮಾರುಹೋಗಿ ಕಾಂಗ್ರೆಸ್ ಸೇರಿದ್ದ ಕಾರಣ ಅದರ ಚಟುವಟಿಕೆಗಳಲ್ಲಿ
ತೊಡಗಬೇಕಾಯಿತು. ಅಸ್ಪೃಶ್ಯತೆಯ ನಿವಾರಣೆಗಾಗಿ ಬೆಂಗಳೂರು, ಮೈಸೂರು
ನಗರಗಳಲ್ಲಿ ನಡೆಯುತ್ತಿದ್ದ ಸಾರ್ವಜನಿಕ ಸಭೆಗಳಲ್ಲಿ ಭಾಗವಹಿಸಿ ತಮ್ಮ
ರಾಷ್ಟ್ರೀಯ ಕಾಳಜಿಯನ್ನು ಹೊರಹಾಕುತ್ತಿದ್ದರು. ಡಿಸಿಎಂ ಸಂಸ್ಥೆ ಕೈಗೆತ್ತಿಕೊಂಡಿದ್ದ
ಶಾಲಾ ಕಟ್ಟಡಗಳ ನಿರ್ಮಾಣದಲ್ಲಿ ಸದಾಶಿವರಾಯರು ತಮ್ಮ ಕೈ ಮೀರಿ
ಆರ್ಥಿಕ ನೆರವನ್ನು ನೀಡಿದರು. ಅಸ್ಪೃಶ್ಯತೆಯ ನಿವಾರಣೆಯ ಹೋರಾಟದಲ್ಲಿ
ರಂಗರಾವ್ ಅವರೊಂದಿಗೆ ಗೋಪಾಲಸ್ವಾಮಿ ಎಂಬುವರೂ ಕೈಜೋಡಿಸಿದ್ದರು.
ಈ ಇಬ್ಬರು ಸಮಾಜ ಸೇವಕರು ಮಂಗಳೂರಿನಲ್ಲಿ ಸುಮಾರು ಎರಡು ತಿಂಗಳ
ಕಾಲ ತಿರುಗಾಡಿ ಅಸ್ಪೃಶ್ಯತೆಯ ವಿರುದ್ಧ ಜನಜಾಗೃತಿಗೆ ಶ್ರಮಿಸಿದ್ದರು.

ರಂಗರಾವ್ ಅವರು ಆರಂಭಿಸಿದ ಪಂಚಮರ ಶಾಲೆಗಳು, ಆಶ್ರಮಗಳು,
ವಿದ್ಯಾರ್ಥಿನಿಲಯಗಳು ಆದರ್ಶ ಸಂಸ್ಥೆಗಳೆಂದು ಪರಿಗಣಿತವಾಗಿದ್ದವು. ಶಿಸ್ತನ್ನು
ಅಳವಡಿಸಿಕೊಂಡು ಉನ್ನತ ಮೌಲ್ಯಗಳನ್ನು ಬದುಕಿನಲ್ಲಿ ಅನುಸರಿಸುವಂತೆ
ಅಲ್ಲಿ ಕಲಿಸಲಾಗುತ್ತಿತ್ತು. ವಿದ್ಯಾರ್ಥಿಗಳಿಗೆ ಸ್ವಚ್ಛತೆಯ ಪಾಠ ಕಡ್ಡಾಯವಾಗಿತ್ತು.
ದಲಿತ ವಿದ್ಯಾರ್ಥಿಗಳು ಶುಭ್ರವಾದ ಬಟ್ಟೆಗಳನ್ನು ಧರಿಸುವಂತೆ ರಂಗರಾವ್
ಹೇಳುತ್ತಿದ್ದರು. ಕೊಳೆಯಾದ, ಚಿಂದಿಯಾದ ಬಟ್ಟೆಗಳನ್ನು ಧರಿಸುವುದಕ್ಕೆ ದಲಿತ
ವಿದ್ಯಾರ್ಥಿಗಳಿಗೆ ಆಸ್ಪದ ಕೊಡುತ್ತಿರಲಿಲ್ಲ.

ನಿತ್ಯ ಪ್ರಾರ್ಥನೆಗೆ ಮಹತ್ವ ನೀಡಿದ್ದ ರಂಗರಾವ್, ವಿದ್ಯಾರ್ಥಿಗಳು ದಿನಕ್ಕೆ
ಎರಡು ಸಲ ಸಾಮೂಹಿಕ ಪ್ರಾರ್ಥನೆಯಲ್ಲಿ ತೊಡಗುವಂತೆ ಮಾಡಿದ್ದರು.
ಮುಂಜಾನೆ ಐದಕ್ಕೆ ವಿದ್ಯಾರ್ಥಿಗಳು ಎದ್ದು ಸ್ನಾನ ಮುಗಿಸಿ ಪ್ರಾರ್ಥನೆಗೆ
ಹಾಜರಾಗಬೇಕು. ಪ್ರಾರ್ಥನೆಯ ನಂತರ ಬೆಳಗ್ಗೆ 8.30ರ ವರೆಗೆ ಅಭ್ಯಾಸದಲ್ಲಿ
ನಿರತರಾಗಬೇಕು. ನಂತರ ಉಪಹಾರ ಸ್ವೀಕರಿಸಿ ಶಾಲೆಗೆ ಹೋಗಬೇಕು. ಶಾಲೆ
ಮುಗಿಸಿ ಬಂದವರು ಏನಾದರೂ ವೃತ್ತಿ ಶಿಕ್ಷಣದ ತರಬೇತಿ ಪಡೆದು ಆಟ
ಆಡಬೇಕು. ಪ್ರತಿ ವಿದ್ಯಾರ್ಥಿಯ ಆರೋಗ್ಯ ಸ್ಥಿತಿಯ ಬಗ್ಗೆಯೂ ರಂಗರಾವ್
ಅವರು ಗಮನ ಇರಿಸಿದ್ದರು. ಶಿಕ್ಷಣದ ಜೊತೆಗೆ ಪಠ್ಯೇತರ ವಿಷಯಗಳಿಗೂ
ಪ್ರಾಧಾನ್ಯತೆ ನೀಡಿದ್ದರು. ಮಕ್ಕಳ ದೈಹಿಕ ಹಾಗೂ ಮಾನಸಿಕ ಬೆಳವಣಿಗೆ ಅವರ
ಉದ್ದೇಶವಾಗಿತ್ತು.

‘ದೀನೋದ್ಧರಣಂ’, ‘ದೇಶೋದ್ಧರಣಂ’

ರಂಗರಾವ್ ಅವರು ಆರಂಭಿಸಿದ ಡಿಸಿಎಂ ಸಂಸ್ಥೆಯಲ್ಲಿ ಎಲ್ಲ ಜಾತಿಯವರೂ ಇದ್ದರು. ಪಂಚಮರ ಶಾಲೆಯ ಮಕ್ಕಳು ವಿಶೇಷ ಸಂದರ್ಭಗಳಲ್ಲಿ ನಗರದ ಮುಖ್ಯಬೀದಿಗಳಲ್ಲಿ ಪ್ರಭಾತ್ ಫೇರಿ ನಡೆಸುತ್ತಿದ್ದರು. ಆಗ ಅವರು ಡಿಸಿಎಂ ಸಂಸ್ಥೆಯ ಬಾವುಟ ಹಿಡಿದಿರುತ್ತಿದ್ದರು. ರಂಗರಾವ್ ಆ ಬಾವುಟದಲ್ಲಿ ಸರ್ವ ಧರ್ಮ ಸಮನ್ವಯದ ಸಂಘಟಿತ ಪ್ರಯತ್ನದಲ್ಲಿ ಅಸ್ಪೃಶ್ಯತೆಯನ್ನು ನಿವಾರಿಸುವ ಸಂಕೇತವಾಗಿ ರೂಪಿಸಿದ್ದರು. ಅದರಲ್ಲಿ ಒಬ್ಬ ಹಿಂದು, ಒಬ್ಬ ಮುಸಲ್ಮಾನ ಮತ್ತು ಒಬ್ಬ ಕ್ರೈಸ್ತ ಉನ್ನತವಾದ ವೇದಿಕೆಯಲ್ಲಿ ಕುಳಿತಿರುವಂತೆ, ಆ ವೇದಿಕೆಯ ಪಕ್ಕದಲ್ಲಿ ಚಿಕ್ಕದೊಂದು ಕೊಳ, ಅದರಲ್ಲಿ ಅರ್ಧ ಮುಳುಗಿದ ಹಂದಿ, ಕೊಳದ ತೀರದಲ್ಲಿ ಕುಳಿತ ದಲಿತ. ದಲಿತನನ್ನು ದೇಶದ ಬಾವುಟ ಹಿಡಿದು ಮೇಲೆತ್ತಲು ಸ್ವತಃ ಭಾರತಾಂಬೆ ಪ್ರಯತ್ನ ನಡೆಸುತ್ತಿರುವಂತೆ ಚಿತ್ರಗಳ ವಿನ್ಯಾಸ ರೂಪಿಸಲಾಗಿತ್ತು. ಅದನ್ನು ಡಿಸಿಎಂ ಕಚೇರಿಯವರೆಗೆ ಮೆರವಣಿಗೆಯಲ್ಲಿ ತರುತ್ತಿದ್ದರು ವಿದ್ಯಾರ್ಥಿಗಳು. ಆ ಧ್ವಜದ ಮೇಲು ಭಾಗದಲ್ಲಿ ಸ್ಪಷ್ಟವಾಗಿ ‘ದೀನೋದ್ಧಾರಣಂ’, ‘ದೇಶೋದ್ಧಾರಣಂ’ ಎಂಬ ಎರಡು ಘೋಷವಾಕ್ಯಗಳು ಎದ್ದು ಕಾಣುತ್ತಿದ್ದವು. ಇವು ರಂಗರಾವ್‌ರು ತಮ್ಮ ಜೀವನದ ಪ್ರಧಾನ ಧ್ಯೇಯವಾಕ್ಯಗಳಾಗಿದ್ದವು.

ರಂಗರಾವ್ ಅವರು ತಪಸ್ಸಿನಂತೆ ದಲಿತ ಸಮುದಾಯದ ಏಳಿಗೆಗಾಗಿ ನಡೆಸುತ್ತಿದ್ದ ಚಟುವಟಿಕೆಗಳನ್ನು ಗಮನಿಸಿದ ಅಂದಿನ ಸರ್ಕಾರ ಅವರ ಸೇವಾದೃಷ್ಟಿ ಹಾಗೂ ಸಮಾಜ ಸುಧಾರಣೆಯ ಚಟುವಟಿಕೆಗಳನ್ನು ನೋಡಿ ಅವರಿಗೆ ‘ರಾವ್ ಸಾಹೇಬ್’ ಬಿರುದನ್ನು ನೀಡಿತು. ಭಾರತೀಯ ಸಮಾಜದಲ್ಲಿ ಸೇರಿಹೋಗಿದ್ದ ಅಮಾನವೀಯ ನಡವಳಿಕೆಯಾದ ಅಸ್ಪೃಶ್ಯತೆಯನ್ನು ಬುಡಸಹಿತ ಕಿತ್ತು ಹಾಕಲು ರಂಗರಾವ್ ಅವರು ಆರಂಭಿಸಿದ್ದ ಹೋರಾಟವನ್ನು ಅಂದಿನ ಭಾರತ ಸರ್ಕಾರ ಹೀಗೆ ಗುರುತಿಸಿ ಗೌರವ ಸಲ್ಲಿಸಿತ್ತು.

ರಂಗರಾವ್ ಅವರು ಸ್ವದೇಶಿ ಉಡುಪಿಗೆ ಮಹತ್ವ ನೀಡುತ್ತಿದ್ದರು. ತಮ್ಮ ಸೇವಾ ಕಾರ್ಯಕ್ಕೆ ಪ್ರಚಾರವನ್ನು ಅವರೆಂದೂ ಬಯಸುತ್ತಿರಲಿಲ್ಲ. ಒಮ್ಮೆ ಶೇಡಿಗುಡ್ಡೆಯ ಪ್ರಾಥಮಿಕ ಶಾಲೆಯಲ್ಲಿ ಓದುತ್ತಿದ್ದ ರಾಮಚಂದ್ರನೆಂಬ ಬಾಲಕ ರಂಗರಾವ್ ಅವರನ್ನು ಪ್ರಶಂಸಿಸಿ ಕವನವೊಂದನ್ನು ರಚಿಸಿದ್ದ. ಅದನ್ನು ಗೆಳೆಯರ ಎದುರು ಓದಿ ಮೆಚ್ಚುಗೆ ಗಳಿಸಿದ್ದ. ಅದರಿಂದ ಉತ್ತೇಜಿತನಾಗಿ ನಿತ್ಯವೂ ವಿದ್ಯಾರ್ಥಿನಿಲಯಕ್ಕೆ ಬರುತ್ತಿದ್ದ ರಂಗರಾವ್ ಅವರಿಗೆ ಅದನ್ನು ತೋರಿಸಿದ. ಕವನವನ್ನು ಓದಿದ ರಂಗರಾವ್ ಕಣ್ಣಲ್ಲಿ ನೀರು ತಂದುಕೊಂಡರು. ತಾವು ಕವನದಲ್ಲಿ ಪ್ರಶಂಸೆಗೆ ಪಾತ್ರವಾಗುವ ಅರ್ಹತೆ ಪಡೆದಿಲ್ಲ ಎಂದು ಭಾವಪರವಶರಾಗಿ ಹೇಳಿದ ಅವರು ಮತ್ತೆಂದೂ ಆ ಕವನವನ್ನು ಹಾಡದಂತೆ ಆ ವಿದ್ಯಾರ್ಥಿಯಿಂದ ಮಾತು ಪಡೆದರು. ತಮ್ಮ ಸ್ವಂತ ಪ್ರಚಾರಕ್ಕೆ ರಂಗರಾವ್ ತೋರಿಸುತ್ತಿದ್ದ ನಿಷ್ಕಾಳಜಿ ಹಾಗೂ ವಿರೋಧಕ್ಕೆ ಈ ಘಟನೆ ನಿದರ್ಶನ.

ರಂಗರಾವ್ ದಲಿತರ ಬಗ್ಗೆಯಷ್ಟೇ ಆಸಕ್ತಿ ತಳೆದವರಾಗಿರಲಿಲ್ಲ. ದಲಿತ ಸಮುದಾಯ ದೈವ, ದೇವತೆಗಳಿಗೆ ನೀಡುವ ಪ್ರಾಣಿಬಲಿಯ ವಿರುದ್ಧವೂ ಜಾಗೃತಿ ಮೂಡಿಸುವ ಪ್ರಯತ್ನ ಕೈಗೊಂಡರು. ತಾವು ನಿರ್ಮಿಸಿಕೊಟ್ಟಿದ್ದ ಕಾಲೊನಿಗಳಲ್ಲಿ ಸಭೆ ಸೇರಿಸಿ ದೇವರಿಗೆ ಬಲಿ ಕೊಡುವ ಅನಿಷ್ಟ ಪದ್ಧತಿಯನ್ನು ಕೈಬಿಡುವಂತೆ ಹೇಳುತ್ತಿದ್ದರು. ಅದಕ್ಕೆ ಬದಲಾಗಿ ಎಲ್ಲರೂ ಒಟ್ಟಾಗಿ ಸಾಮೂಹಿಕವಾಗಿ ಪ್ರಾರ್ಥನೆ ಸಲ್ಲಿಸುವುದರಿಂದ ದೇವರ ಕೃಪೆಗೆ ಪಾತ್ರರಾಗಬಹುದೆಂಬ ಭರವಸೆಯನ್ನು ನೀಡುತ್ತಿದ್ದರು. ಕಾಲೊನಿಗಳಲ್ಲಿ ಸಂಜೆಯ ಹೊತ್ತು ನಡೆಸುತ್ತಿದ್ದ ಸಭೆಗಳಲ್ಲಿ ದಲಿತರಲ್ಲಿ ಒಗ್ಗಟ್ಟು, ಸೌಹಾರ್ದಭಾವ ಮೂಡಬೇಕೆಂದು ಒತ್ತಾಯಿಸುತ್ತಿದ್ದರು. ತಾವು ದಲಿತರ ಮನಃಪರಿವರ್ತನೆಗೆ ನಡೆಸುತ್ತಿದ್ದ ಸಂಜೆಯ ಸಭೆಗಳೂ, ಸಾಮೂಹಿಕ ಪ್ರಾರ್ಥನೆಗಳೂ ಅವರ ನಿತ್ಯದ ನಡವಳಿಕೆಯಲ್ಲಿ ಬದಲಾವಣೆ ತಾರದಿರುವುದಕ್ಕೆ ತುಂಬ ವ್ಯಥೆಪಡುತ್ತಿದ್ದರು. ದುಃಖ ಪಡುತ್ತಿದ್ದರು.

ಒಮ್ಮೆ ಅವರು ರಸ್ತೆಯಲ್ಲಿ, ವಿಚಿತ್ರ ವೇಷಗಳನ್ನು ಧರಿಸಿ ಡೋಲು, ತಮಟೆ ಹಿಡಿದುಕೊಂಡು ಕುಣಿಯುತ್ತಾ ಅಂಗಡಿಯವರಿಂದ ಕಾಸು ಕೇಳುತ್ತಾ ಇದ್ದ ಕೊರಗರನ್ನು ನೋಡಿ ತುಂಬ ನೊಂದುಕೊಂಡರು. ಅವರ ಬಳಿ ಸಾರಿ 'ಮಕ್ಕಳೇ ಹೀಗೇಕೆ ಮಾಡುತ್ತೀರಿ..' ಎಂದು ನೋವಿನಿಂದ ಅವರನ್ನು ತಮ್ಮ ಶಾಲೆಗೆ ಕರೆದೊಯ್ದು ಸೋಮಾರಿಗಳಾಗಿ ಕಂಡಕಂಡವರೆದುರು ಹಲ್ಲು ಗಿಂಜುತ್ತಾ ಭಿಕ್ಷೆ ಬೇಡಬಾರದೆಂದು ಬೋಧಿಸಿದರು. ಕಷ್ಟಪಟ್ಟು ದುಡಿದು ಆತ್ಮಗೌರವದಿಂದ ಬದುಕುವಂತೆ ಅನುನಯದಿಂದ ಹೇಳಿದರು. ಅವರ ಮಾತುಗಳಲ್ಲಿದ್ದ ಆರ್ದ್ರತೆಗೆ ಯಾರಾದರೂ ಮನ ಸೋಲುತ್ತಿದ್ದರು. ಕೊರಗರಿಗೆ ಗೌರವದಿಂದ ಬದುಕಲು ಸ್ವಂತ ಮನೆಗಳ ಅಗತ್ಯ ಇರುವುದನ್ನು ಮನಗಂಡು ಶೇಡಿಗುಡ್ಡೆಯಲ್ಲಿ ಅವರಿಗಾಗಿ ಸಾಲು ಮನೆಗಳನ್ನು ನಿರ್ಮಿಸಿ ಕೊಟ್ಟರು.

1912ರಲ್ಲಿ ತಮ್ಮ ಮಗಳು ರಾಧಾಬಾಯಿಯನ್ನು ಮದ್ರಾಸಿನ ಡಾ. ಸುಬ್ರಾಯನ್‌ಗೆ ಕೊಡುವ ಮೂಲಕ, ತಮ್ಮ ಕುಟುಂಬದಲ್ಲಿಯೇ ಅಂತರ್ಜಾತಿ ವಿವಾಹಕ್ಕೆ ಅವಕಾಶ ಒದಗಿಸಿದರು. ಈ ಮದುವೆಯ ಪೌರೋಹಿತ್ಯವನ್ನು ಚಕ್ರವರ್ತಿ ರಾಜಗೋಪಾಲಾಚಾರಿ ವಹಿಸಿದ್ದರು. ಆಡಂಬರ, ವಧುದಕ್ಷಿಣೆ, ವರದಕ್ಷಿಣೆ, ದುಂದುವೆಚ್ಚಗಳಿಗೆ ಸಂಪೂರ್ಣವಾಗಿ ಕಡಿವಾಣ ಹಾಕಿದ ಈ ಮದುವೆ ಗಾಂಧೀಜಿಯವರ ಗಮನವನ್ನೂ ಸೆಳೆಯಿತು. ಅವರ ಮೇಲೆಯೂ ಪ್ರಭಾವ ಬೀರಿತು. ಮುಂದೆ ಗಾಂಧೀಜಿಯವರೇ ತಮ್ಮ ಮಗನಿಗೆ ರಾಜಾಜಿಯವರ ಮಗಳನ್ನು ಸೊಸೆಯಾಗಿ ತಂದುಕೊಂಡು ಅಂತರ್ಜಾತಿ ವಿವಾಹಕ್ಕೆ ಪ್ರೋತ್ಸಾಹ ನೀಡಿದರು.

ಸಾವಿರಾರು ವರ್ಷಗಳಿಂದ ಶೋಷಣೆಗೆ ಒಳಗಾದ ಜನರಿಗೆ ರಂಗರಾವ್ ಅವರು ಸ್ವಾಭಿಮಾನ ಮತ್ತು ಘನತೆಯ ಬದುಕನ್ನು ನಡೆಸಲು ಪ್ರೇರಣೆ ನೀಡಿದರು. ದಲಿತರು ತಮ್ಮ ದಾಸ್ಯದ ಸಂಕೋಲೆಗಳನ್ನು ಕಳಚಿಕೊಳ್ಳಲು

ಅಗತ್ಯವಾದ ಯೋಜನೆಗಳನ್ನು ರೂಪಿಸಿ ಕೈಗೆತ್ತಿಕೊಂಡರು. ಪತ್ರಿಕೆಗಳು, ರೈಲು, ಬಸ್ಸುಗಳಿಲ್ಲದ ಆ ಕಾಲದಲ್ಲಿ ಕಾಲ್ನಡಿಗೆಯಲ್ಲಿ ಊರೂರು ಅಲೆದು ದಲಿತರಲ್ಲಿ ಹೊಸ ಚೈತನ್ಯ ತುಂಬಿದರು.

ಅಂಬೇಡ್ಕರ್ ಅವರು ಹುಟ್ಟಿದ್ದು 1891ರ ಏಪ್ರಿಲ್ 14 ರಂದು. ಅವರು ಹುಟ್ಟುವ ಮೂರು ವರ್ಷ ಮೊದಲು 1888ರಲ್ಲಿ ದಲಿತರಿಗೆ ರಾಜಕೀಯ ಮೀಸಲಾತಿ ಸಿಗುವಂತೆ ಮಾಡಿದವರು ರಂಗರಾವ್. ಸ್ಥಳೀಯ ಸಂಸ್ಥೆಗಳಾದ ದಕ್ಷಿಣ ಕನ್ನಡ ಜಿಲ್ಲಾ ಬೋರ್ಡ್ ಮತ್ತು ಮಂಗಳೂರು ಮುನ್ಸಿಪಲ್ ಕೌನ್ಸಿಲ್‌ನಲ್ಲಿ ದಲಿತರಿಗೆ ಪ್ರಾತಿನಿಧ್ಯ ನೀಡಬೇಕೆಂದು ಅವರು ಒತ್ತಾಯಿಸಿದರು. ತಮ್ಮ ಒತ್ತಾಯಕ್ಕೆ ದಲಿತರನ್ನು ಸಂಘಟಿಸಿ ಹೋರಾಟಕ್ಕೆ ಇಳಿದರು. ಅವರ ಹೋರಾಟದ ಫಲವಾಗಿ ಪಂಚಮರ ಶಾಲೆಗಳಲ್ಲಿ ಕಲಿತು ಅಲ್ಲಿಯೇ ಶಿಕ್ಷಕರಾಗಿದ್ದ ಅಂಗಾರ ಮಾಸ್ಟರ್ ಜಿಲ್ಲಾ ಬೋರ್ಡಿಗೆ ನಾಮಕರಣ ಹೊಂದಿದರು. ಉಡುಪಿಯ ಗೋವಿಂದ ಮಾಸ್ಟರ್ ಅವರನ್ನು ಮಂಗಳೂರು ಮುನಿಸಿಪಲ್ ಕೌನ್ಸಿಲ್‌ಗೆ ನಾಮಕರಣ ಮಾಡಲಾಯಿತು.

ರಂಗರಾವ್ ಅವರು ಆಗ ಪ್ರಕಟವಾಗುತ್ತಿದ್ದ ಕೆಲವಾದರೂ ಪತ್ರಿಕೆಗಳಿಗೆ ಕರಾವಳಿಯ ದಲಿತರ ದುಃಸ್ಥಿತಿಯ ಬಗ್ಗೆ ಲೇಖನಗಳನ್ನು ಬರೆಯುತ್ತಿದ್ದರು. ಇದರಿಂದ ಅವರ ನಿಃಸ್ವಾರ್ಥ ಸೇವೆಯ ಖ್ಯಾತಿ ದೇಶ ವಿದೇಶಗಳಲ್ಲಿ ಹರಡಿತು. ರಾಷ್ಟ್ರೀಯ ಜಾಗೃತಿಗೆ ಅಲ್ಲಲ್ಲಿ ತಲೆ ಎತ್ತಿದ್ದ ಸ್ವಯಂ ಸೇವಾ ಸಂಘಟನೆಗಳಿಗೆ ಇಂಥ ಸುಧಾರಣೆಗಳು ಒತ್ತಾಸೆಯಾಗಿರುತ್ತಿದ್ದವು. ಭಾರತ ಸೇವಕ ಸಂಘದ (ಸರ್ವೆಂಟ್ಸ್ ಆಫ್ ಇಂಡಿಯಾ) ಚಟುವಟಿಕೆ ನಾಡಿನಲ್ಲಿ ಶಿಕ್ಷಣ ಹಾಗೂ ಸುಧಾರಣೆಯ ಅಲೆಯನ್ನು ಸೃಷ್ಟಿಸುತ್ತಿತ್ತು.

ತಾವು ಕಟ್ಟಿದ ಡಿಸಿಎಂ ಸಂಸ್ಥೆಯಿಂದ ನಿರ್ವಹಿಸಲಾಗುತ್ತಿದ್ದ ಪಂಚಮಶಾಲೆಗಳು, ಆಶ್ರಮಗಳು ಮತ್ತು ತರಬೇತಿ ಕೇಂದ್ರಗಳನ್ನು ಒಂದು ಹಂತದಲ್ಲಿ ಭಾರತ ಸೇವಕ ಸಂಘಕ್ಕೆ ಹಸ್ತಾಂತರಿಸಿದರು. ಅದಕ್ಕೆ ಆರ್ಥಿಕ ಅಡಚಣೆಯೂ ಒಂದು ಕಾರಣವಾಗಿತ್ತು. ನಂತರ ರಂಗರಾವ್ ಆಧ್ಯಾತ್ಮದತ್ತ ಒಲವು ಹರಿಸಿದರು. ಪ್ರಾರ್ಥನೆ ಹಾಗೂ ಬ್ರಹ್ಮಸಮಾಜದ ಸಭೆಗಳಲ್ಲಿ ಕನ್ನಡದಲ್ಲಿ ಪ್ರವಚನ ನೀಡುತ್ತಿದ್ದರು. ತಮ್ಮ ಭಾಷಣಗಳಲ್ಲಿ ಬ್ರಿಟಿಷರ ಆಗಮನದಿಂದ ದೇಶದ ಸಾಮಾಜಿಕ ವ್ಯವಸ್ಥೆಯಲ್ಲಿ ಆಗುತ್ತಿರುವ ಸುಧಾರಣೆಗಳ ಬಗ್ಗೆ ಮೆಚ್ಚುಗೆ ವ್ಯಕ್ತಪಡಿಸುತ್ತಿದ್ದರು. ಕನ್ನಡದಲ್ಲಿ ವ್ಯವಹರಿಸುವುದು ಅವರ ಮೆಚ್ಚಿನ ಸಂಗತಿಯಾಗಿತ್ತು. ದಲಿತರ ಉದ್ಧಾರಕ್ಕೆ ತಮ್ಮ ಸರ್ವಸ್ವವನ್ನೂ ತ್ಯಾಗ ಮಾಡಿದ್ದ ಅವರಿಗೆ ಅವರಲ್ಲಿಯೇ ಅತ್ಯಂತ ಹೀನ ಅವಸ್ಥೆಯಲ್ಲಿ ಉಳಿದುಕೊಂಡಿದ್ದ ತೋಟಿಗರಿಗೆ ಹೆಚ್ಚಿನ ಸಹಾಯ ಮಾಡಲಾಗಿಲ್ಲ ಎಂಬ ಕೊರಗು ಉಳಿದುಕೊಂಡಿತ್ತು.

ಗೋಪಾಲಕೃಷ್ಣ ಗೋಖಲೆಯವರು ಆರಂಭಿಸಿದ ಭಾರತ ಸೇವಕ ಸಂಘ (ಸರ್ವೆಂಟ್ಸ್ ಆಫ್ ಇಂಡಿಯಾ) ಸ್ವಾತಂತ್ರ್ಯಪೂರ್ವದಲ್ಲಿ ಸಾಮಾಜಿಕ

ಸುಧಾರಣೆಗಳನ್ನು ಆರಂಭಿಸಿದ ಪ್ರಮುಖ ಸಂಸ್ಥೆಗಳಲ್ಲಿ ಒಂದು. ಅವಕಾಶ ವಂಚಿತ ಜನಸಮುದಾಯಕ್ಕೆ ಶಿಕ್ಷಣ, ಆರ್ಥಿಕ ಪ್ರಗತಿ ಹಾಗೂ ಜೀವನಮಟ್ಟದ ಸುಧಾರಣೆಗೆ ಅವಶ್ಯಕವಾದ ವಿಧಾಯಕ ಕಾರ್ಯಕ್ರಮಗಳನ್ನು ನಿಷ್ಠೆ ಹಾಗೂ ಪ್ರಾಮಾಣಿಕತೆಯಿಂದ ಕೈಗೊಳ್ಳಲು ದೇಶವಾಸಿಗಳನ್ನು ಪ್ರೇರೇಪಿಸಿದ ಸ್ವಯಂಸೇವಾ ಸಂಘಟನೆ. ಈ ಸಂಸ್ಥೆಯಲ್ಲಿ ಕೆಲಸ ಮಾಡುವುದಕ್ಕೆ ಆಗ ಬ್ರಿಟಿಷ್ ಸರ್ಕಾರದಲ್ಲಿ ಉದ್ಯೋಗ ಗಳಿಸಿದ್ದ ಅನೇಕರು ತಮ್ಮ ನೌಕರಿಗಳನ್ನು ತ್ಯಜಿಸಿ ಬಂದಿದ್ದರು. ಸಮಾಜವನ್ನು ಸದೃಢವಾಗಿ ಕಟ್ಟುವುದಕ್ಕೆ ಎಲ್ಲ ವರ್ಗದವರ ಅಭಿವೃದ್ಧಿಯೂ ಮುಖ್ಯ ಎಂಬುದನ್ನು ಮನಗಂಡಿದ್ದ ಭಾರತ ಸೇವಕ ಸಂಘಕ್ಕೆ ಮಂಗಳೂರಿನಲ್ಲಿಯೂ ಸೇವಾ ಕಾರ್ಯಕರ್ತರು ಸಿಕ್ಕಿದ್ದರು. ಈ ವ್ಯವಸ್ಥೆಯನ್ನು ಮನಗಂಡಿದ್ದ ರಂಗರಾವ್ ತಮ್ಮ ನಂತರವೂ ಪಂಚಮರ ಶಾಲೆ, ಆಶ್ರಮಗಳು ಹಾಗೂ ವಸತಿ ನಿಲಯಗಳ ನಿರ್ವಹಣೆ ಅಬಾಧಿತವಾಗಿ ಮುಂದುವರಿಯಲೆಂದು ಆಶಿಸಿ ಅವೆಲ್ಲವನ್ನೂ ಭಾರತ ಸೇವಾ ಸಂಘಕ್ಕೆ ವಹಿಸಿಕೊಟ್ಟರು. ಡಿಸಿಎಂ ಸಂಸ್ಥೆಯ ಚಟುವಟಿಕೆಗಳನ್ನು ನೋಡಿಕೊಳ್ಳಲು ಭಾರತ ಸೇವಕ ಸಂಘವು ಮಂಗಳೂರಿನಲ್ಲಿ ಆರ್. ಸೂರ್ಯನಾರಾಯಣರಾವ್ ಎಂಬುವರನ್ನು ನೇಮಿಸಿತು.

ತಮ್ಮ ಶಾಲೆ, ವಿದ್ಯಾರ್ಥಿನಿಲಯ, ಆಶ್ರಮಶಾಲೆಗಳನ್ನು ಭಾರತ ಸೇವಕ ಸಂಘದ ನಿರ್ವಹಣೆಗೆ ಬಿಟ್ಟುಕೊಟ್ಟ ನಂತರವೂ ರಂಗರಾವ್ ಅವರು ಆ ಶಾಲೆಗಳಿಗೆ ಭೇಟಿ ನೀಡುವ ಅಭ್ಯಾಸ ಇಟ್ಟುಕೊಂಡಿದ್ದರು. ನಿತ್ಯದ ಪ್ರಾರ್ಥನೆ ಆದ ನಂತರ ವಿದ್ಯಾರ್ಥಿಗಳನ್ನು ಉದ್ದೇಶಿಸಿ ಮಾತನಾಡುತ್ತಿದ್ದರು. ಶಿಸ್ತು, ಸನ್ನಡತೆ, ಎಲ್ಲರಿಗೆ ಗೌರವ ನೀಡುವ ನಡವಳಿಕೆಗಳನ್ನು ರೂಪಿಸಿಕೊಳ್ಳುವಂತೆ ವಿದ್ಯಾರ್ಥಿಗಳಿಗೆ ಹೇಳುತ್ತಿದ್ದರು. ವಿದ್ಯಾರ್ಥಿಗಳು ನಿತ್ಯವೂ ಪಠಿಸಲು ಒಂದು ಶ್ಲೋಕವನ್ನು ಹೇಳುತ್ತಿದ್ದರು

ಓಂ! ತ್ವಮೇಯ ಮಾತಾ ಪಿತಾ ತ್ವಮೇವ
ತ್ವಮೇವ ಬಂಧೂಶ್ಚ ಸಖಾ ತ್ವಮೇವ
ತ್ವಮೇಯ ವಿದ್ಯಾ ದ್ರವಿಣಂ ತ್ವಮೇವ
ತ್ವಮೇವ ಸರ್ವ ಮಮ ದೇವ ದೇವಃ

(ಓ ದೇವರೇ, ತಾಯಿಯೂ ನೀನೆ, ತಂದೆಯೂ ನೀನೆ, ಬಂಧುವೂ ನೀನೆ, ಮಿತ್ರನೂ ನೀನೆ, ನೀನೇ ನನ್ನ ವಿದ್ಯೆ, ನೀನೇ ನನ್ನ ಸಂಪತ್ತು, ಸಕಲವೂ ನೀನೇ)

ಬಾಲ್ಯದಿಂದಲೂ ಅಧ್ಯಾತ್ಮ ಜೀವಿಯಾಗಿದ್ದ ಅವರು ತಮ್ಮ 65ನೆಯ ವಯಸ್ಸಿನಲ್ಲಿ ಸನ್ಯಾಸ ಸ್ವೀಕರಿಸಲು ನಿರ್ಧರಿಸಿದರು. ಬ್ರಹ್ಮಸಮಾಜದ ಸಕ್ರಿಯ ಕಾರ್ಯಕರ್ತರಾಗಿದ್ದ ಅವರಿಗೆ ಸುಧಾರಕ ಪಂಥದ ವರಿಷ್ಠರ ಸಂಪರ್ಕಗಳಿದ್ದವು. ಸ್ವಾಮಿ ದಯಾನಂದ ಸರಸ್ವತಿ ಅವರ ಶಿಷ್ಯರಾದ ಮಹರ್ಷಿ ಮತ್ತು ಶ್ರದ್ಧಾನಂದ ಸ್ವಾಮೀಜಿ ಅವರು 1924ರಲ್ಲಿ ಮಂಗಳೂರಿಗೆ ಆರ್ಯ

ಸಮಾಜದ ಕಾರ್ಯಕ್ರಮವೊಂದರ ಉದ್ಘಾಟನೆಗಾಗಿ ಬರುವವರಿದ್ದರು. ಅದೇ ಸಂದರ್ಭದಲ್ಲಿ ರಂಗರಾವ್ ಅವರಿಗೆ ಸನ್ಯಾಸ ದೀಕ್ಷೆಯನ್ನು ನೀಡುವುದೆಂದು ನಿಗದಿಪಡಿಸಲಾಯಿತು. ಆದರೆ, ಸ್ವಾಮಿ ಶ್ರದ್ಧಾನಂದರನ್ನು ದೆಹಲಿ ಬಳಿ ಯಾರೋ ಹತ್ಯೆ ಮಾಡಿದರು. ಆಘಾತಕಾರಿಯಾದ ಈ ಸುದ್ದಿ ಬಂದ ನಂತರ ರಂಗರಾವ್ ಮೌನವಾದರು. ಆದರೆ ಸನ್ಯಾಸ ಸ್ವೀಕಾರದ ವಿಷಯದಲ್ಲಿ ಅವರು ತಳೆದಿದ್ದ ನಿರ್ಧಾರ ಅಚಲವಾಗಿತ್ತು.

'ಈಶ್ವರಾನಂದ ಸ್ವಾಮೀಜಿ'

1927ರಲ್ಲಿ ಮಂಗಳೂರಿಗೆ ಶ್ರದ್ಧಾನಂದ ಸ್ವಾಮೀಜಿ ಅವರ ಶಿಷ್ಯರಾದ ಸುವಿಚಾರಾನಂದ ಸ್ವಾಮೀಜಿ ಅವರು ಆಗಮಿಸಿದರು. ಅವರಿಂದ ರಂಗರಾವ್ ಅವರು ಸನ್ಯಾಸವನ್ನು ಸ್ವೀಕರಿಸಿದರು. ಸನ್ಯಾಸ ಸ್ವೀಕರಿಸಿದ ನಂತರ ಅವರ ಹೆಸರು 'ಈಶ್ವರಾನಂದ ಸ್ವಾಮೀಜಿ' ಎಂದಾಯಿತು. ಲೌಕಿಕ ಬಂಧನಗಳನ್ನು ತ್ಯಜಿಸಲು ನಿರ್ಧಾರ ಕೈಗೊಂಡಿದ್ದ ರಂಗರಾವ್ ಸನ್ಯಾಸ ಸ್ವೀಕಾರ ಸಮಾರಂಭದಲ್ಲಿ ಏರ್ಪಡಿಸಿದ್ದ ಹೋಮಕುಂಡದಲ್ಲಿ ತಮ್ಮ ಸಮಾಜ ಸೇವೆಗಾಗಿ ಬ್ರಿಟಿಷ್ ಸರ್ಕಾರ ನೀಡಿದ್ದ 'ರಾವ್ ಸಾಹೇಬ್' ಬಿರುದಿನ ಪದಕ ಹಾಗೂ ಸೇವಾ ದಾಖಲೆಯ ಪತ್ರಗಳನ್ನು ಅಗ್ನಿಗೆ ಸಮರ್ಪಿಸಿದರು.

ಸನ್ಯಾಸವನ್ನು ಅಧಿಕೃತವಾಗಿ ಸ್ವೀಕರಿಸಿದ್ದರೂ ಅವರು ಅದಕ್ಕೂ ಮೊದಲು ಸನ್ಯಾಸಿಯಂತೆಯೇ ಇದ್ದರು. ಅಪರಿಗ್ರಹ ಅವರ ವ್ರತವೇ ಆಗಿತ್ತು. ತಮ್ಮ ಹೆಣ್ಣು ಮಕ್ಕಳಿಗೆ ಶಿಕ್ಷಣವನ್ನಲ್ಲದೆ ಇನ್ನಾವ ಆಸ್ತಿಯನ್ನೂ ಮಾಡಲಿಲ್ಲ. ತಮ್ಮ ಮಕ್ಕಳಿಗಾಗಿ ಅವರು ಉಳಿಸಿದ್ದೆಂದರೆ ಕದ್ರಿಯ ಶಿವಭಾಗ್‌ನಲ್ಲಿದ್ದ ಸಣ್ಣ ಮನೆ ಮತ್ತು ಅದರಲ್ಲಿದ್ದ ಅಮೂಲ್ಯವಾದ ಪುಸ್ತಕಗಳನ್ನು ಮಾತ್ರ. ಅವರ ನಿಧನಾ ನಂತರ ಈ ಆಸ್ತಿಯೂ ಅವರ ಮಕ್ಕಳಿಗೆ ಸಿಗಲಿಲ್ಲ. ಏಕೆಂದರೆ ಅವನ್ನು ಪಡೆಯುವುದಕ್ಕೆ ಅವರ ಮಕ್ಕಳು ಪ್ರಯತ್ನ ನಡೆಸಲಿಲ್ಲವೆಂದು ಪಿ.ಕಮಲಾಕ್ಷ ನೆನಪು ಮಾಡಿಕೊಂಡಿದ್ದಾರೆ.

ಸನ್ಯಾಸ ಸ್ವೀಕರಿಸಿದ ನಂತರ ಅವರು ತಮ್ಮ ಹಿರಿಯ ಮಗಳು ಲಲಿತಾ ಬಾಯಿ ಅವರ ಮನೆಯಲ್ಲಿ ಉಳಿದುಕೊಂಡರು. ಅವರ ಆರೋಗ್ಯವೂ ಹದಗೆಡುತ್ತಿದ್ದು. ಹೃದ್ರೋಗದ ಸಮಸ್ಯೆ ಇತ್ತು. ನಿತ್ಯ ಪ್ರಾರ್ಥನೆ ಮತ್ತು ದಲಿತರ ಏಳಿಗೆಯ ಚಿಂತೆಯನ್ನು ಮನಸ್ಸಿನಲ್ಲಿ ತುಂಬ ಹಚ್ಚಿಕೊಂಡಿದ್ದ ಸ್ವಾಮಿ ಈಶ್ವರಾನಂದರು ತಮ್ಮ 69ನೆಯ ವಯಸ್ಸಿನಲ್ಲಿ 1928ರ ಜನವರಿ 30ರಂದು ಭಗವನ್ನಾಮ ಸ್ಮರಣೆಯೊಂದಿಗೆ ಕೊನೆಯುಸಿರೆಳೆದರು.

ತಮ್ಮ ಬದುಕಿನುದ್ದಕ್ಕೂ ದಲಿತರ ಬದುಕಿನಲ್ಲಿ ಬೆಳಕನ್ನು ತರಲೆಂದು ಹೋರಾಟ ನಡೆಸಿದ್ದ ಮಹಾ ಮಾನವತಾವಾದಿ ಚಿರನಿದ್ದೆಗೆ ಜಾರಿದ ಸಂಗತಿ ಕಾಳ್ಗಿಚ್ಚಿನಂತೆ ಹರಡಿ ಜನ ತಂಡೋಪತಂಡವಾಗಿ ಅವರ ನಿವಾಸದತ್ತ ಧಾವಿಸಿದರು. ಜಿಲ್ಲೆಯ

ದಲಿತರಂತೂ ತಮ್ಮ ಆರಾಧ್ಯ ಮೂರ್ತಿ ಇನ್ನಿಲ್ಲವೆಂಬುದನ್ನು ನಂಬದಾದರು.

ರಂಗರಾವ್ ಅವರು ನಿಧನ ಹೊಂದಿದ ಸಂದರ್ಭದಲ್ಲಿ ಅವರ ಸಾರಸ್ವತ ಸಮುದಾಯಕ್ಕೆ ಸೇರಿದ ಮೇಲು ಜಾತಿಯ ಜನ ಅವರ ಅಂತ್ಯ ಸಂಸ್ಕಾರಕ್ಕೆ ಮುಂದಾದರು. ರಂಗರಾವ್ ಅವರು ಬರೆದಿಟ್ಟ ಉಯಿಲನ್ನು ಅವರ ಹಿರಿಯ ಅಳಿಯ ಸುಬ್ರಾಯನ್ ಅವರ ಅಲ್ಲಿ ಸೇರಿದ್ದ ಜನಸಮುದಾಯಕ್ಕೆ ಬಹಿರಂಗಪಡಿಸಿದರು. ರಂಗರಾವ್ ಅವರು ದಲಿತ ಸಮುದಾಯದಲ್ಲಿ ಅತಿ ಹಿಂದುಳಿದಿದ್ದ ತೋಟಿ ಪಂಗಡದವರು ತಮ್ಮ ಪಾರ್ಥಿವ ಶರೀರವನ್ನು ಸ್ಮಶಾನಕ್ಕೆ ಒಯ್ಯಬೇಕು ಎಂಬುದನ್ನು ತಮ್ಮ ಉಯಿಲಿನಲ್ಲಿ ಬರೆದಿದ್ದರು. 'ಈ ಪಂಗಡದವರಿಗೆ ಜೀವಿತಕಾಲದಲ್ಲಿ ಹೆಚ್ಚಿನ ಸೇವೆ ಮಾಡಲು ಸಾಧ್ಯವಾಗಲಿಲ್ಲ. ಕೊನೆಗೆ ಅವರ ಸ್ಪರ್ಶದಿಂದಲಾದರೂ ನಮ್ಮ ಆತ್ಮಕ್ಕೆ ಚಿರಶಾಂತಿ ಲಭಿಸೀತು' ಎಂಬ ಹಿರಿಯಾಸೆಯನ್ನು ಅವರು ತಮ್ಮ ಉಯಿಲಿನಲ್ಲಿ ವ್ಯಕ್ತಪಡಿಸಿದ್ದರು. ಇದನ್ನು ಜನತೆಯ ಮುಂದೆ ಪ್ರಕಟಿಸಿದ ಸುಬ್ರಾಯನ್ ಅವರು ಮೃತರ ಕೊನೆಯ ಆಸೆಯನ್ನು ನೆರವೇರಿಸುವುದು ಉಳಿದವರ ಕರ್ತವ್ಯ ಎಂದು ಮನವರಿಕೆ ಮಾಡಿದ ಮೇಲೆ ಸಾರಸ್ವತರು ಹಿಂದೆ ಸರಿದರು. ತೋಟಿಗರು ಅಂದು ಮಧ್ಯಾಹ್ನ ಮೂರು ಗಂಟೆಗೆ ರಂಗರಾವ್ ಅವರ ಪಾರ್ಥಿವ ಶರೀರವನ್ನು ರುದ್ರಭೂಮಿಗೆ ಮೆರವಣಿಗೆಯಲ್ಲಿ ಹೊತ್ತೊಯ್ದರು. ಅದರಲ್ಲಿ ಸಮಾಜದ ಎಲ್ಲ ವರ್ಗದವರೂ ಪಾಲುಗೊಂಡರು. ಮೌನವಾಗಿ ಸಾಗಿದ ಸ್ಮಶಾನ ಯಾತ್ರೆ ಬ್ರಹ್ಮ ಸಮಾಜದ ಕಚೇರಿ ಎದುರು ಸಾಗಿ ಅಲ್ಲಿಂದ ಅತ್ತಾವರದ ಬಾಬುಗುಡ್ಡೆಯ ಸ್ಮಶಾನದಲ್ಲಿ ಅಂತ್ಯಗೊಂಡಿತು. ದಲಿತರು ಅತ್ಯಂತ ಭಕ್ತಿಯಿಂದ ರಂಗರಾವ್ ಅವರ ಅಂತ್ಯ ಸಂಸ್ಕಾರ ನೆರವೇರಿಸಿದರು.

'ನನ್ನ ಶಾಲೆಯಲ್ಲಿ ಕಲಿತ ದಲಿತ ಜನಾಂಗದ ಮಕ್ಕಳು ವಿದ್ಯಾವಂತರಾಗಿ, ದೊಡ್ಡವರಾಗಿ ಸರ್ಕಾರಿ ನೌಕರಿಗೆ ಸೇರಿ ನಮ್ಮೂರ ರಸ್ತೆಗಳಲ್ಲಿ ಕಾರಿನಲ್ಲಿ ಓಡಾಡಬೇಕು. ಆಗ ರಸ್ತೆಯಲ್ಲಿ ಏಳುವ ದೂಳು ನನ್ನ ತಲೆಗೆ ತಾಗಬೇಕು. ಆಗ ನನ್ನ ಜನ್ಮ ಸಾರ್ಥಕವಾಗುತ್ತದೆ' ಎಂಬುದು ರಂಗರಾವ್ ಅವರು ದಲಿತರ ಬಗ್ಗೆ ತಾಳಿದ್ದ ಕನಸು. ಅದು ಅವರ ಬದುಕಿದ್ದಾಗ ಸಾಕಾರಗೊಳ್ಳಲಿಲ್ಲ. (ಅವರ ಈ ಹೇಳಿಕೆಯನ್ನು ಅವರು ನಿಧನರಾಗಿ 73 ವರ್ಷಗಳ ತರುವಾಯ ಅವರ ಸಮಾಧಿಯ ಮೇಲೆ ಬರೆಯಲಾಗಿದೆ. ದಕ್ಷಿಣ ಕನ್ನಡ ಜಿಲ್ಲೆಯ ದಲಿತ ನೌಕರರ ಹಿತರಕ್ಷಣಾ ಸಮಿತಿ ಅಂದಿನ ಅಧ್ಯಕ್ಷ ಡಾ. ಮುಗಳವಳ್ಳಿ ಕೇಶವ ಧರಣಿ ಅವರ ನೇತೃತ್ವದಲ್ಲಿ ಕುದ್ಮುಲ್ ರಂಗರಾವ್ ಅವರ ಸಮಾಧಿ ಸ್ಥಳವನ್ನು ರಾಜಘಾಟ್ ಮಾದರಿಯಲ್ಲಿ ಪವಿತ್ರ ಭೂಮಿಯನ್ನಾಗಿ ಅಭಿವೃದ್ಧಿಪಡಿಸಲು ಮುಂದೆ ಬಂದಿದ್ದು ಅದರೊಂದಿಗೆ ಮಂಗಳೂರು ಮಹಾನಗರ ಪಾಲಿಕೆಯೂ ಕೈ ಜೋಡಿಸಿ ಸಮಾಧಿ ಸುತ್ತ ಸ್ಮಾರಕ ಗೋಪುರವೊಂದನ್ನು ನಿರ್ಮಿಸಿದೆ. ಇದನ್ನು ಬಾಬಾ ಸಾಹೇಬ್ ಅಂಬೇಡ್ಕರ್ ಅವರ 110ನೇ ಜನ್ಮದಿನವಾದ 2001ನೇ ಏಪ್ರಿಲ್ 14 ರಂದು ಅದನ್ನು ಸಮಾಜಕ್ಕೆ ಸಮರ್ಪಿಸಲಾಯಿತು.)

ರಂಗರಾವ್ ಅವರದು ದೊಡ್ಡ ಕುಟುಂಬ. ಅವರಿಗೆ ಮೂವರು ಗಂಡುಮಕ್ಕಳು. ದೇವರಾವ್, ಅಮೃತರಾವ್ ಮತ್ತು ಸಂಜೀವರಾವ್. ಇವರಲ್ಲಿ ಅಮೃತರಾವ್ ಮತ್ತು ಸಂಜೀವರಾವ್ ಎಳೆಯ ವಯಸ್ಸಿನಲ್ಲಿ ಕಣ್ಣುಮುಚ್ಚಿದರು. ಹಿರಿಯ ಪುತ್ರ ದೇವ ರಾವ್ ಜಿಲ್ಲಾ ಬೋರ್ಡ್ ಕಚೇರಿಯಲ್ಲಿ ಗುಮಾಸ್ತೆಯಾಗಿದ್ದರು. ಇವರ ಪುತ್ರ ಸದಾಶಿವರಾವ್ ಕುದ್ಮುಲ್ ಮಂಗಳೂರಿನಲ್ಲಿ 1933ರಲ್ಲಿ ಪದವಿ ಪಡೆದು ಜಪಾನಿ ಕಂಪೆನಿಯೊಂದರಲ್ಲಿ ಉದ್ಯೋಗ ಗಳಿಸಿ ಕರಾಚಿಯಲ್ಲಿ ಸೇವೆ ಸಲ್ಲಿಸಿದರು. ಕೆಲವು ಕಾಲದ ನಂತರ ಅವರು ಮುಂಬೈಗೆ ವಾಪಸಾಗಿ ಟಾಟಾ ಕಂಪೆನಿಯ ಏರ್ ಲೈನ್ಸ್ ವಿಭಾಗದಲ್ಲಿ ಸಹಾಯಕ ಅಕೌಂಟೆಂಟ್ ಆಗಿ ಸೇವೆ ಸಲ್ಲಿಸಿ 1970ರಲ್ಲಿ ನಿವೃತ್ತರಾಗಿ ಮುಂಬೈಯ ಸಾಂಟಾಕ್ರೂಸ್ ನಲ್ಲಿ ನೆಲೆಸಿದರು.

ರಂಗರಾವ್ ಅವರ ಹಿರಿಯ ಪುತ್ರಿ ಲಲಿತಾ ಬಾಯಿ ಅವರನ್ನು ದಿವಾನ್ ಬಹಾದೂರ್ ನಾಯಂಪಲ್ಲಿ ಸುಬ್ಬರಾವ್ ಎಂಬುವರಿಗೆ ಕೊಡಲಾಗಿತ್ತು. ಎರಡನೆಯ ಪುತ್ರಿ ರಾಧಾಬಾಯಿ ಅವರನ್ನು ಡಾ. ಸುಬ್ರಾಯನ್ ಮದುವೆಯಾಗಿದ್ದರು. ಇವರು ಹಿಂದಿನ ಮದ್ರಾಸ್ ಪ್ರಸಿಡೆನ್ಸಿಯಲ್ಲಿ ಅಧ್ಯಕ್ಷರಾಗಿದ್ದು ಸ್ವಾತಂತ್ರ್ಯಾನಂತರ ಜವಾಹರಲಾಲ್ ನೆಹರೂ ಸಂಪುಟದಲ್ಲಿ ಮತ್ತು ನಂತರ ಇಂದಿರಾ ಗಾಂಧಿ ಸಂಪುಟದಲ್ಲಿ ಸಚಿವರಾಗಿದ್ದರು. ಇವರ ಅಂತರಜಾತೀಯ ಮದುವೆಯ ಪೌರೋಹಿತ್ಯ ವಹಿಸಿದವರು ಸಿ.ರಾಜಗೋಪಾಲಾಚಾರಿ. ರಾಧಾಬಾಯಿ ಅವರ ಪುತ್ರ ಜನರಲ್ ಕುಮಾರಮಂಗಳಂ. ಭಾರತೀಯ ಸೇನೆಯ ಜನರಲ್ ಹುದ್ದೆ ನಿರ್ವಹಿಸಿದ್ದರು. ಸಶಸ್ತ್ರಪಡೆಗಳ ಮೊಟ್ಟಮೊದಲ ಮುಖ್ಯಸ್ಥರಾಗಿ ಸೇವೆ ಸಲ್ಲಿಸಿದವರು. ರಂಗರಾವ್ ಅವರ ಕಿರಿಯ ಪುತ್ರಿ ಶಾಂತ ರಾವ್ ಲಿಬಿಯಾದಲ್ಲಿ ಉಪನ್ಯಾಸಕಿಯಾಗಿ ಸೇವೆ ಸಲ್ಲಿಸಿದರು.

***

2. ಗಾಂಧೀಜಿ ಭೇಟಿ

ದೇಶದ ಸ್ವಾತಂತ್ರ್ಯ ಹೋರಾಟಕ್ಕೆ ಜನತೆಯನ್ನು ಜಾಗೃತಗೊಳಿಸಲು ನಿರತರಾಗಿದ್ದ ಗಾಂಧೀಜಿ 1920ರ ಆಗಸ್ಟ್ 19 ರಂದು ಮೊಟ್ಟಮೊದಲ ಬಾರಿಗೆ ಮಂಗಳೂರಿಗೆ ಭೇಟಿ ನೀಡಿದರು. ಶೌಕತ್ ಅಲಿ ಅವರೊಡನೆ ಬಂದಿದ್ದ ಗಾಂಧೀಜಿ ಸಾರ್ವಜನಿಕ ಸಭೆ ಮತ್ತು ಮಹಿಳೆಯರ ಸಭೆಗಳಲ್ಲಿ ಭಾಗವಹಿಸಿದರು. ಕಾರ್ನಾಡ್ ಸದಾಶಿವರಾಯರು ತಮ್ಮ ಮನೆಯ ಮಹಿಳೆಯರ ಯಾವತ್ತೂ ಒಡವೆಗಳನ್ನು ಗಾಂಧೀಜಿ ಅವರಿಗೆ ಸಲ್ಲಿಸಿ ಸ್ವಾತಂತ್ರ್ಯ ಹೋರಾಟದಲ್ಲಿ ತಮ್ಮನ್ನು ಸಮರ್ಪಿಸಿಕೊಂಡಿದ್ದ ಮಹತ್ವದ ಗಳಿಗೆ ಅದು. ಅಂದಿನ ಸಭೆಯಲ್ಲಿ ತಮ್ಮ ಅಸಹಕಾರ ಚಳವಳಿಯ ಪರಿಕಲ್ಪನೆಯನ್ನು ಗಾಂಧೀಜಿ ವಿವರಿಸಿದರು. ಅಂದಿನ ಸಭೆಯಲ್ಲಿ ರಾಷ್ಟ್ರೀಯ ರಕ್ಷಣಾ ನಿಧಿಗಾಗಿ ತಮ್ಮೆಲ್ಲ ಆಭರಣಗಳನ್ನು ಮಹಿಳೆಯರು ಗಾಂಧೀಜಿಗೆ ಕೊಟ್ಟ ಪ್ರಸಂಗ ಅಪೂರ್ವವಾಗಿ, ಈ ಬಗ್ಗೆ ಗಾಂಧೀಜಿ ಅವರು ಅಚ್ಚರಿಪಟ್ಟರು. ಆ ಸಂದರ್ಭದಲ್ಲಿ ಅವರಿಗೆ ರಂಗರಾವ್ ಅವರ ಚಟುವಟಿಕೆಗಳನ್ನು ಗಾಂಧೀಜಿಯವರಿಗೆ ಯಾರೂ ತಿಳಿಸಲಿಲ್ಲ. 1927ರ ಅಕ್ಟೋಬರ್ 27ರಿಂದ 31ರವರೆಗೆ ಖಾದಿ ಪ್ರಚಾರಕ್ಕಾಗಿ ಜಿಲ್ಲೆಗೆ ಆಗಮಿಸಿದ್ದ ಗಾಂಧೀಜಿ ನೀಲೇಶ್ವರ, ಕಾಸರಗೋಡು, ಬಂಟ್ವಾಳ, ಕುಂದಾಪುರ, ಕಾರ್ಕಳ, ಉಡುಪಿಗಳಲ್ಲಿ ಸಾರ್ವಜನಿಕ ಸಭೆ ನಡೆಸಿದರು. ಆಗಲೂ ಅವರಿಗೆ ರಂಗರಾವ್ ಅವರ ಚಟುವಟಿಕೆಗಳ ವಿವರಗಳನ್ನು ಸ್ಥಳೀಯ ಮುಖಂಡರು ತಿಳಿಸಲಿಲ್ಲ.

ಮುಂದೆ 1934ರಲ್ಲಿ ಅವರು ಹರಿಜನರ ಸಮಸ್ಯೆಯ ಪ್ರಚಾರಕ್ಕೆ ಕೈಗೊಂಡ ಪ್ರವಾಸ ಕಾಲದಲ್ಲಿ ರಂಗರಾವ್ ಅವರು ಕೈಗೊಂಡಿದ್ದ ದಲಿತೋದ್ಧಾರದ ಚಟುವಟಿಕೆಗಳನ್ನು ಪರಿಚಯಿಸಲಾಯಿತು. ಆ ವೇಳೆಗೆ ರಂಗರಾವ್ ಅವರು ವಿಧಿವಶರಾಗಿ ಆರು ವರ್ಷಗಳು ಕಳೆದಿದ್ದವು.

1934ರ ಫೆಬ್ರುವರಿ 24 ರಂದು ಸಂಜೆ 5 ಗಂಟೆಗೆ ಗಾಂಧೀಜಿ ತಮ್ಮ ಅನುಯಾಯಿಗಳೊಂದಿಗೆ ಮಂಗಳೂರಿಗೆ ಆಗಮಿಸಿದರು. ಠಕ್ಕರ್ ಬಾಪಾ ಅವರೂ ಗಾಂಧೀಜಿ ಜೊತೆ ಇದ್ದರು. ಅವರು ಮಡಿಕೇರಿಯಿಂದ ಹೊರಟು ಸಂಪಾಜೆ, ಸುಳ್ಯ, ಪುತ್ತೂರು, ವಿಟ್ಲ, ಕಬಕ, ಕಲ್ಲಡ್ಕ, ಪಾಣೆ ಮಂಗಳೂರು, ಬಂಟ್ವಾಳ, ಅರ್ಕುಳ, ಅಡ್ಯಾರು ಹಳ್ಳಿಗಳ ದಲಿತರ ಕೇರಿಗಳಿಗೆ ಭೇಟಿ ನೀಡಿದ್ದರು. ಅಲ್ಲಿ ನೆರೆದಿದ್ದ ಸಾರ್ವಜನಿಕರಿಗೆ ಅಸ್ಪೃಶ್ಯತೆಯ ನಿವಾರಣೆಗೆ ಶ್ರಮಿಸುವಂತೆ ಕರೆ ನೀಡುತ್ತಿದ್ದರು. ಆ ಕಾರ್ಯಕ್ರಮಗಳಿಗೆ ದೇಣಿಗೆ ನೀಡುವಂತೆ ಮನವಿ ಮಾಡುತ್ತಿದ್ದರು. ಆ ವೇಳೆಗೆ ಅವರು ಪ್ರಚಂಡ ಶಕ್ತಿಯಾಗಿ ದೇಶದ ಸ್ವಾತಂತ್ರ್ಯ ಹೋರಾಟಕ್ಕೆ ಪ್ರೇರಕ ಶಕ್ತಿಯಾಗಿದ್ದರು. ಜನರೂ ಮುಗಿಬಿದ್ದು ದೇಣಿಗೆ ನೀಡುತ್ತಿದ್ದರು. ಅವರ ಸಭೆಗೆ ಹಾಜರಾಗುತ್ತಿದ್ದ ಮಹಿಳೆಯರೂ ಗಾಂಧೀಜಿ ಕೇಳುತ್ತಿದ್ದಂತೆ ತಮ್ಮ ಆಭರಣಗಳನ್ನು ಬಿಚ್ಚಿ ಕೊಡುತ್ತಿದ್ದರು.

ಗಾಂಧೀಜಿ ಆಗಮನದ ಸುದ್ದಿ ಮಂಗಳೂರಿನ ದಲಿತ ಸಮುದಾಯದಲ್ಲಿಯೂ ಸಂಚಲನ ಮೂಡಿಸಿತ್ತು. ದೇವರಿಗೆ ಪ್ರಿಯರಾಗಿದ್ದವರೆಂದು ಅವರನ್ನು

ಹರಿಜನರು ಎಂದು ಕರೆದವರು ಗಾಂಧೀಜಿ. ಗಾಂಧೀಜಿ ತಮ್ಮ ಪ್ರವಾಸದ ವೇಳೆ ಹರಿಜನರ ಕೇರಿಗೆ ಮೊದಲು ಭೇಟಿ ನೀಡುತ್ತಾ ಇದ್ದುದರಿಂದ ಅವರೆಲ್ಲ ತಮ್ಮ ಗುಡಿಸಲುಗಳನ್ನು ತಳಿರುತೋರಣಗಳಿಂದ ಸಿಂಗರಿಸಿ ಮನೆ ಎದುರು ಸಾರಿಸಿ ರಂಗವಲ್ಲಿ ಇಟ್ಟು ಮಹಾತ್ಮನನ್ನು ಎದುರುಗೊಳ್ಳಲು ಸಜ್ಜಾಗಿದ್ದರು. ಅವರ ಮಂಗಳೂರಿನ ಕಾರ್ಯಕ್ರಮದ ವಿವರ ತಿಳಿದ ದಲಿತರು ಜಿಲ್ಲೆಯ ಹಳ್ಳಿಗಳಿಂದಲೂ ನೂರಾರು ಸಂಖ್ಯೆಯಲ್ಲಿ ಆಗಮಿಸಿ ರಸ್ತೆಯ ಎರಡೂ ಕಡೆ ನೆರೆದಿದ್ದರು.

ಅಂದು ರಾತ್ರಿ ಏಳು ಗಂಟೆ ಸುಮಾರಿಗೆ ಶೇಡಿಗುಡ್ಡೆಯ ಡಿಸಿಎಂ ಕಚೇರಿಗೆ ಗಾಂಧೀಜಿ ಬಂದರು. ಅಲ್ಲಿನ ಪ್ರಾರ್ಥನಾ ಮಂದಿರದಲ್ಲಿ ಅವರು ದಲಿತ ಮಕ್ಕಳನ್ನು ಭೇಟಿ ಮಾಡುವ ಕಾರ್ಯಕ್ರಮವಿತ್ತು. ಗಾಂಧೀಜಿಯವರನ್ನು ನೋಡುವುದಕ್ಕೆ ಸಾರ್ವಜನಿಕರ ನೂಕು ನುಗ್ಗಲು. ಜನರ ದಟ್ಟಣೆ ಮತ್ತು ಒತ್ತಡದಿಂದ ಡಿಸಿಎಂ ಕಚೇರಿಯ ಮುಂಭಾಗಕ್ಕೆ ಸ್ವಲ್ಪ ಧಕ್ಕೆಯೂ ಆಯಿತು. ಗಾಂಧೀಜಿ ಅಲ್ಲಿನ 'ವಿದ್ಯಾನಿಲಯ'ಕ್ಕೆ ಭೇಟಿ ನೀಡಿ ದಲಿತ ಮಕ್ಕಳು ಸ್ವತಃ ಮಾಡಿದ್ದ ಕರಕುಶಲ ವಸ್ತುಗಳನ್ನು ನೋಡಿ ಮೆಚ್ಚುಗೆ ವ್ಯಕ್ತಪಡಿಸಿದರು. ತಮ್ಮ ನಿಲಯಕ್ಕೆ ಆಗಮಿಸಿದ ಮಹಾತ್ಮರಿಗೆ ಮಕ್ಕಳು ಸ್ವಾಗತ ಗೀತೆಯನ್ನು ಸುಶ್ರಾವ್ಯವಾಗಿ ಹಾಡಿದರು. ಮಕ್ಕಳು ಪಡೆದಿದ್ದ ತರಬೇತಿ, ಹಾಡುಗಾರಿಕೆಯಲ್ಲಿನ ಅಚ್ಚುಕಟ್ಟುತನವನ್ನು ಕಂಡು ಗಾಂಧೀಜಿ ಸಂತೋಷಪಟ್ಟರು. ಕುದ್ಮುಲ್ ರಂಗರಾವ್ ಕೈಗೊಂಡಿದ್ದ ದಲಿತರ ಉದ್ಧಾರದ ಕೆಲಸಗಳ ಮಾಹಿತಿಗಳನ್ನೆಲ್ಲ ಪಡೆದರು. ಅಂದು ರಾತ್ರಿ ಅಲ್ಲಿ ನಡೆದ ಬೃಹತ್ ಸಾರ್ವಜನಿಕ ಸಭೆಯನ್ನು ಉದ್ದೇಶಿಸಿ 'ಪೂಜ್ಯ ರಂಗರಾವ್ ಅವರಿಂದ ಸಾರ್ವಜನಿಕ ಸೇವಾ ನಿಷ್ಠೆಯನ್ನು ಮನಗಾಣಿಸಿಕೊಂಡೆ. ಅವರು ನಮಗೆ ಒಂದು ಉತ್ತಮ ಮೇಲ್ಪಂಕ್ತಿಯನ್ನು ಹಾಕಿಕೊಟ್ಟಿದ್ದಾರೆ. ದಲಿತ ಜನಾಂಗದ ಪುನರುದ್ಧಾರ ಕಾರ್ಯದಲ್ಲಿ ಮುನ್ನಡೆದ ರಂಗರಾವ್ ನನಗೆ ಸ್ಫೂರ್ತಿ, ಮಾರ್ಗದರ್ಶಕರು. ಅಸ್ಪೃಶ್ಯತಾ ನಿವಾರಣಾ ಕಾರ್ಯದಲ್ಲಿ ಕುದ್ಮುಲ್ ರಂಗರಾವ್ ಅವರು ನಿಜವಾಗಿಯೂ ನನಗೆ ಗುರುಗಳು' ಎಂದು ಘೋಷಿಸಿದರು.

ಜೊತೆಗೆ ಅಲ್ಲಿನ ದಲಿತ ಮಕ್ಕಳು ಶಿಕ್ಷಣ ಪಡೆದು ಸ್ವಂತ ಆಸ್ತಿ ಗಳಿಸಿ ಸಮಾಜದಲ್ಲಿ ಪ್ರತಿಷ್ಠಿತ ಸ್ಥಾನ ಗಳಿಸುವಂತೆ ಕಿವಿ ಮಾತು ಹೇಳಿದರು. ರಂಗರಾವ್ ಅವರು ಕೈಗೊಂಡಿದ್ದ ದಲಿತರ ಸಾಮಾಜಿಕ, ಆರ್ಥಿಕ ಏಳಿಗೆಯ ಕೆಲಸಗಳನ್ನು ಮುಕ್ತವಾಗಿ ಪ್ರಶಂಸಿಸಿದರು. ಆ ಸಭೆಯನ್ನು ರಂಗರಾವ್ ಅವರ ಆರನೇ ಪುಣ್ಯತಿಥಿಯ ಅಂಗವಾಗಿ ಏರ್ಪಡಿಸಿದ್ದು ಶಾಲಾ ಮಕ್ಕಳಿಗೆ ಸಿಹಿ ಹಾಗೂ ಬಟ್ಟೆಗಳನ್ನು ಗಾಂಧೀಜಿ ಅವರು ನೀಡಿ ಆಶೀರ್ವದಿಸಿದರೆಂದು ದಾಖಲೆಗಳಲ್ಲಿದೆ.

ರಂಗರಾವ್ ಅವರು ಅಸ್ಪೃಶ್ಯತೆಯ ನಿವಾರಣೆಗಾಗಿ ಹಲವು ರಚನಾತ್ಮಕ ಕಾರ್ಯಕ್ರಮಗಳನ್ನು ರೂಪಿಸಿಕೊಂಡು ಅನುಷ್ಠಾನಗೊಳಿಸುತ್ತಿದ್ದ ಹತ್ತೊಂಬತ್ತನೆಯ

ಶತಮಾನದ ಕೊನೆಯ ದಶಕ ಹಾಗೂ ಇಪ್ಪತ್ತನೆಯ ಶತಮಾನದ ಆರಂಭದ ಮೂರು ದಶಕಗಳಲ್ಲಿ ಅವುಗಳಿಗೆ ವ್ಯಾಪಕ ಪ್ರಚಾರ ಕೊಡುವ ಪತ್ರಿಕೆಗಳೂ ಇರಲಿಲ್ಲ. 1886ರಲ್ಲಿ ಉಡುಪಿಯ ಹಿಂದೂ ಪ್ರೆಸ್‌ನಿಂದ ಪ್ರಕಟವಾಗುತ್ತಿದ್ದ 'ಸುದರ್ಶನ' ಎಂಬ ಪತ್ರಿಕೆಗೆ ಕುಂಬಳೆಯ ಕೃಷ್ಣರಾಯ ಎಂಬುವರು ಸಂಪಾದಕರಾಗಿದ್ದರು. ಆಗ ಪ್ರಕಟವಾಗುತ್ತಿದ್ದ ಪತ್ರಿಕೆಗಳಿಗೆ ಶೈಕ್ಷಣಿಕ ಉದ್ದೇಶಗಳೇ ಮುಖ್ಯವಾಗಿದ್ದವು. ಆ ಅವಧಿಯಲ್ಲಿ ದಕ್ಷಿಣ ಕನ್ನಡ ಜಿಲ್ಲೆಯಲ್ಲಿ 1885ರಲ್ಲಿ ಅನಂತರಾವ್ ಎಂಬುವರು ಪ್ರಕಟಿಸುತ್ತಿದ್ದ 'ಕನ್ನಡ ಕೇಸರಿ', 1907ರಲ್ಲಿ ಎ.ಎಸ್.ಕಾಮತ್ ನೇತೃತ್ವದಲ್ಲಿ ಆರಂಭವಾದ 'ಸ್ವದೇಶಾಭಿಮಾನಿ', 1915ರಲ್ಲಿ ಎಂ.ಎನ್. ಕಾಮತರಿಂದ ಆರಂಭವಾದ 'ಬೋಧಿನಿ' (ಮಾಸಪತ್ರಿಕೆ), 1915ರಲ್ಲಿ ಮುಳಿಯ ತಿಮ್ಮಪ್ಪಯ್ಯ ಅವರು ಆರಂಭಿಸಿದ 'ಕನ್ನಡ ಕೋಗಿಲೆ', ಅದೇ ವರ್ಷ ಡಿ.ಕೆ.ಭಾರದ್ವಾಜರು ಹೊರಡಿಸಿದ 'ತಿಲಕ ಸಂದೇಶ' ಮತ್ತು ಮೊಳಹಳ್ಳಿ ಶಿವರಾಯರು ಆರಂಭಿಸಿದ 'ಸಹಕಾರಿ', 1919ರಲ್ಲಿ ಬೋಳಾರ ವಿಠಲರಾವ್ ಹೊರಡಿಸುತ್ತಿದ್ದ ವಾರಪತ್ರಿಕೆ 'ಕಂಠೀರವ', 1921ರಲ್ಲಿ ಪ್ರಕಟಣೆ ಆರಂಭಿಸಿದ ಕೆ. ಹೊನ್ನಪ್ಪ ಶೆಟ್ಟಿ ಸಂಪಾದನೆಯ 'ನವಯುಗ', 1923ರಲ್ಲಿ ಶಿವರಾಮ ಕಾರಂತರು ಆರಂಭಿಸಿದ 'ವಸಂತ' ಮಾಸಪತ್ರಿಕೆ ಪ್ರಸಾರದಲ್ಲಿದ್ದವು. ಈ ಎಲ್ಲ ಪತ್ರಿಕೆಗಳಿಗೆ ಅವುಗಳ ಸಂಪಾದಕರ ಮರ್ಜಿಗೆ ಅನುಗುಣವಾಗಿ ಶೈಕ್ಷಣಿಕ ಹಾಗೂ ಮನರಂಜನೆಯ ಉದ್ದೇಶಗಳಿದ್ದು ನಿರ್ದಿಷ್ಟ ಉದ್ದೇಶಕ್ಕಾಗಿ ಆರಂಭವಾಗಿದ್ದವು. ಅವುಗಳ ಪ್ರಸಾರ ಸೀಮಿತವಾಗಿತ್ತು.

ಆದರೂ ರಂಗರಾವ್ ಅವರು ದಲಿತರ ಏಳಿಗೆಗಾಗಿ ಕೈಗೊಂಡ ಸಮಾಜ ಸುಧಾರಣಾ ಚಟುವಟಿಕೆಗಳು ಅಂದಿನ ದಿನಗಳಲ್ಲಿ ರಾಷ್ಟ್ರೀಯ ಮಟ್ಟದಲ್ಲಿ ಪ್ರಚಾರ ಪಡೆದವು. ದೇಶವಿದೇಶಗಳಲ್ಲಿಯೂ ಅವರ ಸೇವಾ ಕಾರ್ಯದ ವಿವರಗಳು ಹರಡಿದವು. ವಿದೇಶಗಳಿಂದ ಅನೇಕ ಗಣ್ಯರು ರಂಗರಾವ್ ಅವರಿಗೆ ಪತ್ರ ಬರೆದು ಅವರ ಸೇವಾಕಾರ್ಯವನ್ನು ಪ್ರಶಂಸಿಸಿದರು. ವಿದೇಶೀಯರು ಅವರ ಬಗ್ಗೆ ಗೌರವ ತಾಳಿದರು. ಅನೇಕ ಗಣ್ಯರು ಮಂಗಳೂರಿನ ಡಿಸಿಎಂ ಕಚೇರಿಗೆ ಹಣ ಕಳುಹಿಸುತ್ತಿದ್ದರು. ಅಲ್ಲಿನ ಗ್ರಂಥಾಲಯಕ್ಕೆ ಪುಸ್ತಕಗಳನ್ನೂ ಕಳುಹಿಸುತ್ತಿದ್ದರು. ರಂಗರಾವ್ ಅವರು ಅಲ್ಲಿ ಪ್ರಾರಂಭಿಸಿದ ಗ್ರಂಥಾಲಯದಲ್ಲಿ ಉನ್ನತ ಜೀವನಮೌಲ್ಯಗಳನ್ನು ಪ್ರತಿಪಾದಿಸುವ ಮೌಲಿಕ ಗ್ರಂಥಗಳಿದ್ದವು. ಅವರ ಸೇವಾಕಾರ್ಯಕ್ಕೆ ವಿದೇಶಗಳಲ್ಲಿ ಎಂಥ ಮಾನ್ಯತೆ ಇತ್ತೆಂದರೆ ಅಮೆರಿಕ ಉದ್ಯಮಿ ಹೆನ್ರಿ ಫೋರ್ಡ್ ಮಂಗಳೂರಿನ ಡಿಸಿಎಂ ಕಚೇರಿಗೆ ಹಣ ಕಳುಹಿಸುತ್ತಿದ್ದರು.

ಆ ವರ್ಷಗಳಲ್ಲಿ ಮಂಗಳೂರಿಗೆ ಭೇಟಿ ನೀಡುತ್ತಿದ್ದ ರಾಷ್ಟ್ರೀಯ ಹಾಗೂ ವಿದೇಶಿ ಗಣ್ಯರು ಶೇಡಿಗುಡ್ಡೆಯ ಡಿಸಿಎಂ ಕಚೇರಿಗೆ ಭೇಟಿ ಕೊಡುತ್ತಿದ್ದರು. ರಾಷ್ಟ್ರೀಯ ಮುಖಂಡರಲ್ಲಿ ಕವಿ ರವೀಂದ್ರನಾಥ ಟ್ಯಾಗೋರ್ (1922ರಲ್ಲಿ), ದೀನಬಂಧು ಸಿ.ಎಫ್. ಆಂಡ್ರ್ಯೂಸ್, ಡಾ. ಅನಿ ಬೆಸೆಂಟ್ ಅವರೆಲ್ಲ ಡಿಸಿಎಂ ಕಚೇರಿಗೆ ಭೇಟಿ ನೀಡಿ ರಂಗರಾವ್ ಅವರ ಸೇವಾಕಾರ್ಯವನ್ನು ಶ್ಲಾಘಿಸಿದ್ದರು. ಅವರು ನಿಧನರಾದ ಹತ್ತು ವರ್ಷಗಳ ನಂತರ ಮಂಗಳೂರಿಗೆ

ಭೇಟಿ ನೀಡಿದ್ದ ವಿದೇಶಿ ಉದ್ಯಮಿ ಜಸ್ಟಿಸ್ ವಿಲ್‌ಬರ್ಟ್ ಅವರು ಡಿಸಿಎಂ ಕಚೇರಿಗೆ ಹತ್ತುಸಾವಿರ ರೂಪಾಯಿಗಳ ದೇಣಿಗೆ ನೀಡಿದರು. 1914ರಲ್ಲಿಯೇ ಭಾರತ ಸೇವಕ ಸಂಘವನ್ನು (ಸರ್ವೆಂಟ್ಸ್ ಆಫ್ ಇಂಡಿಯಾ) ಸ್ಥಾಪಿಸಿದ ಗೋಪಾಲಕೃಷ್ಣ ಗೋಖಲೆ, ಗುಜರಾತಿನ ಆದಿವಾಸಿಗಳು ಮತ್ತು ಗಿರಿಜನರ ಉದ್ಧಾರಕ್ಕಾಗಿ ಶ್ರಮಿಸುತ್ತಿದ್ದ ಸಮಾಜ ಸುಧಾರಕ ಠಕ್ಕರ್ ಬಾಪ (ಅಮೃತಲಾಲ್ ವಿಠಲದಾಸ್ ಠಕ್ಕರ್), ಜಿ.ಕೆ.ದೇವಧರ್, ರೈಟ್ ಆನರಬಲ್ ಶ್ರೀನಿವಾಸ ಶಾಸ್ತ್ರಿ ಅವರೆಲ್ಲ ಡಿಸಿಎಂ ಸಂಸ್ಥೆಗೆ ಭೇಟಿ ನೀಡಿದವರು. ಬ್ರಹ್ಮಸಮಾಜದ ಡಾ. ಕಾರ್ನಾಡರು ರಂಗರಾವ್ ಅವರು ಬದುಕಿದ್ದಾಗ ಡಿಸಿಎಂ ಸಂಸ್ಥೆಗೆ ಒಮ್ಮೆಗೆ ಹತ್ತು ಸಾವಿರ ರೂಪಾಯಿಗಳನ್ನು ನೀಡಿದರು. ಅದರಿಂದ ರಂಗರಾವ್ ಅವರು ಅನಾಥಾಶ್ರಮವನ್ನು ಶೇಡಿಗುಡ್ಡೆಯಲ್ಲಿ ಕಟ್ಟಿಸಿ ಅದಕ್ಕೆ 'ಡಾ. ಕಾರ್ನಾಡರ ಅನಾಥಾಶ್ರಮ ಮತ್ತು ವಸತಿ ನಿಲಯ' ಎಂಬ ಹೆಸರನ್ನಿಟ್ಟರು.

ಮುಂಬೈನಲ್ಲಿ ನೆಲೆಸಿದ್ದ ಹಟ್ಟಿಯಂಗಡಿ ನಾರಾಯಣರಾಯರು 1917ರಲ್ಲಿ ಎರಡು ಭಾಗಗಳಲ್ಲಿ ಪ್ರಕಟಿಸಿದ 'ಕೊಂಕಣಿ ಚೊ ಮೂಲಾದರ್ಶು' ಕೃತಿಯ ಮಾರಾಟದಿಂದ ಬರುವ ಹಣವನ್ನು (ಪ್ರತಿಗೆ ಮೂರಾಣೆ) ಮಂಗಳೂರಿನ ನಿರಾಶ್ರಿತ ಜನ ಸಹಾಯಕ ಸಂಘಕ್ಕೆ ಕೊಡಬೇಕೆಂದು ಉಯಿಲು ಬರೆದಿದ್ದರು. ಆ ಕೃತಿಯ ಪ್ರತಿಗಳು ಕಾರ್ನಾಡ್ ಸದಾಶಿವರಾವ್, ಕುದ್ಮುಲ್ ರಂಗರಾವ್, ಕೋರ್ಟ್ ಗುಡ್ಡೆಯ ಪಂಚಮಶಾಲೆಯ ಮೇನೇಜರ್ ಕೆ. ಮಾಧವನವರ ಅವರಲ್ಲಿ ಇವೆ ಎಂದು ಅವರು ಪ್ರಕಟಣೆ ನೀಡಿದ್ದರು. ಹಟ್ಟಿಯಂಗಡಿ ನಾರಾಯಣರಾಯರು 1921ರ ಜೂನ್ 17ರಂದು ತೀರಿಕೊಂಡರು. ಅವರ ಮರಣಾನಂತರ ನಾರಾಯಣರಾಯರ ಪತ್ನಿ ಅಂಬಾಬಾಯಿ ಅವರು ಹತ್ತು ಸಾವಿರ ರೂಪಾಯಿಗಳನ್ನು ಮಂಗಳೂರಿನ ಬಡ ಸಾರಸ್ವತ ವಿದ್ಯಾರ್ಥಿಗಳ ಫಂಡು, ಕುದ್ಮುಲ್ ರಂಗರಾವ್ ಅವರು ಸ್ಥಾಪಿಸಿದ ಡಿಸಿಎಂ ಸಂಸ್ಥೆ ಹಾಗೂ ಪುಣೆಯ ಇರಾವತಿ ಕರ್ವೆ ಅವರು ಸ್ಥಾಪಿಸಿದ್ದ ಮಹಿಳಾ ವಿದ್ಯಾಲಯ ಮತ್ತು ಮುಂಬೈನ ಸೇವಾಸದನಕ್ಕೆ ಸಮನಾಗಿ ಹಂಚಿದರು ಎಂಬುದನ್ನು ಸಂಶೋಧಕ ಶ್ರೀನಿವಾಸ ಹಾವನೂರರು ಹಟ್ಟಿಯಂಗಡಿ ನಾರಾಯಣರಾಯರ ದಾಖಲೆಗಳನ್ನು ಆಧರಿಸಿ ಬರೆದಿದ್ದಾರೆ.

ಡಿಸಿಎಂ ಸಂಸ್ಥೆಯ ಎಲ್ಲ ಚಟುವಟಿಕೆಗಳನ್ನು ನೋಡಿಕೊಳ್ಳಲು ರಂಗರಾವ್ ಅವರು ಭಾರತ ಸೇವಕ ಸಂಘಕ್ಕೆ ವಹಿಸಿಕೊಟ್ಟ ಅನೇಕ ದಶಕಗಳ ನಂತರ 1953ರಲ್ಲಿ ಆ ಎಲ್ಲ ಶಾಲೆ, ಆಶ್ರಮ, ವಸತಿ ನಿಲಯ ಹಾಗೂ ಸಮುದಾಯ ಭವನಗಳನ್ನೂ ರಂಗರಾವ್ ಅವರು ತಮ್ಮ ಚಟುವಟಿಕೆಗಳಿಗಾಗಿ ಕಟ್ಟಿದ್ದ ಆಸ್ತಿಗಳನ್ನೂ ಮದ್ರಾಸ್ ಸರ್ಕಾರಕ್ಕೆ ಒಪ್ಪಿಸಲಾಯಿತು. (ಆಗ ಸ್ವಾತಂತ್ರ್ಯ ಲಭಿಸಿತ್ತು. ಕರ್ನಾಟಕದ ಏಕೀಕರಣ ಆಗಿರಲಿಲ್ಲ. ದಕ್ಷಿಣ ಕನ್ನಡ ಜಿಲ್ಲೆ ಮದ್ರಾಸ್ ರಾಜ್ಯಕ್ಕೆ ಸೇರಿತ್ತು. 1956ರಲ್ಲಿ ಕರ್ನಾಟಕ ಏಕೀಕರಣವಾದಾಗ ದಕ್ಷಿಣ ಕನ್ನಡ ಜಿಲ್ಲೆ ಅಂದಿನ ವಿಶಾಲ ಮೈಸೂರು ರಾಜ್ಯಕ್ಕೆ ಸೇರ್ಪಡೆಯಾಯಿತು.)

3. ನಿಷ್ಠುರ ಕಟ್ಟಳೆಗಳಿಗೆ ಕಟ್ಟುಬಿದ್ದ ದಲಿತ ಸಮುದಾಯ

ದಕ್ಷಿಣ ಕನ್ನಡ ಜಿಲ್ಲೆಯಲ್ಲಿ ದಲಿತರಾಗಿ ಹುಟ್ಟುವುದಕ್ಕಿಂತ ಪಶುಪಕ್ಷಿಗಳಾಗಿ ಹುಟ್ಟಿ ಬದುಕುವುದು ಉತ್ತಮ ಎಂಬಷ್ಟರ ಮಟ್ಟಿಗೆ ಅವರ ಬದುಕು ದುಸ್ತರವಾಗಿತ್ತು. ಅಲ್ಲಿ ಬ್ರಿಟಿಷರ ಆಳ್ವಿಕೆ ಮೊದಲಾದದ್ದು 1799ರಲ್ಲಿ. ಬ್ರಿಟಿಷರ ಆಡಳಿತದಲ್ಲಿ ಕೆಲವು ಕಾಲ ಸರಿದು ಅವರು ದಲಿತರಿಗಾಗಿ ಕೆಲವು ಸುಧಾರಣಾ ಕ್ರಮಗಳನ್ನು ಕೈಗೊಳ್ಳುವವರೆಗೆ ದಲಿತರಿಗೆ ಮತ ಸ್ವಾತಂತ್ರ್ಯ ಇರಲಿಲ್ಲ. ಅವರಿಗೆ ಅಭಿಪ್ರಾಯ ಸ್ವಾತಂತ್ರ್ಯವೂ ಇರಲಿಲ್ಲ. ಸಾರ್ವಜನಿಕ ಸ್ಥಳಗಳಲ್ಲಿ ಇತರರಂತೆ ಭಾಗವಹಿಸುವ ಸ್ವಾತಂತ್ರ್ಯವೂ ಇರಲಿಲ್ಲ. ಅವರು ಪೂರ್ವಜನ್ಮದ ಪಾಪಕರ್ಮಗಳಿಂದ ದಲಿತರಾಗಿ ಹುಟ್ಟಿದ್ದಾರೆಂಬ ಭಾವನೆ ಬರುವಂತೆ ಸಮಾಜದ ಇತರ ವರ್ಗದವರು ನೋಡುತ್ತಿದ್ದರು. ಹಾಗೆ ಕಥೆ ಪುರಾಣಗಳಿಂದ ಹೇಳಿ ನಂಬಿಸಿಯೂ ಇದ್ದರು.

ಇತಿಹಾಸ ಕಾಲದಿಂದ ಜಿಲ್ಲೆಯನ್ನು ಆಳುತ್ತಿದ್ದ ಕದಂಬರು, ಅಲೂಪ ಅರಸರು, ಜೈನ ಅರಸರು, ಬಂಟರು ಹಾಗೂ ಅಲ್ಲಲ್ಲಿಯ ಗುತ್ತು ಬೀಡುಗಳ ಒಡೆಯರ ಕಾಲಗಳಲ್ಲಿ ಅವರ ಬೇಸಾಯದ ಕಸುಬಿನ ಮೂಲದ ಆಳುಗಳಾಗಿ, ಅವರ ಕಾಡುಗುಡ್ಡಗಳಲ್ಲಿರುವ ಮರಮುಟ್ಟು, ತೋಟಗಳ ಕೆಲಸಗಾರರಾಗಿಯೂ ಜಿಲ್ಲೆಯ ದಲಿತರು ಜೀವಿಸಿಕೊಂಡಿದ್ದರು. ಅವರನ್ನು ಮುಟ್ಟುವುದು ಪಾಪವೆಂದು ಪರಿಗಣಿತವಾಗಿತ್ತು. ಅವರೆಲ್ಲ ಅಸ್ಪೃಶ್ಯರೆಂದೇ ಬಹಿಷ್ಕೃತರಾಗಿದ್ದರು. ಜಮೀನಿದ್ದ ಒಡೆಯರ ಗುತ್ತು ಚಾವಡಿಗಳಲ್ಲಿ ನಿತ್ಯ ಚಾಕರಿಗೆ, ಜಾನುವಾರುಗಳ ಪೋಷಣೆಯ ಕೆಲಸಗಳಿಗೆ, ಮನೆಯ ಕೆಲಸಗಳಿಗೆ ನಿತ್ಯದ ಜೀತದ ಆಳುಗಳಾಗಿ ದುಡಿಯುತ್ತಾ ಇದ್ದರು. ಅವರು ವಾಸಕ್ಕೆ ಧನಿಗಳ ಜಮೀನಿನ ಸಮೀಪದ ಓಣಿಗಳಲ್ಲಿಯೋ, ಪಕ್ಕದ ಗುಡ್ಡಗಾಡುಗಳ ತಪ್ಪಲುಗಳಲ್ಲಿಯೋ ಕತ್ತರಿ ಇಲ್ಲವೇ ಕಮಾನಿನ ಆಕಾರದ ಹುಲ್ಲುಗುಡಿಸಲನ್ನು ಕಟ್ಟಿಕೊಂಡು ಬದುಕುತ್ತಿದ್ದರು. ಅಸ್ಪೃಶ್ಯತೆಯಿಂದಾಗಿ ಇವರು ತೀರ ಅನಾಗರಿಕರಾಗಿ ಆಯಾಯ ಜಾತಿ ನೀತಿ, ಶಿಸ್ತುಬದ್ಧವಾದ ಕಟ್ಟುಕಟ್ಟಳೆಯ ಸಮಾಜದ ನೀತಿಗನುಸಾರವಾಗಿ ಜೀವನ ನಡೆಸುತ್ತಿದ್ದರು.

ಇನ್ನು ಕೆಲವರು ಕಾಡುಗುಡ್ಡಗಳಲ್ಲಿ ತಿರುಗಾಡಿಕೊಂಡು ಕಾಡುಮೃಗಗಳನ್ನು ಬೇಟೆಯಾಡಿ ಅವುಗಳ ಚರ್ಮದಿಂದ ಕೈಚೀಲ, ಪಾದರಕ್ಷೆ ಹಾಗೂ ಸೊಂಟದ ಪಟ್ಟಿಗಳನ್ನು ಒರಟು ಒರಟಾಗಿ ಮಾಡಿಕೊಂಡು ಪ್ರಾಣಿ- ಪಕ್ಷಿಗಳ ಎಲುಬುಗಳಿಂದ ಕೈ ಬಳೆ ಮತ್ತು ಇತರ ಆಭರಣಗಳನ್ನು ಮಾಡಿಕೊಂಡು ಧರಿಸುತ್ತಿದ್ದರು. ಕಾಡಿನಲ್ಲಿ ಸಿಗುವ ಬಳ್ಳಿ, ಬಿದಿರುಗಳಿಂದ ಬುಟ್ಟಿ, ಗೆರಸೆ, ಹುರಿ ಹಗ್ಗ ಹುರಿ, ಚಾಪೆ ಇತ್ಯಾದಿಗಳನ್ನು ಮಾಡಿ ಅವನ್ನು ಮಾರಿ ಬಹು ಬಡತನದಿಂದ ಪ್ರಾಣಿಗಳಂತೆ ಅಲ್ಲಲ್ಲಿ ಅಲೆದಾಡಿಕೊಂಡು ಜೀವಿಸುತ್ತಿದ್ದರು.

ದೇಶದಲ್ಲಿ ಬದಲಾವಣೆ ಕಂಡು ಜನರ ಸ್ಥಿತಿ- ಗತಿ, ರಾಜಕೀಯ ಪರಿಸ್ಥಿತಿಯಲ್ಲಿಯೂ ಮಾರ್ಪಾಟಾಯಿತು. ದಕ್ಷಿಣ ಕನ್ನಡ ಜಿಲ್ಲೆ ಸೇರಿದಂತೆ

ಕರಾವಳಿ ಭಾಗದಲ್ಲಿ ಅನಾದಿಕಾಲದಿಂದ ಆಳ್ವಿಕೆ ನಡೆಸುತ್ತಿದ್ದ ಅಳುಪರು, ಜೈನ ಅರಸರು, ಚೌಟರು, ಬಂಟರು ಮತ್ತು ಬಲ್ಲಾಳರ ಆಡಳಿತದಲ್ಲಿಯೂ ಅವರ ರಾಜನೀತಿಯಲ್ಲಿಯೂ ಬದಲಾವಣೆ ಕಂಡಿತು. ಸ್ಥಳೀಯ ಅರಸರ ದೌರ್ಬಲ್ಯದಿಂದ ಮೈಸೂರು ಕಡೆಯ ಅರಸರ ಕೈವಶವಾಗಿದ್ದ ತುಳುವ ಪ್ರದೇಶ 1799ರಲ್ಲಿ ನಾಲ್ಕನೇ ಮೈಸೂರು ನಿರ್ಣಾಯಕ ಯುದ್ಧದಲ್ಲಿ ಬ್ರಿಟಿಷರ ವಶಕ್ಕೆ ಬಂದಿತು. ಬ್ರಿಟಿಷರು ಕೆನರಾ ಜಿಲ್ಲೆ ಎಂದು ಗುರುತಿಸಿದ ಕರಾವಳಿ ಪ್ರದೇಶಕ್ಕೆ ಥಾಮಸ್ ಮನ್ರೋ ಮೊಟ್ಟಮೊದಲ ಕಲೆಕ್ಟರ್ ಆಗಿ ಮದ್ರಾಸಿನ ಕಂಪೆನಿ ಸರ್ಕಾರದಿಂದ ನಿಯೋಜಿತನಾದನು. 1857ರ ಸಿಪಾಯಿ ದಂಗೆಯ ನಂತರ ದೇಶದಾದ್ಯಂತ ಬ್ರಿಟಿಷ್ ವಿಕ್ಟೋರಿಯಾ ರಾಣಿಯ ಹೆಸರಿನಲ್ಲಿ ಬ್ರಿಟಿಷ್ ಆಡಳಿತ ಬಂದಿತು. ಕೆನರಾ ಜಿಲ್ಲೆಯೂ ಕಂಪೆನಿ ಆಡಳಿತದಿಂದ ಬ್ರಿಟಿಷ್ ರಾಣಿಯ ಸರ್ಕಾರಕ್ಕೆ ಸೇರಿಕೊಂಡಿತು. ಬ್ರಿಟಿಷ್ ಸರ್ಕಾರ 1862ರಲ್ಲಿ ಜಿಲ್ಲೆಯನ್ನು ವಿಭಜಿಸಿತು. ಉತ್ತರ ಕನ್ನಡ ಜಿಲ್ಲೆಯನ್ನು ಮುಂಬೈ ಆಡಳಿತಕ್ಕೆ ಒಪ್ಪಿಸಿ ದಕ್ಷಿಣ ಕನ್ನಡ ಜಿಲ್ಲೆಯನ್ನು ಉಳಿಸಿಕೊಂಡಿತು.

ಬ್ರಿಟಿಷ್ ಸರ್ಕಾರದ ಕಡೆಯಿಂದ ಜಿಲ್ಲೆಯಲ್ಲಿ ಅಸ್ಪೃಶ್ಯರನ್ನು ಉದ್ದೇಶಿಸಿದ ಕೆಲವು ಯೋಜನೆಗಳು ಜಾರಿಗೆ ಬಂದವು. ಅದೇ ಮೊದಲ ಬಾರಿಗೆ ದಲಿತ ವರ್ಗದ ಹೆಸರಿನಲ್ಲಿ ಕಲ್ಯಾಣ ಕಾರ್ಯಕ್ರಮಗಳನ್ನು ರೂಪಿಸಲಾಯಿತು. ಡಿಪ್ರೆಸ್ಡ್ ಕ್ಲಾಸಸ್ (ದಲಿತ ವರ್ಗ) ಎಂದು ಈ ಸಮುದಾಯವನ್ನು ಕರೆಯಲಾಯಿತು. ಈ ಪದವನ್ನೇ ಕುದ್ಮುಲ್ ರಂಗರಾವ್ ಅವರು ತಮ್ಮ ಸಮುದಾಯ ಸೇವಾ ಸಂಸ್ಥೆಗೆ ಬಳಸಿಕೊಂಡರು.

ಸರ್ಕಾರದ ಕಡೆಯಿಂದ ಸುಧಾರಣೆಯ ಕೆಲಸಗಳು ಆರಂಭವಾದರೂ ಒಟ್ಟು ಸಮಾಜದ ಒಳಗಡೆ ಸೇರಿಹೋಗಿದ್ದ ನಂಬಿಕೆಗಳು ಉಳ್ಳವರ ಹಾಗೂ ದಲಿತರ ನಡುವಿನ ಅಂತರವನ್ನು ಕಡಿಮೆ ಮಾಡಲಿಲ್ಲ. ಜಾತೀಯತೆಯ ಕಟ್ಟುಪಾಡುಗಳು ಇಡೀ ಸಮಾಜವನ್ನು ಬಂಧಿಸಿದ್ದವು. ಹುಟ್ಟಿನಿಂದಲೇ ಸಮಾಜದಲ್ಲಿ ಮೇಲು ಕೀಳನ್ನು ನಿರ್ಧರಿಸುವುದು ಆಳವಾಗಿ ಬೇರುಬಿಟ್ಟ ಸಂಗತಿಯಾಗಿತ್ತು. ಅದನ್ನು ಪುರಾಣ, ಪುಣ್ಯಕಥೆಗಳ ಆಧಾರಗಳಲ್ಲಿ ಉಳಿಸಿಕೊಳ್ಳಲಾಗುತ್ತಿತ್ತು. ಬ್ರಿಟಿಷರು ಆರಂಭಿಸಿದ ಸರ್ವರಿಗೂ ಶಿಕ್ಷಣ ನೀಡುವ ಅವಕಾಶವನ್ನು ಬಳಸಿಕೊಂಡು ಸಂಘಟಿತರಾಗಿವುದಕ್ಕೆ ಆಸ್ಪದವೇ ಇಲ್ಲದಂತೆ ದಲಿತ ವರ್ಗದಲ್ಲೂ ಅಸಂಖ್ಯಾತ ಒಳಗುಂಪುಗಳು ಪರಸ್ಪರ ಪೈಪೋಟಿಯಲ್ಲಿ ಇರುವಂತೆ ಇಡೀ ಸಮಾಜ ವ್ಯವಸ್ಥೆ ನೋಡಿಕೊಳ್ಳುತ್ತಿತ್ತು. ದಲಿತರಲ್ಲಿ ಅನೇಕ ಒಳಜಾತಿಗಳಿದ್ದು ಅವೆಲ್ಲವೂ ಅಸ್ಪೃಶ್ಯರಾಗಿಯೇ ಉಳಿದಿದ್ದವು.

ಬ್ರಿಟಿಷರು ಆರಂಭಿಸಿದ ಕೆಲವಾದರೂ ಸುಧಾರಣಾ ಕ್ರಮಗಳಿಂದ ಅಷ್ಟಿಷ್ಟು ಕಲಿತ ಈ ದಲಿತ ವರ್ಗದ ಯುವಕರಲ್ಲಿ ಹಿಂದಿನ ಮೂಢಭಾವನೆ, ಅಂಧ ಶ್ರದ್ಧೆಗಳನ್ನು ಪ್ರತಿಭಟಿಸುವ ಮನೋಭಾವ ರೂಪುಗೊಂಡರೂ ಅವರ

ಸಮಾಜಗಳಲ್ಲಿದ್ದ ಹಿರಿಯರು ಅದಕ್ಕೆ ಮಣೆ ಹಾಕುತ್ತಿರಲಿಲ್ಲ ಎಂಬುದನ್ನು ದಕ್ಷಿಣ ಕನ್ನಡ ಜಿಲ್ಲೆಯ ದಲಿತ ವರ್ಗದ ಬಗ್ಗೆ ಕ್ಷೇತ್ರ ಕಾರ್ಯ ನಡೆಸಿರುವ ಸಾಮಾಜಿಕ ಚಿಂತಕ ಕಮಲಾಕ್ಷ ಅವರು ತಮ್ಮ 'ದಕ್ಷಿಣ ಕನ್ನಡ ಜಿಲ್ಲೆಯ ಹರಿಜನ ಗಿರಿಜನರ ಸಾಮಾಜಿಕ ಇತಿಹಾಸ' ಎಂಬ ಕೃತಿಯಲ್ಲಿ ಬರೆದಿದ್ದಾರೆ. ಅದರಂತೆ 'ದಲಿತ ವರ್ಗದ ಎಲ್ಲ ಒಳಪಂಗಡಗಳಲ್ಲಿನ ಹಿರಿಯರು ತಮ್ಮ ಮದುವೆ, ಮರಣ ಹಾಗೂ ಊರಿನ ನೇಮ, ಕೋಲಗಳ ಸಂದರ್ಭಗಳಲ್ಲಿ ಹಿಂದಿನಿಂದ ನಡೆದುಕೊಂಡು ಬಂದಿದ್ದ ನೀತಿ ನಿಯಮ ಕಟ್ಟು ಕಟ್ಟಳೆಗಳಿಗೆ ಅತ್ಯಂತ ಪ್ರಾಮುಖ್ಯತೆ ಕೊಡುತ್ತಿದ್ದರು. ಜಾತಿಯ ನೀತಿ ನಿಯಮಗಳನ್ನು ಪ್ರಾಮಾಣಿಕವಾಗಿ ಆಚರಿಸುವುದರಲ್ಲಿ ಹಿರಿಯ ಬಳಗದವರು ಒಂದಿಷ್ಟೂ ತಪ್ಪುತ್ತಿರಲಿಲ್ಲ. ಆಯಾಯ ಉಪಜಾತಿಗಳ ಮುಖ್ಯಸ್ಥರಾದ ಗುರಿಕಾರ, ಮುಖಾರಿ, ಗುರ್ಕೆ, ಬುದ್ಧಿವಂತ, ಯಜಮಾನ ಮುಂತಾದವರು ಅತೀ ಜಾಗರೂಕತೆಯಿಂದ ತಮ್ಮ ಕರ್ತವ್ಯವನ್ನು ಪಾಲಿಸುತ್ತಿದ್ದರು. ಇದರಿಂದಾಗಿ ಜಿಲ್ಲೆಯ ಹರಿಜನ ಗಿರಿಜನ ವರ್ಗದವರಲ್ಲಿ ಕೂಡ ಹಿಂದಿನಿಂದ ಬೆಳೆದು ಬಂದ ಕಟ್ಟು ಕಟ್ಟಳೆ, ರೀತಿ ನೀತಿಯ ಬಿಗುಧೋರಣೆಗಳಿಂದಾಗಿ ತಮ್ಮತಮ್ಮಲ್ಲಿ ಮೇಲು– ಕೀಳು, ಆ ಜಾತಿ ಈ ಜಾತಿ ಎಂಬ ಭೇದ ಭಾವ ಹಾಗು ವಿವಿಧ ಉಪಜಾತಿಗಳುಂಟಾಗಲು ಕಾರಣವಾದವು. ಮಾತ್ರವಲ್ಲ, ಒಂದು ಉಪಜಾತಿಯವರು ಇನ್ನೊಂದು ಉಪಜಾತಿಯವರ ಜೊತೆ ಹೆಣ್ಣು ಗಂಡು ಸಂಬಂಧ ಬೆಳೆಸುವ ಸಂಪ್ರದಾಯವೂ ಅವರಲ್ಲಿ ಸಮಾಜಬಾಹಿರವೆನಿಸಿತು.

ಈ ಸಂಪ್ರದಾಯ ನಿಷ್ಠೆ ಸ್ವಾತಂತ್ರ್ಯಾನಂತರದ ಆರು ದಶಕಗಳ ನಂತರವೂ ಮುಂದುವರಿದಿದೆ ಎಂದು ವಿಷಾದದಿಂದ ಹೇಳುತ್ತಾರೆ ಕಮಲಾಕ್ಷ. 'ದಕ್ಷಿಣ ಕನ್ನಡ ಜಿಲ್ಲೆಯಲ್ಲಿ ಈಗಲೂ ಕೆಲವೇ ಪದವೀಧರರನ್ನು ಬಿಟ್ಟರೆ ಹೆಚ್ಚಿನ ಹರಿಜನ ಗಿರಿಜನರು ಅನಕ್ಷರಸ್ಥರೇ ಆಗಿದ್ದಾರೆ. ಮಾತ್ರವಲ್ಲ, ಇವರಲ್ಲಿಯ ಅನೇಕ ಉಪಜಾತಿಗಳಿಂದಾಗಿ, ಇವರ ಸಂಘಟನೆಗೆ ಕೂಡ ಅತೀವ ಧಕ್ಕೆಯಾಗಿದೆ. ಇವರಲ್ಲಿ ವಿದ್ಯಾವಂತರಾಗಿ ಮುಂದುವರಿದ ಕೆಲವು ಪಂಗಡಗಳಲ್ಲಿ ಕೂಡ ಈ ಮೇಲು ಜಾತಿ ಕೀಳು ಜಾತಿ ಎಂಬ ಸಂಕುಚಿತ ಮನೋವೃತ್ತಿ ಬದಲಾಗಿಲ್ಲ. ಉನ್ನತ ಸರ್ಕಾರಿ ಹುದ್ದೆ ಪಡೆದವರಲ್ಲಿಯೂ ಈ ತರದ ಜಾತೀಯ ಮನೋವೃತ್ತಿ ಇರುವುದು ಅಲ್ಲಲ್ಲಿ ಕಂಡು ಬರುತ್ತದೆ. ವಿದ್ಯಾವಂತನಾದ ದಲಿತ ಯುವಕನು ತಾನು ಮೆಚ್ಚಿ ಮೋಹಿಸಿದ ಪ್ರಾಯಕ್ಕೆ ಬಂದ ಇನ್ನೊಂದು ಉಪಜಾತಿಯ ದಲಿತ ಯುವತಿಯನ್ನು ಮದುವೆಯಾಗಲು ಕೂಡ ಸಮಾಜದ ಕಟ್ಟುಕಟ್ಟಳೆಗಳು ವಿರೋಧವಾಗಿವೆ. ಸಮಾಜದ ಹಿರಿಯರು ಇಂಥ ಸಂಬಂಧಗಳನ್ನು ಬಲವಾಗಿ ವಿರೋಧಿಸುತ್ತಾರೆ. ಅದರಲ್ಲಿ ಮುಂದುವರಿದರೆ ಅವರನ್ನು ಸಮಾಜದಿಂದಲೇ ಹೊರಹಾಕುವುದು ಹಿಂದೆ ಇರುವಂತೆಯೇ ಈಗಲೂ ಕೆಲವೆಡೆ ನಡೆಯುತ್ತದೆ. ಹರಿಜನ ಗಿರಿಜನರ ಉಪಜಾತಿಗಳಲ್ಲಿ ಇರುವಂತೆ ಒಂದೇ ಬಳಿಗೆ (ಗೋತ್ರ) ಸೇರಿದ ಗಂಡು ಹೆಣ್ಣುಗಳೊಳಗೆ ಇಲ್ಲವೇ ಹಿಂದೆ ಒಂದೇ ಬಳ್ಳಿಗೆ ಸೇರಿದವರಿಗೆ

ಹುಟ್ಟಿರುವವರೊಂದಿಗೆ ಮದುವೆ ಸಂಬಂಧ ನಡೆಯಕೂಡದು ಎಂಬ ಕಟ್ಟಳೆಯನ್ನು ಪಾಲಿಸುತ್ತಾರೆ. ಅಂಥ ಸಂಬಂಧ ಒಂದು ವೇಳೆ ನಡೆದರೆ ಅಂಥವರನ್ನು ಜಾತಿಯಿಂದಲೇ ಬಹಿಷ್ಕಾರ ಹಾಕುವ ಪದ್ಧತಿ ಬಳಕೆಯಲ್ಲಿದೆ. ಅದಕ್ಕೆ ಪರಿಹಾರ ರೂಪವಾಗಿ ಕೆಲವು ಕ್ರಮಗಳನ್ನೂ ರೂಪಿಸಲಾಗಿದೆ. ದೂರದ ಕಾಡಿನಲ್ಲಿ ಕತ್ತರಿ ಆಕಾರದ ಬೈಹುಲ್ಲಿನ ಗುಡಿಸಲು ಕಟ್ಟಿ, ಗಂಧ ಬೆರೆಸಿದ ನೀರನ್ನು ತಪ್ಪಿತಸ್ಥರ ತಲೆಗೆ ಹೊಯ್ದು, ಗುಡಿಸಲಿಗೆ ಬೆಂಕಿಕೊಟ್ಟು ಗುಡಿಸಲ ಒಳಗಿಂದ ಬಹಿಷ್ಕೃತ ಹೆಣ್ಣು ಇಲ್ಲವೇ ಗಂಡು ಒಂದು ಕಡೆಯಿಂದ ಪ್ರವೇಶಿಸಿ ಇನ್ನೊಂದು ಕಡೆಯಿಂದ ಹೊರಕ್ಕೆ ಬರುವಾಗ ಅವರಿಗೆ ಕೋಲುಗಳಿಂದ ಹೊಡೆದು ಶಿಕ್ಷೆ ನೀಡಿದ ನಂತರ ಅವರ ಮೊದಲಿನ ಜಾತಿಗೆ ಸೇರಿಸಿಕೊಳ್ಳುವುದು ಈ ಪರಿಹಾರ ಸೂತ್ರ. ಹಿಂದೆ ಇದ್ದ ಇಂಥ ಆಚರಣೆ ಈಗಲೂ ಕೆಲವು ಹರಿಜನ ಗಿರಿಜನ ಪಂಗಡಗಳಲ್ಲಿದೆ ಎಂದು ಅವರು ಬರೆದಿದ್ದಾರೆ.

ದಲಿತ ವರ್ಗವನ್ನು ಸರ್ಕಾರದ ದಾಖಲೆಗಳಲ್ಲಿ ಪರಿಶಿಷ್ಟ ಜಾತಿ ಮತ್ತು ಪರಿಶಿಷ್ಟ ಬುಡಕಟ್ಟು ಎಂದು ವಿಭಾಗ ಮಾಡಲಾಗಿದೆ. ಸ್ಥೂಲವಾಗಿ ಹರಿಜನರು ಪರಿಶಿಷ್ಟ ಜಾತಿ, ಗಿರಿಜನರು ಪರಿಶಿಷ್ಟ ಬುಡಕಟ್ಟು. ಈಚಿನ ವರ್ಷಗಳಲ್ಲಿ ಹರಿಜನ ಎಂಬುದನ್ನು ಬಳಸುವುದಕ್ಕೆ ವಿರೋಧ ವ್ಯಕ್ತವಾಗಿರುವುದರಿಂದ ಪರಿಶಿಷ್ಟ ಜಾತಿ ಎಂಬುದೇ ಸಾರ್ವತ್ರಿಕವಾಗಿ ಒಪ್ಪಿಕೊಂಡಿರುವ ಹೆಸರಾಗಿದೆ. ಈ ಪರಿಶಿಷ್ಟ ಜಾತಿಗೆ ಒಳಪಟ್ಟಂತೆ ನೂರಾರು ಉಪಜಾತಿಗಳಿವೆ. ಏಕೀಕರಣವಾದ ನಂತರ ಕರ್ನಾಟಕದ ಎಲ್ಲ ಜಿಲ್ಲೆಗಳಲ್ಲಿಯೂ ಪರಿಶಿಷ್ಟ ಜಾತಿ ಮತ್ತು ಬುಡಕಟ್ಟು ಪಂಗಡಗಳಿವೆ. ಆದರೆ, ದಕ್ಷಿಣ ಕನ್ನಡ ಜಿಲ್ಲೆಯಲ್ಲಿ ಇರುವ ಉಪಜಾತಿಗಳ ಸಂಖ್ಯೆ ಹೆಚ್ಚು.

ಪರಿಶಿಷ್ಟ ಜಾತಿಗೆ ಸೇರಿದ ಉಪಜಾತಿಗಳು ಇಂತಿವೆ: ಆದಿ ದ್ರಾವಿಡ, ಅಜಿಲ (ಇವರಿಗೆ ಈಗಿನ ಪುತ್ತೂರು ಮತ್ತು ಸುಳ್ಯದ ಕಡೆ ಅಜಿಲೆರ್ ಎಂದು ಕರೆಯಲಾಗುತಿದೆ), ಬೈರ, ಬಾಕುಡ, ಚಮ್ಮಾರ್ ಅಥವಾ ಮುಚಿ, ಡೋಮ್ (ಡೊಂಬರ, ಬೈಡಿ ಅಥವಾ ಪಾನೊ– ಕುಂದಾಪುರದ ಕಡೆ ನಲ್ಕೆಯವರನ್ನು ಪಾನೋ ಅಥವಾ ಪಾಣಾರರು ಎಂದು ಕರೆಯಲಾಗುತ್ತದೆ), ಚಂಡಾಲ, ಗೊಡ್ಡ, ಹೊಲೆಯ, ಕೂಸ (ಕುಂದಾಪುರದ ಕಡೆ ಹರಿಜನರನ್ನು ಕೂಸಾಲರು ಎಂದು ಕರೆಯಲಾಗುತ್ತದೆ), ಮಾದಿಗ, ಮಾಯಿಲ, ಮೊಗೆರ್, ಮುಂಡಾಲ, ಪಂಬದ, ರಾಣೆಯಾರ್, ಸಮಗಾರ, ತೋಟಿ, ಬತ್ತಡ (ಕುಂದಾಪುರದ ಕಡೆ ಇವರನ್ನು ಬಾಕುಡ ಎಂದು ಕರೆಯಲಾಗುತ್ತದೆ), ಹಸಲ, ನಲ್ಕೆದಾಯೆ ಮತ್ತು ಪರಯನ್.

ಜಿಲ್ಲೆಯಲ್ಲಿ ಪರಿಶಿಷ್ಟ ಬುಡಕಟ್ಟು ವಿಭಾಗಕ್ಕೆ ಸೇರಿದವರು: ಕೊರಗ, ಕುಡಿಯ ಅಥವಾ ಮಲೆಕುಡಿಯ ಮತ್ತು ಮರಾಠಿ.

ಕೊರಗರು ಕರಾವಳಿ ಪ್ರದೇಶದಲ್ಲಿ ಆದಿಯ ಮೂಲನಿವಾಸಿಗಳು ಎಂಬುದು ಮಾನವಶಾಸ್ತ್ರಜ್ಞರ ಅಭಿಮತ. ಇವರನ್ನು ಮದ್ರಾಸ್ ಸರ್ಕಾರ ಪರಿಶಿಷ್ಟ

ಜಾತಿಗೆ ಸೇರಿಸಿತ್ತು. ನಾಡಿನ ಏಕೀಕರಣವಾಗಿ ಕರ್ನಾಟಕದಲ್ಲಿ ಕರಾವಳಿಯ ದಕ್ಷಿಣ ಕನ್ನಡ ಮತ್ತು ಉಡುಪಿ ಜಿಲ್ಲೆಗಳು ಸೇರಿದಾಗ ಕೊರಗರನ್ನು ಪರಿಶಿಷ್ಟ ಬುಡಕಟ್ಟಿಗೆ ಸೇರಿಸಲಾಯಿತು. ಇವರಷ್ಟು ನಿಕೃಷ್ಟ ಸ್ಥಿತಿಯಲ್ಲಿ, ಕಡು ಬಡತನದಲ್ಲಿ ಮತ್ತು ಅನಾಗರಿಕ ಸ್ಥಿತಿಯಲ್ಲಿ ಜೀವಿಸುವ ಪರಿಶಿಷ್ಟ ಜಾತಿ ಇಲ್ಲವೇ ಪರಿಶಿಷ್ಟ ಪಂಗಡದವರು ಯಾರೂ ಇಲ್ಲ. ಇವರನ್ನೇ ಕುದ್ಮುಲ್ ರಂಗರಾವ್ ಅವರು ತಮ್ಮ ಪಾರ್ಥಿವ ಶರೀರವನ್ನು ರುದ್ರಭೂಮಿಗೆ ಕೊಂಡೊಯ್ಯುವಂತೆ ತಮ್ಮ ಉಯಿಲಿನಲ್ಲಿ ಕೇಳಿಕೊಂಡಿದ್ದು. ಆದಿವಾಸಿ ಕೊರಗ ಸಮುದಾಯಕ್ಕೆ ಹೆಚ್ಚಿನ ಸಹಾಯ ಮಾಡಲಾಗಲಿಲ್ಲ ಎಂಬ ಕೊರಗು ಅವರಲ್ಲಿ ಉಳಿದದ್ದೇ ಆ ಬೇಡಿಕೆಗೆ ಕಾರಣ. ಕೊರಗರು ತಮ್ಮ ಪಾರ್ಥಿವ ಶರೀರವನ್ನು ಮುಟ್ಟಿದಾಗ ತಮ್ಮ ಆತ್ಮಕ್ಕೆ ಶಾಂತಿ ಸಿಗಬಹುದು ಎಂದು ಆ ಮಹಾನುಭಾವ ಆಶಿಸಿದ್ದರು.

ದಕ್ಷಿಣ ಕನ್ನಡ ಜಿಲ್ಲೆಯ ಸಾಮಾಜಿಕ ಪರಿಸ್ಥಿತಿಯಲ್ಲಿ ದಲಿತರ ಪಂಗಡಗಳು ಪ್ರತ್ಯೇಕ ಜಾತಿಗಳಾಗಿ ತಮ್ಮ ತಮ್ಮ ಹಿಂದಿನ ಪದ್ಧತಿಗಳನ್ನು ಸಂಪ್ರದಾಯದ ಹೆಸರಿನಲ್ಲಿ ಕಟ್ಟುನಿಟ್ಟಾಗಿ ಪಾಲಿಸುತ್ತಾ ಇದ್ದುದು ಅವುಗಳ ಹಿಂದುಳಿದಿರುವಿಕೆಗೆ ಕಾರಣವೆನ್ನಬಹುದು. ಗಂಗೊಳ್ಳಿಯಿಂದ ನೀಲೇಶ್ವರದವರೆಗೆ ಇಪ್ಪತ್ತಕ್ಕೂ ಹೆಚ್ಚಿನ ನದಿಗಳು ಪಶ್ಚಿಮಕ್ಕೆ ಹರಿಯುವುದು ಈ ಜಿಲ್ಲೆಯ ಪ್ರಾದೇಶಿಕ ಲಕ್ಷಣ. ದೇಶಕ್ಕೆ ಸ್ವಾತಂತ್ರ್ಯ ಬರುವವರೆಗೆ ಈ ಎಲ್ಲಾ ನದಿಗಳಿಗೂ ಸೇತುವೆಗಳ ನಿರ್ಮಾಣ ಆಗಿರಲಿಲ್ಲ. ಬ್ರಿಟಿಷರ ನೇರ ಆಳ್ವಿಕೆ ಆರಂಭವಾದ ಹತ್ತೊಂಬತ್ತನೆಯ ಶತಮಾನದ ಮಧ್ಯಭಾಗದಿಂದ ಇಪ್ಪತ್ತನೆಯ ಶತಮಾನದ ಆರಂಭದ ವರೆಗೆ ಸಂಚಾರಕ್ಕೆ ಮಾರ್ಗಗಳೇ ಇರಲಿಲ್ಲ. ಒಂದು ನದಿಯನ್ನು ದಾಟಿ ಇನ್ನೊಂದು ಕಡೆ ಹೋಗಬೇಕೆಂದಿದ್ದರೆ ದೋಣಿಯನ್ನೇ ಅವಲಂಬಿಸಬೇಕಾಗಿತ್ತು. ಸಾರಿಗೆಗೆ ಯಾವ ಆಧುನಿಕ ಸೌಲಭ್ಯವೂ ಇರದ ಆ ದಿನಗಳಲ್ಲಿ ಒಂದೊಂದು ಕಡೆ ನೆಲೆಸಿದ್ದ ದಲಿತ ಪಂಗಡಗಳು ತಮ್ಮದೇ ಪ್ರತ್ಯೇಕ ಕಟ್ಟುಕಟ್ಟಳೆಗಳನ್ನು ರೂಪಿಸಿಕೊಂಡು ಕಟ್ಟಾ ಸಂಪ್ರದಾಯವಾದಿಗಳಂತೆ ಇದ್ದುದರಲ್ಲಿ ಆಶ್ಚರ್ಯವಿಲ್ಲ. ಅದನ್ನು ಪೋಷಿಸಿಕೊಂಡು ಬರುವಂತೆ ಆಯಾ ಸಮುದಾಯಗಳ ಹಿರಿಯರ ನೋಡಿಕೊಳ್ಳುತ್ತಾ ಇದ್ದುದರಿಂದ ಅಂಧ ಶ್ರದ್ಧೆ, ಮೌಢ್ಯಾಚರಣೆಗಳು ಈ ಸಮುದಾಯವನ್ನು ಸುಧಾರಣೆಯ ಅಲೆಗೆ ಸಿಲುಕದಂತೆ ಮಾಡಿರುವದನ್ನು ಕಡೆಗಣಿಸಲಾಗದು.

ಜಿಲ್ಲೆಯ ಆದಿವಾಸಿ ಪಂಗಡಗಳಲ್ಲಿ ಕೊರಗರು ಆದ್ಯರು. ಎಲ್ಲ ತಾಲೂಕಿನ ಸ್ಥಳಗಳಲ್ಲಿಯೂ, ಗುಡ್ಡಗಾಡುಗಳ ಬಯಲು ತಪ್ಪಲಲ್ಲಿಯೂ ಮತ್ತು ಅಲ್ಲಲ್ಲಿ ಪೇಟೆ ಪಟ್ಟಣಗಳ ಗುಡ್ಡಗಳ ಬದಿಯಲ್ಲಿ ಗುಡಿಸಲುಗಳನ್ನು ಹಾಕಿಕೊಂಡು ವಾಸಿಸುತ್ತಾರೆ. ಮಂಗಳೂರು ನಗರದ ದೇರೆಬೈಲು, ಕಂಕನಾಡಿಯ ಕುದ್ರೋಳಿಕಟ್ಟೆ, ಮರವೂರು, ಬಜಪೆ, ಬೈಕಂಪಾಡಿ, ಹಳೆಯಂಗಡಿ, ಮೂಲ್ಕಿ, ಕಿನ್ನಿಮೂಲ್ಕಿ ಮುಂತಾದ ಕಡೆಗಳಲ್ಲಿ ಕೆಲವು ಕುಟುಂಬಗಳು ನೆಲೆಸಿವೆ. ಉಡುಪಿ ಪೇಟೆ,

ಕುಂದಾಪುರ, ಪುತ್ತೂರು, ಕಾರ್ಕಳ, ಬಂಟ್ವಾಳ ಕಡೆಯ ಹಳ್ಳಿಗಾಡುಗಳಲ್ಲಿಯೂ ಇವರು ಹೆಚ್ಚಿನ ಸಂಖ್ಯೆಯಲ್ಲಿದ್ದಾರೆ. ಉಡುಪಿಯಲ್ಲಿ ಕೊರಗರ ಕೇರಿ ಎಂಬ ವಸತಿ ಪ್ರದೇಶವೇ ಇದೆ. ಬಜಪೆಯ ಹತ್ತಿರ ಕೊರಗ ಎಂಬ ಹೆಸರಿನ ಊರು ಇತ್ತೆಂದೂ ಅದು ಪ್ರಾಚೀನ ಕಾಲದಿಂದ ಕೊರಗರು ನೆಲೆಸಿದ ಪ್ರದೇಶವೆಂದೂ ಕೆಲವು ಇತಿಹಾಸಜ್ಞರು ಹೇಳುವರೆಂದು ಕಮಲಾಕ್ಷ ಬರೆದಿದ್ದಾರೆ. ಕೊರಗರ ಪ್ರಾಚೀನತೆಯನ್ನು ಕುರಿತಾಗಿ ಐತಿಹ್ಯವೂ ಇದೆ.

ಕರಾವಳಿ ಪ್ರದೇಶವು ಕದಂಬರ ಆಳ್ವಿಕೆಗೆ ಒಳಪಟ್ಟ ಕಾಲದಲ್ಲಿ ಗುಡ್ಡಗಾಡು ಜನರ ಮುಖಂಡನಾಗಿ ಹುಬಶಿಕ ಎಂಬುವನಿದ್ದ. ಅವನು ಆಗಿನ ರಾಜನಾದ ಮಯೂರ ವರ್ಮನ ಮಗ ಲೋಕಾದಿತ್ಯನನ್ನು ಕೆಣಕಿ ಅವನಿಂದ ಪರಾಭವಗೊಂಡು ತನ್ನ ಪಂಗಡದವರೊಡನೆ ಕಾಡುಗುಡ್ಡಗಳಿಗೆ ಓಡಬೇಕಾಯಿತು ಎಂಬುದು ಆ ಐತಿಹ್ಯ. ಕೊರಗರ ಸಮುದಾಯಕ್ಕೆ ರಾಜನಾಗುವಂಥ ಅರ್ಹತೆ ಇದ್ದವರು ಯಾರೂ ಇರಲಿಲ್ಲ; ಆದರೆ ಆ ಪಂಗಡದವರಿಗೆ ಸೇನಾನಿಯ ಹಾಗೆ ಒಬ್ಬ ನಾಯಕನು ಇದ್ದಿರಬಹುದು ಎಂದು ಇತಿಹಾಸಜ್ಞರು ಅಭಿಪ್ರಾಯ ಪಡುತ್ತಾರೆ. ಕೊರಗರ ಇತಿಹಾಸದ ಬಗ್ಗೆ ಪ್ರಚಲಿತವಿದ್ದ ಈ ಐತಿಹ್ಯವನ್ನು ಕಾಸ್ಟ್ಸ್ ಅಂಡ್ ಟ್ರೈಬ್ಸ್ ಕೃತಿಯಲ್ಲಿ ಥರ್ಸ್ಟನ್ ಅವರು ಉಲ್ಲೇಖಿಸಿದ್ದಾರೆ ಎನ್ನಲಾಗಿದೆ.

ಗುಡ್ಡಗಾಡುಗಳಲ್ಲಿ ನೆಲೆ ಕಂಡುಕೊಂಡಿದ್ದ ಕೊರಗರು ಪೇಟೆ ಪಟ್ಟಣಗಳಿಗೆ ಇಲ್ಲವೇ ಗ್ರಾಮದ ಸಂತೆಗಳಿಗೆ ಬರಬೇಕಿದ್ದರೆ ಸ್ಥಳೀಯ ಅಧಿಕಾರಿಗಳ ಅಪ್ಪಣೆ ಪಡೆಯಬೇಕು ಎಂಬ ನಿಯಮ ರೂಢಿಯಲ್ಲಿತ್ತು. ಅಂದಿನ ಪೇಟೆ ನಿವಾಸಿಗಳಿಗೆ ಈ ಅನಾಗರಿಕ ಅಸ್ಪೃಶ್ಯ ಜನರನ್ನು ಕಂಡರೆ 'ಅಪಶಕುನ' ಎಂಬ ಬಲವಾದ ನಂಬಿಕೆಯೂ ಈ ನಿಯಮಕ್ಕೆ ಕಾರಣವಾಗಿತ್ತು. ರಾತ್ರಿ ಸಮಯದಲ್ಲಿ ಸಾರ್ವಜನಿಕರ ಎದುರು ಇವರು ಕಾಣಿಸಿಕೊಳ್ಳುವುದಕ್ಕೆ ನಿಷೇಧವಿತ್ತು. ಇವರ ಹೊಸ ಉಡುಪುಗಳನ್ನು ಹಾಕುವಂತಿರಲಿಲ್ಲ. ಅವರ ಗುಡಿಸಲುಗಳನ್ನು 'ಕೊಟ್ಟ' ಎನ್ನುತ್ತಿದ್ದರು. ಇವರಲ್ಲಿ ಮೂರು ಪಂಗಡಗಳು. ಅವು ಕುಂಟುಕೊರಗ, ಚಿಪ್ಪಿ ಕೊರಗ ಮತ್ತು ವಂಟಿ ಕೊರಗ ಎಂಬುವು. ಈ ಮೂರು ಪಂಗಡಗಳು ಒಟ್ಟಾಗಿ ಸೇರಬಹುದು. ಊಟೋಪಚಾರ ನಡೆಸಬಹುದು. ಆದರೆ ಗಂಡು ಹೆಣ್ಣು ಸಂಬಂಧ ಮಾಡುವಂತಿಲ್ಲ. ಇವರದು ಕಪ್ಪು ಬಣ್ಣ, ಗಟ್ಟಿ ಶರೀರ, ದೊಡ್ಡ ಚಪ್ಪಟೆ ಮೂಗು. ಗುಂಗುರು ತಲೆಕೂದಲು. ಸಾಮಾನ್ಯವಾಗಿ ಐದೂವರೆ ಅಡಿ ಎತ್ತರದ ಮೈಕಟ್ಟು. ಸೊಂಟಕ್ಕೆ ಕಪ್ಪು ವಸ್ತ್ರ. ಕೆಲವರು ಸೊಪ್ಪನ್ನು ಸೊಂಟದ ಸುತ್ತ ಸುತ್ತಿಕೊಂಡು ಇರುವುದು ಪದ್ಧತಿ. ಗಂಡಸರು ಅಡಕೆಯ ಹಾಳೆಯಿಂದ ಮಾಡಿದ 'ಮುಟ್ಟಾಳೆ'ಯನ್ನು ತಲೆಗೆ ಹಾಕಿಕೊಳ್ಳುವರು. ಸೊಂಟಕ್ಕೆ ಒಂದು ಉದ್ದನೆಯ ಬಾಗಿದ ಕತ್ತಿಯನ್ನು ಧರಿಸುವರು. ಸೊಂಟಕ್ಕೆ ಎಲುಬಿನಿಂದ ತಯಾರಿಸಿದ ಮಣಿಗಳು, ಕಿವಿಗಳಿಗೆ ಅಗಲವಾದ ಬೆಂಡೋಲೆ, ಕೊರಳಿಗೆ ಅನೇಕ ರೀತಿ ಮಣಿಗಳನ್ನು ಧರಿಸುವರು. ಕೊರಗರ ಹೆಂಗಸರಿಗೂ ಇದೇ ರೀತಿಯ ಉಡುಪು. ಅವರು ತಲೆ ಮುಟ್ಟಾಳೆಯನ್ನು ಹಾಕುತ್ತಿರಲಿಲ್ಲ.

ಕೊರಗರಿಗೆ ಪೇಟೆ ಪಟ್ಟಣಗಳಲ್ಲಿ ಅನೇಕ ನಿಷೇಧಗಳಿದ್ದವು. ಅವರು ಸಾರ್ವಜನಿಕ ಸ್ಥಳದಲ್ಲಾಗಲೀ, ರಸ್ತೆಗಳ ಮೇಲಾಗಲೀ ಉಗುಳಬಾರದು ಎಂಬ ನಿಷೇಧವಿತ್ತು. ಅದಕ್ಕಾಗಿ ಅವರು ತಮ್ಮ ಕುತ್ತಿಗೆಗೆ ಒಂದು ಮಣ್ಣಿನ ಗಡಿಗೆಯನ್ನು ಕಟ್ಟಿಕೊಂಡು ತಿರುಗಾಡುತ್ತಿದ್ದರು. ಉಗುಳುವ ಸಂದರ್ಭ ಬಂದಾಗ ಕುತ್ತಿಗೆಯ ಗಡಿಗೆಯಲ್ಲಿ ಉಗುಳುತ್ತಿದ್ದರು. ಹೆಣದ ಮೇಲಿನ ಬಟ್ಟೆ ಕೊರಗರಿಗೆ ಮೀಸಲಾಗಿತ್ತು. ಅದನ್ನೇ ಅವರು ಧರಿಸುತ್ತಿದ್ದರು. ಪೇಟೆ ಪಟ್ಟಣಗಳ ಸನಿಹಕ್ಕೆ ಬರುವ ಮೊದಲು ಗುಡ್ಡಗಾಡು ಪ್ರದೇಶಗಳಲ್ಲಿ ನೆಲೆಸಿದ್ದ ಇವರು ಕಾಡಿನಲ್ಲಿ ಬೇಟೆಯಾಡುವುದೇ ಜೀವನ ಮಾರ್ಗವಾಗಿತ್ತು. ಪ್ರಾಣಿಗಳ ಚರ್ಮವನ್ನೂ ಎಲುಬುಗಳನ್ನೂ ಸಂಗ್ರಹಿಸಿ ಅವನ್ನು ಮಾರಿ ಜೀವನ ಮಾಡುತ್ತಿದ್ದರು. ಗುಡ್ಡದ ತಪ್ಪಲಲ್ಲಿ ವಾಸಿಸುವ ಕೊರಗರು ಕಾಡಿನ ನಾರು ಬಳ್ಳಿಗಳಿಂದ ಚಾಪೆ, ಬುಟ್ಟಿ, ಕುಕ್ಕೆ, ಹಗ್ಗ ಹುರಿಗಳನ್ನು ಮಾಡಿ ಅವನ್ನು ಮಾರಿ ಜೀವನ ಸಾಗಿಸುತ್ತಿದ್ದರು. ಕಾಡಿನಿಂದ ನಾಡಿನ ಕಡೆ ಬಂದ ಇವರನ್ನು ಗ್ರಾಮಪಂಚಾಯ್ತಿಗಳಲ್ಲಿ ನೈರ್ಮಲ್ಯದ ಕೆಲಸಕ್ಕೆ ಸೇರಿಸಿಕೊಳ್ಳಲಾಯಿತು. ಜಮೀನ್ದಾರ ಧನಿಗಳ ತೋಟಗಳಲ್ಲಿ ಜೀತದ ಆಳುಗಳಾಗಿಯೂ ದುಡಿಯತೊಡಗಿದರು. ಅವರ ಶ್ರಮದ ಬದುಕು, ಮನೆಯಲ್ಲಿ ಉಳಿದದ್ದು, ತಂಗಳು ತಿಂದು ಅರಗಿಸಿಕೊಳ್ಳುವ ಸಾಮರ್ಥ್ಯವನ್ನು ಕಂಡ ಮೇಲು ಜಾತಿಯವರು ತಮಗೆ ಬರುವ ಅನಿಷ್ಟಗಳನ್ನು ಕೊರಗರಿಗೆ ವರ್ಗಾಯಿಸುವ ಉಪಾಯವಾಗಿ ಅಜಲು ಎಂಬ ಹೀನ ಪದ್ಧತಿಯನ್ನು ಜಾರಿಗೆ ತಂದರು. ಬಾಣಂತಿಯರಿಗೆ ಬರುವ ಸನ್ನಿ, ಹಸುಗೂಸುಗಳಿಗೆ ಬರುವ ಬಾಲಗ್ರಹ ನಿವಾರಣೆಗಾಗಿ ಅವರ ಎಂಜಲು, ಉಗುರು, ಕೂದಲನ್ನು ಸೇರಿಸಿದ ಊಟವನ್ನು ಕೊರಗ ಹೆಂಗಸರಿಗೆ ಕೊಟ್ಟರೆ ಅವರು ಅದನ್ನೆಲ್ಲ ತಿಂದು ಅರಗಿಸಿಕೊಂಡು ಇವರಿಗೆ ಬರುವ ಅನಿಷ್ಟಗಳನ್ನು ತಪ್ಪಿಸುತ್ತಾರೆ ಎಂಬ ಅನಿಷ್ಟ ಪದ್ಧತಿಯೇ ಅಜಲು ಎಂಬುದಾಗಿದ್ದು ಅದು ಕರಾವಳಿಯಲ್ಲಿ ಇಂದಿಗೂ ನಿವಾರಿಸಲಾಗದ ಸಾಮಾಜಿಕ ಪಿಡುಗಾಗಿ ಅಸ್ಪೃಶ್ಯರ ಬದುಕಿನಲ್ಲಿ ಉಳಿದುಕೊಂಡಿದೆ. 1999ರಲ್ಲಿ ಅಜಲು ಪದ್ಧತಿಯನ್ನು ಅದನ್ನು ಕರ್ನಾಟಕ ಸರ್ಕಾರ ನಿಷೇಧಿಸಿದೆ. ಆದರೂ ಅದು ಗುಪ್ತವಾಗಿ ಉಳಿದುಕೊಂಡಿದೆ. ಪ್ರಾಯಶಃ ಕೊರಗರು ಇರುವವರೆಗೂ ಅದು ಉಳಿದುಬಿಡುವ ಅನಿಷ್ಟ ಪದ್ಧತಿಯಂತೆ ತೋರುತ್ತದೆ.

ಗುಡ್ಡಗಾಡುಗಳಲ್ಲಿಯೇ ನೆಲೆಸಿ ಕೊರಗರಂತೆಯೇ ಜೀವನ ಸಾಗಿಸುತ್ತಿರುವ ಮಲೆಕುಡಿಯರು ಬೆಳ್ತಂಗಡಿ ತಾಲ್ಲೂಕಿನ ಶಿಶಿಲ, ಧರ್ಮಸ್ಥಳ, ನೆರಿಯ ಮುಂತಾದ ಕಡೆ ಇರುವ ಆದಿವಾಸಿ ಮೂಲನಿವಾಸಿಗಳು. ಕಾರ್ಕಳ ತಾಲ್ಲೂಕಿನ ಮಲೆ ಕಾಡುಗಳಲ್ಲಿಯೂ ಇವರ ಕೆಲವು ಕುಟುಂಬಗಳಿವೆ. ಇವರ ಮುಖಂಡನಿಗೆ ಗುರಿಕಾರ, ಬುದ್ಧಿವಂತ ಎಂದು ಗೌರವಿಸುತ್ತಾರೆ. ಈ ಗುರಿಕಾರನಿಗೆ ಹಿಂದಿನಿಂದ ಬಂದ ಕಟ್ಟು ಕಟ್ಟಳೆಗಳಿಗೆ ಎಳ್ಳಷ್ಟೂ ಕುಂದು ಬಾರದ ರೀತಿಯಲ್ಲಿ ನೋಡಿಕೊಳ್ಳುವ ಹೊಣೆಗಾರಿಕೆ. ಜಾತಿ ನೀತಿಗೆ ವಿರುದ್ಧವಾಗಿ ಯಾರಾದರೂ ನಡೆದುಕೊಂಡರೆ ಕೂಡಲೇ ಸಭೆ ಕರೆದು ವಿಚಾರಣೆ ನಡೆಸುತ್ತಾನೆ. ಮದುವೆ

ಸಂದರ್ಭದ ನಿಯಮಗಳು ಸರಳವಾಗಿದ್ದರೂ ಹಿಂದಿನಿಂದ ಬಂದ ಕಟ್ಟಳೆಗಳನ್ನು ಸಡಿಲಗೊಳಿಸುವಂತಿಲ್ಲ. ಅಷ್ಟು ಕಟ್ಟುನಿಟ್ಟಿನ ಆಚರಣೆ. ಕೊರಗರಂತೆ ಇವರೂ ಅಸ್ಪೃಶ್ಯರು.

ಮರಾಠಿಗಳು ಕರಾವಳಿ ಜಿಲ್ಲೆಯಲ್ಲಿ ಗಿರಿಜನರಾಗಿ ಗುರ್ತಿಸಿಕೊಂಡಿರುವವರು. ಗೋವೆಯಿಂದ ವಲಸೆ ಬಂದು ಕರಾವಳಿಯ ಅಲ್ಲಲ್ಲಿ ನೆಲೆಸಿರುವರೆಂದು ಇತಿಹಾಸಜ್ಞರು ಅಭಿಪ್ರಾಯಪಡುತ್ತಾರೆ. ಇವರು ಅಸ್ಪೃಶ್ಯರಲ್ಲ.

ಜಿಲ್ಲೆಯ ಪರಿಶಿಷ್ಟ ಜಾತಿಯವರಲ್ಲಿ ಹಲವು ಉಪಜಾತಿಗಳಿವೆ. ಆದಿದ್ರಾವಿಡ, ಚಂಡಾಲ ಮತ್ತು ಹೊಲೆಯ ಎಂಬ ಹೆಸರು ನಿರ್ದಿಷ್ಟ ಉಪಜಾತಿಗಳನ್ನು ಸೂಚಿಸುವುದಕ್ಕಿಂತ ಪರಿಶಿಷ್ಟ ಜಾತಿಯವರಿಗೆ ಒಟ್ಟಾಗಿ ಹೇಳುವಂತೆ ತೋರುತ್ತದೆ. ಮುಂಡಾಲರು ಮತ್ತು ಈಚಿನ ವರ್ಷಗಳಲ್ಲಿ ತೋಟಿಗಳು ತಮ್ಮನ್ನು ಆದಿ ದ್ರಾವಿಡರೆಂದು ಹೇಳಿಕೊಳ್ಳುತ್ತಿದ್ದಾರೆ.

ಜಿಲ್ಲೆಯ ಪುತ್ತೂರು ಮತ್ತು ಸುಳ್ಯ ಕಡೆಯಲ್ಲಿರುವ ನಲ್ಕೆ(ನಲಿಕೆ) ಯವರನ್ನು 'ಅಜಿಲರು' ಎಂದು ಕರೆಯಲಾಗುತ್ತದೆ. ಎಲ್ಲಾ ಕಡೆ ಇವರ ಕುಟುಂಬಗಳಿಲ್ಲ. ಕುಂದಾಪುರ, ಪುತ್ತೂರು, ಸುಳ್ಯ ಕಡೆಯಲ್ಲಿ ಇದ್ದವರು. ಮಂಗಳೂರಿನ ಸೂಟರ್ ಪೇಟೆಯಲ್ಲಿ ಇವರ ಕೆಲವು ಕುಟುಂಬಗಳಿದ್ದವು. ಭೂತ, ದೈವಗಳ ಕೋಲ ಕಟ್ಟಿ ಕುಣಿಯುವುದರಲ್ಲಿ ಹಾಗೂ ನಾಟ್ಯ ನಟನೆಯಲ್ಲಿ ನಿಪುಣರಾದ ಕಾರಣ ಇವರನ್ನು ನಾಟ್ಯದವರೆಂದು ಕರೆಯಲಾಗುತ್ತದೆ. ನಾಟ್ಯಕ್ಕೆ ತುಳು ಭಾಷೆಯಲ್ಲಿ ನಲಿಕೆ ಎಂದು ಹೇಳುವುದರಿಂದ ಇವರನ್ನು ನಲಿಕೆಯವರು ಎಂದೂ ಕರೆಯಲಾಗುತ್ತದೆ. 'ತೆಂಬರೆ' ಎಂಬ ಸಣ್ಣ ಡೋಲನ್ನು ಬಾರಿಸುತ್ತಾ ಅದಕ್ಕೆ ಸಣ್ಣ ಮಕ್ಕಳನ್ನು ಕುಣಿಸುತ್ತಾ ಹಣ ಸಂಪಾದಿಸುವ ಈ ಜನ ನಂಬಿಕೆಯ ವಿಷಯದಲ್ಲಿ ಯಾವತ್ತೂ ರಾಜಿ ಮಾಡಿಕೊಂಡವರಲ್ಲ.

ಜಿಲ್ಲೆಯಲ್ಲಿ ಅತ್ಯಂತ ಕಡಿಮೆ ಸಂಖ್ಯೆಯಲ್ಲಿರುವ ಬೈರರು ಪುತ್ತೂರು ತಾಲ್ಲೂಕಿನ ಕಾಡುಮಠ, ಪುತ್ತೂರು, ಬಂಟ್ವಾಳ, ಪಾಣೆ ಮಂಗಳೂರು ಮತ್ತು ಬೆಳ್ತಂಗಡಿ ಕಡೆಯಲ್ಲಿ ಇದ್ದಾರೆ. ಮೈಸೂರು ಸಂಸ್ಥಾನದ ಕಡೆಯಿಂದ ವಲಸೆ ಬಂದವರೆಂಬುದು ಕೆಲವರ ಅಭಿಮತ. ಬೈರ ಅರಸರ ಕಡೆಯವರೆಂಬ ಕಾರಣಕ್ಕೆ ಇವರಿಗೆ ಬೈರರು ಎಂದು ಹೆಸರಾಗಿದೆ. ಇವರು ತಾವು ಶಿವನು ಕಾಲಭೈರವನಾಗಿ ಭೂಮಿಯಲ್ಲಿ ಧರ್ಮಸಂಸ್ಥಾಪನೆಗಾಗಿ ಅವತರಿಸಿದಾಗ ಅವನ ಅನುಯಾಯಿಗಳಾದವರೆಂದು ಬೈರರ ಹಿರಿಯರು ನಂಬಿದ್ದಾರೆ. ಜಿಲ್ಲೆಯ ಇನ್ನೊಂದು ಪರಿಶಿಷ್ಟ ಜಾತಿಯ ಗುಂಪಾದ ರಾಣೆಯವರಿಗೂ ಬೈರರಿಗೂ ಅನೇಕ ವಿಷಯಗಳಲ್ಲಿ ಸಮಾನತೆ ಇದ್ದರೂ ವೈವಾಹಿಕ ಸಂಬಂಧಗಳಿಗೆ ಆಸ್ಪದವಿಲ್ಲ. ಅನ್ಯಾಯ, ಕಳ್ಳತನ, ಮೋಸ ಇವರಿಗೆ ತಿಳಿಯದು. ಭೂತ, ಪ್ರೇತಗಳಲ್ಲಿ ಅಚಲ ನಂಬಿಕೆ ಇರುವ ಬೈರರು ಕನ್ನಡವೊಂದನ್ನೇ ಬಲ್ಲವರು.

ಬಾಕುಡ ಅಥವಾ ಬತ್ತಡರು ಜಿಲ್ಲೆಯ ಪುತ್ತೂರು, ಕಾಸರಗೋಡು, ಮಂಜೇಶ್ವರ, ಮಂಗಲ್ಪಾಡಿ, ಕುಂಬಳೆ, ಮೊಗ್ರಾಲ್ ಮತ್ತು ಮೊಗ್ರಾಲ್ ಪುತ್ತೂರು ಕಡೆ ವಿರಳವಾಗಿದ್ದಾರೆ. ಕುಂದಾಪುರದ ಕಡೆಯೂ ಇವರ ಕುಟುಂಬಗಳಿವೆ. ಇವರ ಮುಖಂಡನಿಗೆ ಮುಖಾರಿ, ಜಮಾನ, ಬೊಂಡಾರಿ ಎಂದು ಹಿಂದೆ ಕರೆಯುತ್ತಿದ್ದರು. ಇವರ ಮೂಲ ದೈವ ಕೋಮರಾಯ. ಬಾಕುಡರು ನಾಗಾರಾಧಕರು. ಕೇರಳ ಕಡೆಯಿಂದ ದಕ್ಷಿಣ ಕನ್ನಡ ಜಿಲ್ಲೆಗೆ ವಲಸೆ ಬಂದು ಅಲ್ಲಲ್ಲಿ ನೆಲೆಸಿರಬೇಕೆಂದು ಇತಿಹಾಸಜ್ಞರ ಅಭಿಪ್ರಾಯವಾಗಿದೆ.

ಚಮ್ಮಾರ್ ಅಥವಾ ಮೋಚಿಯವರು, ಬಹು ಹಿಂದೆ ಹೊರಗಡೆಯಿಂದ ಬಂದ ಚರ್ಮದ ಕೆಲಸಗಾರರು ಎಂಬುದು ಒಂದು ವಾದ. ಇವರು ಕನ್ನಡವನ್ನಾಗಲೀ, ತುಳುವನ್ನಾಗಲೀ ಆಡುವುದಿಲ್ಲ. ಮರಾಠಿ ಇವರ ಭಾಷೆ. ಪಾನೋ, ಪೈಡಿ ಅಥವಾ ಡೋಮ್ ಎಂಬ ಉಪಜಾತಿಯವರ ಸಂಖ್ಯೆ ಹೆಚ್ಚಿಲ್ಲ. ನಲಿಕೆಯವರಂತೆಯೇ ನೀತಿ ನಡವಳಿಕೆ ಇರುವ ಇವರನ್ನು ಕೆಲವು ಕಡೆ ಪಾಣಾರರು ಎಂದೂ ಕರೆಯಲಾಗುತ್ತದೆ. ಇವರು ಜಿಲ್ಲೆಗೆ ಹೊರಗಡೆಯಿಂದ ವಲಸೆ ಬಂದಿರಬೇಕು ಎಂಬ ಊಹೆ ಇದೆ.

ಮಂಗಳೂರು ಸೇರಿದಂತೆ ಜಿಲ್ಲೆಯ ಪಶ್ಚಿಮ ಕರಾವಳಿಯ ಹೆಚ್ಚಿನ ಊರುಗಳಲ್ಲಿ ಇರುವ ಮುಂಡಾಲರು ಮೂಲ ನಿವಾಸಿಗಳು. ಬಾರಕೂರಿನಿಂದ ನೀಲೇಶ್ವರದವರೆಗೂ ಇವರ ವಾಸ ಸ್ಥಾನಗಳು ಹರಡಿಕೊಂಡಿವೆ. ಇವರು ಪ್ರಾಚೀನ ಕಾಲದಿಂದಲೂ ಕರಾವಳಿಯಲ್ಲಿ ನೆಲೆಸಿರುವವರೆಂದು ಹೇಳಲಾಗಿದೆ. ಆ ಕಾರಣಕ್ಕೆ ಆದಿ ದ್ರಾವಿಡರೆಂದು ಕೆಲವು ಕಡೆ ಕರೆದುಕೊಳ್ಳುತ್ತಾರೆ. ಜಿಲ್ಲೆಯಲ್ಲಿ ಆಳ್ವಿಕೆ ನಡೆಸಿದ ಜೈನ, ಅಲೂಪ ಅರಸರ, ಬಂಟರ, ಬಲ್ಲಾಳರ ಹಾಗೂ ಜಮೀನುಗಳ ಒಡೆಯರ ಮೂಲದ ಆಳುಗಳಾಗಿ ಅವರ ಜಮೀನುಗಳಲ್ಲಿ ಒಂದು ನಿಶ್ಚಿತ ಸಂಬಳಕ್ಕೆ ಸಂಬಳಕ್ಕೆ ದುಡಿಯುವುದು ಇವರ ಮೂಲ ಕಸುಬಾಗಿತ್ತೆಂದು ದಲಿತ ಇತಿಹಾಸಕಾರ ಪಿ.ಕಮಲಾಕ್ಷ ಹೇಳುತ್ತಾರೆ. ಮುಂಡಾಲರು ಸ್ವಭಾವದಿಂದ ಮುಂಗೋಪಿಗಳು. ತಮ್ಮ ಜಾತಿಯನ್ನು ಹೀನೈಸಿ ಮಾತಾಡುವುದನ್ನು ಎಂದಿಗೂ ಸಹಿಸುವವರಲ್ಲ. ಅನ್ಯಾಯಕ್ಕೂ ಬಗ್ಗುವವರಲ್ಲ. ತಮ್ಮ ಮನೆ, ಕುಟುಂಬದ ಹಕ್ಕಿಗೆ ಧಕ್ಕೆ, ಅಪಮಾನವಾದರೆ ಸಹಿಸಲಾರರು. ತಮ್ಮ ಜಾತಿಯ ಮಾನ ಮರ್ಯಾದೆಗಾಗಿ ಮನೆ ಮಾರು ಮಾರಿಯಾದರೂ ಹೋರಾಟ ನಡೆಸುವ ಹಠವಾದಿಗಳು. ಕುಟುಂಬದಲ್ಲಿ ಜಗಳವಾದರೆ ಇವರು ಮುಯ್ಯಿಗೆ ಮುಯ್ಯಿ ತೀರಿಸುವ ಛಲ ಉಳ್ಳವರು. ಹಿಂದೆ ಜೈನರ, ಅಲೂಪರ, ಬಂಟರ, ಬಲ್ಲಾಳರ ನಿಷ್ಠಾವಂತ ಸ್ವಾಮಿಭಕ್ತರು. ಜೈನ ಅರಸರ ಕಾಲದಲ್ಲಿ ಮುಂಡಾಲರು ಸೇನಾಧಿಪತಿಗಳಾಗಿದ್ದರೆಂದು ತಿಳಿದು ಬಂದಿದೆ ಎಂಬುದು ಅವರ ಹೇಳಿಕೆ. ಇವರ ಹೋರಾಟ ಸಾಮರ್ಥ್ಯವನ್ನು ಮನಗಂಡಿದ್ದ ಅಂದಿನ ಅರಸರು ನೆರೆ ರಾಜ್ಯಗಳಿಂದ ಅಪಾಯ ಒದಗುವ ಸನ್ನಿವೇಶಗಳಲ್ಲಿ ಗಡಿಯನ್ನು ರಕ್ಷಿಸುವ ಹೊಣೆಯನ್ನು ಇವರಿಗೆ ಒಪ್ಪಿಸುತ್ತಿದ್ದರಂತೆ. ಗಡಿಯನ್ನು ರಕ್ಷಿಸುವ ಈ ಪಂಗಡಕ್ಕೆ 'ಮುಂದಿನ ಆಳು' ಎಂದು ವಾಡಿಕೆಯ ಹೆಸರಿದ್ದುದು ಕ್ರಮೇಣ

ಮುಂಡಾಳರು ಎಂಬ ಪಂಗಡವಾಯಿತೆಂದು ಹೇಳಲಾಗಿದೆ. ಇವರಿಗೆ ತಮ್ಮ ದೈವ ಮಹಾಕಾರಣಿಕ ಪುರುಷ, 'ಕೋಟೆದ ಬಬ್ಬು'. ಈ ದೈವಕ್ಕೆ ನೇಮ, ಉತ್ಸವ ಇತ್ಯಾದಿ ಕಾರ್ಯ ಜರುಗಿಸಿ ಆರಾಧಿಸುವರು. ಇವರು ನೆಲೆಸಿದ ಪ್ರತಿಯೊಂದು ಕೇರಿಯಲ್ಲಿಯೂ ಕೋಟೆದ ಬಬ್ಬುಸ್ವಾಮಿಯ ಪ್ರತ್ಯೇಕ ದೈವಸ್ಥಾನವಿರುತ್ತದೆ. ಈ ದೈವಕ್ಕೆ ಊರಿನ ಹತ್ತು ಸಮಸ್ತರ ಸೇರುವಿಕೆಯಿಂದ ವಾರ್ಷಿಕ ನೇಮ, ಬಲಿ, ಉತ್ಸವಗಳಿಗೆ ಇವರು ಶಕ್ತಿ ಮೀರಿ ಖರ್ಚು ಮಾಡುವರು. ತಾವು ನಂಬಿದ ಭೂತ, ದೈವಗಳ ಹಾಗೂ ದೈವಿಕ ಶಕ್ತಿಗಳ ದೇವತೆಗಳಿಗೆ ತಮ್ಮಲ್ಲಿದ್ದ ಯಾವುದೇ ವಸ್ತು, ಒಡವೆ, ಬಂಗಾರ ಇತ್ಯಾದಿ ಅಮೂಲ್ಯ ವಸ್ತುಗಳನ್ನು ಒತ್ತೆ ಇಟ್ಟಾದರೂ ಕುಲದೈವಕ್ಕೆ ಸಲ್ಲುವ ವರ್ಷದ ನೇಮ, ಬಲಿ ಸಲ್ಲಲೇಬೇಕು ಎಂಬ ಅಚಲ ಭೂತಾರಾಧಕರು ಇವರು. ಅಲ್ಲದೆ, ತುಳುನಾಡಿನ ಭೂತ, ಪಂಜುರ್ಲಿ, ಗುಳಿಗ, ಧರ್ಮದೈವ, ಕಲ್ಲುರ್ಟಿ, ಚಾಮುಂಡಿ, ಕೊರತಿ, ಸಂಕಲೆಗುಳಿಗ, ಮೈಸಂದಾಯ, ಸುಬ್ಬಿಗುಳಿಗ, ಕೋಮರಾಯ, ಕೊರಗಜ್ಜ, ಕತ್ತಲೆಕಾನದ ಗುಳಿಗ ಮುಂತಾದ 39 ಭೂತಗಳ ಮಹಾಭಕ್ತರು. ಇವರಷ್ಟು ಭೂತಗಳನ್ನು ಆರಾಧಿಸುವ ಪಂಗಡ ಹರಿಜನ ಗಿರಿಜನರಲ್ಲಿ ಬೇರೊಂದು ಇಲ್ಲವೆಂದು ಅವರು ಅಭಿಪ್ರಾಯಪಡುತ್ತಾರೆ. ತಮ್ಮ ಜಾತಿಯ ನೇಮ ನಿಷ್ಠೆಗಳಿಗೆ ತುಂಬಾ ಆದ್ಯತೆ ಕೊಡುವ ಈ ಸಮುದಾಯದ ಹಿರಿಯರು ಅವುಗಳ ಪಾಲನೆಯಲ್ಲಿ ತುಂಬ ಕಟ್ಟುನಿಟ್ಟಾಗಿ ಇರುತ್ತಾರೆ.

ಇವರಲ್ಲದೆ, ಗೊಡ್ಡರು, ಕೂಸರು, ಮಾದಿಗರು, ಮಾಯಿಲರು, ಮೊಗೇರ್, ಪಂದರು, ರಾಣೆಯಾರ್, ಸಮಗಾರರು, ತೋಟಿ, ಹಸಲರು, ನಲ್ಕೆದಾರರು, ಪರಯನ್ ಎಂಬ ಹಲವಾರು ಉಪಜಾತಿಗಳು ಪರಿಶಿಷ್ಟ ಜಾತಿಗೆ ಸೇರಿವೆ. ಈ ಎಲ್ಲಾ ಉಪಜಾತಿಗಳೂ ಪ್ರತ್ಯೇಕ ಜಾತಿಗಳಂತೆ ಸಂಪ್ರದಾಯದ ಆಚರಣೆ, ಕಟ್ಟುಪಾಡುಗಳನ್ನು ಕಟ್ಟುನಿಟ್ಟಾಗಿ ಆಚರಿಸುತ್ತಾ ಬಂದಿವೆ. ಇವೆಲ್ಲ ಜಾತಿಗಳಿಗೂ ಸಾಂಸ್ಕೃತಿಕ ನಂಬಿಕೆಗಳು, ಸಾಮಾಜಿಕ ಪದ್ಧತಿಗಳು ಮತ್ತು ಧಾರ್ಮಿಕ ಆಚರಣೆಗಳು ಪ್ರತ್ಯೇಕವಾಗಿ ಪಾಲನೆಯಲ್ಲಿವೆ. ಈ ಜಾತಿಗಳಲ್ಲಿ ಕೆಲವು ಹೊರಗಿನಿಂದ ವಲಸೆ ಬಂದು ನೆಲೆಸಿವೆ. ಸ್ಥಳೀಯವಾಗಿ ಉಳಿದುಕೊಂಡಿವೆ. ಮುಂಡಾಲ, ತೋಟಿಯಂಥ ಪಂಗಡಗಳು ಮೂಲನಿವಾಸಿಗಳಾಗಿದ್ದು ಅಲ್ಲಲ್ಲಿ ಬೇರು ಬಿಟ್ಟಿವೆ. ಸಂಪ್ರದಾಯದ ಹೆಸರಿನಲ್ಲಿ ಹಿಂದಿನಿಂದ ಬಂದ ಪದ್ಧತಿಗಳನ್ನು ಕಠಿಣ ನಿಯಮಗಳಂತೆ ಪಾಲಿಸುವುದರಿಂದ ಈ ಪಂಗಡಗಳಲ್ಲಿನ ಅಂಧಶ್ರದ್ಧೆ, ಮೌಢ್ಯಾಚರಣೆಯ ವಿಧಿಗಳನ್ನು ಪರಿಷ್ಕರಿಸುವ ಯಾವತ್ತೂ ಪ್ರಯತ್ನಗಳು ಯಶಸ್ವಿಯಾಗಿಲ್ಲ.

ಹತ್ತೊಂಬತ್ತನೆಯ ಶತಮಾನದ ಸಾರಿಗೆ ಸಂಚಾರ ವ್ಯವಸ್ಥೆಯನ್ನು ಗಮನಿಸಿದರೆ ಕುದ್ಮುಲ್ ರಂಗರಾವ್ ಅವರು ಕಲ್ಪಿಸಿದ ಶಿಕ್ಷಣ, ಸ್ವಂತ ಉದ್ಯೋಗ ಕೈಗೊಳ್ಳಲು ಕಲ್ಪಿಸಿದ ತರಬೇತಿ, ವಸತಿ ಶಾಲೆಗಳಲ್ಲಿನ ಊಟೋಪಚಾರದ ಸೌಲಭ್ಯಗಳು ಮಂಗಳೂರಿನ ಸುತ್ತಮುತ್ತ ಇದ್ದ ಪರಿಶಿಷ್ಟ ವರ್ಗದ ಕೆಲವು ಉಪಜಾತಿಗಳಿಗೆ ಸಿಕ್ಕಿರುವುದನ್ನು ಗಮನಿಸಬಹುದಾಗಿದೆ.

***

4. ಸುಧಾರಕ ಸಾರಸ್ವತರು

ಕುದ್ಮಲ್ ರಂಗರಾವ್ ಅವರಿಗಿಂತ 15 ವರ್ಷ ಹಿರಿಯರು ಕಾದಂಬರಿಕಾರ ಗುಲ್ವಾಡಿ ವೆಂಕಟರಾವ್ ಅವರು. 1859ರಲ್ಲಿ ಕುದ್ಮಲ್ ರಂಗರಾವ್ ಅವರು ಜನಿಸಿದ್ದರೆ ಗುಲ್ವಾಡಿ ವೆಂಕಟರಾವ್ ಹುಟ್ಟಿದ್ದು 1844ರಲ್ಲಿ. ಬ್ರಿಟಿಷರ ನೇರ ಆಡಳಿತಕ್ಕೆ ಒಳಗಾಗಿದ್ದ ದಕ್ಷಿಣ ಕನ್ನಡ ಜಿಲ್ಲೆಯಲ್ಲಿ ಇಂಗ್ಲಿಷ್ ಶಿಕ್ಷಣಕ್ಕೆ ಸಹಜವಾಗಿಯೇ ಅವಕಾಶ ಸಿಕ್ಕಿತ್ತು. ಕ್ರೈಸ್ತ ಮತ ಪ್ರಚಾರಕ್ಕಾಗಿ ಬಂದಿದ್ದ ಬಾಸೆಲ್ ಮಿಷನ್ ಆಗಲೇ ಹಲವು ಶಾಲೆಗಳನ್ನು ತೆರೆದಿತ್ತು. ವೆಂಕಟರಾವ್ ಅವರು ಮಂಗಳೂರಿನಲ್ಲಿ ಎಫ್ ಎ ಮುಗಿಸಿ ಮದ್ರಾಸಿಗೆ ಹೋಗಿ ಬಿಎ ಡಿಗ್ರಿ ಮಾಡಿದರು. ಅಷ್ಟಕ್ಕೆ ಅವರಿಗೆ ಸಿಕ್ಕಿದ್ದು ಸರ್ಕಾರದಲ್ಲಿ ಪೊಲೀಸ್ ಇಲಾಖೆಯಲ್ಲಿ ಕೆಲಸ. ಮಂಜೇಶ್ವರ, ಮಂಗಳೂರು, ಬಂಟ್ವಾಳ ಮತ್ತು ಮಡಿಕೇರಿಯಲ್ಲಿ ಸೇವೆ ಸಲ್ಲಿಸಿದರು. ನಿವೃತ್ತರಾಗುವಾಗ ಪೊಲೀಸ್ ಇನ್ಸ್‌ಪೆಕ್ಟರ್ ಆಗಿದ್ದರು. ಅವರು ಸೇವೆಯಲ್ಲಿದ್ದಾಗ ಬರೆದ 'ಇಂದಿರಾಬಾಯಿ' ಕಾದಂಬರಿಯನ್ನು ಅವರಿಗಿಂತಲೂ ಉನ್ನತ ಹುದ್ದೆಯಲ್ಲಿದ್ದ (ಜಿಲ್ಲೆಯ ಅಸಿಸ್ಟಂಟ್ ಕಲೆಕ್ಟರ್) ಎ.ಇ. ಕೌಚ್‌ಮನ್ ಇಂಗ್ಲಿಷಿಗೆ ಅನುವಾದಿಸಿದ್ದು ಸಾಂಸ್ಕೃತಿಕವಾಗಿ ವಿಶೇಷವಾಗಿ ಗಮನಿಸುವ ವಿದ್ಯಮಾನ.

ದಕ್ಷಿಣ ಕನ್ನಡ ಜಿಲ್ಲೆಯಲ್ಲಿ ಇಂಗ್ಲಿಷ್ ಶಿಕ್ಷಣದ ಪ್ರಭಾವಕ್ಕೆ ಮೊದಲಿಗೆ ಒಳಪಟ್ಟವರು ಸಾರಸ್ವತರು. ಇಂಗ್ಲಿಷ್ ಶಿಕ್ಷಣದೊಂದಿಗೆ ಸಾರಸ್ವತರು ಹೊಸ ಹೆಜ್ಜೆಗಳನ್ನು ಇಟ್ಟರು. ಸ್ವತಂತ್ರ ಮನೋಭಾವ ಬೆಳೆಸಿಕೊಂಡರು. ಅವರ ಹೆಣ್ಣು ಮಕ್ಕಳು ಶಾಲೆ ಕಾಲೇಜುಗಳಿಗೆ ಹೋಗಲಾರಂಭಿಸಿದರು. ಎಂಟು ವರ್ಷದ ಒಳಗೆ ಇದ್ದಾಗಲೇ ಹೆಣ್ಣು ಮಕ್ಕಳಿಗೆ ಮದುವೆ ಮಾಡಿಬಿಡಬೇಕು ಎಂಬ ಆಗಿನ ಸನಾತನ ಸಂಪ್ರದಾಯ ಕೆಲವು ಕಡೆ ಹೆಣ್ಣು ಮೈ ನೆರೆಯುವ ಮೊದಲೇ ಮದುವೆ ಮಾಡಿಬಿಡಬೇಕು ಎಂಬ ರಿಯಾಯಿತಿಗೆ ಒಳಪಟ್ಟಿತ್ತು. ಅದು ಹೆಣ್ಣುಮಕ್ಕಳಿಗೂ ಶಿಕ್ಷಣ ನೀಡಬೇಕು ಎಂಬ ಮನಃಸ್ಥಿತಿಗೆ ಪ್ರೇರಕವಾಯಿತು. ಅವರ ಸಮಾಜದಲ್ಲಿದ್ದ ಕಟ್ಟು ಮೆಲ್ಲನೆ ಸಡಿಲಗೊಳ್ಳತೊಡಗಿತು. ವಿಧವಾ ವಿವಾಹಗಳು ಆರಂಭಗೊಂಡವು. ವಿಧವೆಯರು ಸಕೇಶಿಯಾಗಿ ಉಳಿಯುವ ಧೈರ್ಯ ಬಂದಿತು.

ಸಾರಸ್ವತರಿಗೆ ಆಗ ಇದ್ದದ್ದು ಉತ್ತರ ಕನ್ನಡ ಜಿಲ್ಲೆಯ ಚಿತ್ರಾಪುರ ಮಠ. ಅದೇ ಗುರುಮಠ. ಅಲ್ಲಿದ್ದ ಸ್ವಾಮೀಜಿ ಕಟ್ಟಾ ಸಂಪ್ರದಾಯವಾದಿಯಾಗಿದ್ದರು. ಅವರಿಗೆ 'ಪಂಚ'ರೆಂಬ ಗೃಹಸ್ಥರ ಕಂದಾಚಾರದ ಸಲಹೆಗಳು. ಆದ್ದರಿಂದ ವಿಲಾಯಿತಿಗೆ ಹೋದವರು, ವಿಧವಾ ವಿವಾಹ ಮಾಡಿಕೊಂಡವರು, ಮೈ ನೆರೆದ ಬಳಿಕ ವಿವಾಹ ಮಾಡಿಕೊಂಡವರು ಮಠದಿಂದ ಬಹಿಷ್ಕಾರಕ್ಕೆ ಒಳಗಾದರು.

ಆಗ ಮಂಗಳೂರಿನಲ್ಲಿ ಸುಧಾರಕ ಪಂಥದ ಬ್ರಹ್ಮಸಮಾಜವೂ ಅಸ್ತಿತ್ವಕ್ಕೆ ಬಂದಿತ್ತು. ಇಂಗ್ಲಿಷ್ ವಿದ್ಯಾಭ್ಯಾಸ ಪಡೆದ ಸಾರಸ್ವತರಲ್ಲಿ ಪ್ರಮುಖರಾದ

ಕುದ್ಮುಲ್ ರಂಗರಾವ್ ಅವರು ಬ್ರಹ್ಮ ಸಮಾಜಕ್ಕೆ ಸೇರಿದರು. ಸಮಾಜದ ಸುಧಾರಣೆಯೇ ಅವರ ಧ್ಯೇಯವಾಗಿತ್ತು. ರಂಗರಾವ್ ಅವರು ದಲಿತರ ಸೇವೆಯನ್ನು ಆದ್ಯತೆಯಲ್ಲಿ ಕೈಗೊಂಡಿದ್ದರೂ ಸಮಾಜ ಸುಧಾರಣೆಯ ಯಾವ ಕೆಲಸಕ್ಕೂ ಕೈ ಜೋಡಿಸುತ್ತಿದ್ದರು. ಅವರು ದಲಿತರೊಂದಿಗೆ ಸಾಮೂಹಿಕವಾಗಿ, ಸಾರ್ವಜನಿಕವಾಗಿ, ಬಹಿರಂಗವಾಗಿ ಸಮಾನ ಪಂಕ್ತಿಯಲ್ಲಿ ಊಟ ಮಾಡಿದರು.

ಗಾಂಧೀಜಿಯವರು ಹರಿಜನರ ಸೇವೆಯನ್ನು ಆರಂಭಿಸುವುದಕ್ಕೆ ಮೊದಲೇ ನಡೆದಿದ್ದ ವಿದ್ಯಮಾನಗಳಿವು.

ಇಂಗ್ಲಿಷ್ ಶಿಕ್ಷಣದಿಂದ ಉಂಟಾದ ಜಾಗೃತಿಯೇ ಕುದ್ಮುಲ್ ರಂಗರಾವ್, ಕಾರ್ನಾಡ್ ಸದಾಶಿವರಾವ್ ಮೊದಲಾದವರನ್ನು ಸಮಾಜಸೇವೆಗೆ ತೊಡಗಿಸಿತ್ತು. ಮಂಗಳೂರಿನಲ್ಲಿ ಗಣಪತಿ ಹೈಸ್ಕೂಲು ಮತ್ತು ಗವರ್ನಮೆಂಟ್ ಕಾಲೇಜು ನಿಂತು ಹೋಗುವಂಥ ಸಂದರ್ಭ ಬಂದಿತ್ತು. ಅವನ್ನು ಉಳಿಸಿಕೊಳ್ಳಲು ಗುಲ್ವಾಡಿ ವೆಂಕಟರಾವ್ ಮತ್ತು ಕುದ್ಮುಲ್ ರಂಗರಾವ್ ಅವರು ವಿಶೇಷ ಪರಿಶ್ರಮ ವಹಿಸಿದರು. ಗವರ್ನ್‌ಮೆಂಟ್ ಕಾಲೇಜಿನ ಪ್ರಿನ್ಸಿಪಲ್ ಆಗಿದ್ದ ಎಚ್.ಎ. ಹಾರ್ಡ್ ಅವರು ಈ ಇಬ್ಬರು ಸ್ಥಳೀಯ ಮುಖಂಡರನ್ನು ಭೇಟಿ ಮಾಡಿ ನೆರವನ್ನು ಕೋರಿದ್ದರು.

ರಾಜ್ಯದಲ್ಲಿ ದಲಿತರ ಏಳಿಗೆ ಕುರಿತಾಗಿ ಯಾವ ಚಿಂತನೆಯೂ ಇಲ್ಲದಿದ್ದಾಗ ಅದನ್ನು ತಪಸ್ಸಿನಂತೆ ಕೈಗೊಂಡು ಸ್ವಜಾತಿಯವರ ಹಾಗೂ ಇತರೆ ಮೇಲು ಜಾತಿಯವರ ಖಂಡನೆ ಬಹಿಷ್ಕಾರಗಳನ್ನು ಎದುರಿಸಿದ್ದ ಮಹಾಮಾನವ ಕುದ್ಮುಲ್ ರಂಗರಾವ್ ಅವರು. ಅವರು ದಲಿತರಿಗಾಗಿ ಮೊದಲ ಶಾಲೆಯನ್ನು 1892ರಲ್ಲಿ ಮಂಗಳೂರಿನ ಚಿಲಿಂಬಿಯಲ್ಲಿ ತೆರೆದಾಗ ಬಾಬಾ ಸಾಹೇಬ್ ಅಂಬೇಡ್ಕರ್ ಒಂದು ವರ್ಷದ ಮಗು. ಅವರು ದಲಿತರ ಏಳಿಗೆಗಾಗಿ ಸಮಗ್ರ ಕಾರ್ಯಕ್ರಮಗಳನ್ನು ಹಮ್ಮಿಕೊಂಡಿದ್ದ 'ಡಿಪ್ರೆಸ್ಡ್ ಕ್ಲಾಸಸ್ ಮಿಷನ್' (ಡಿಸಿಎಂ) ಸಂಸ್ಥೆಯನ್ನು 1897ರಲ್ಲಿ ಕೊಡಿಯಾಲಬೈಲಿನಲ್ಲಿ ಸ್ಥಾಪಿಸಿದಾಗ 6ನೇ ವರ್ಷಕ್ಕೆ ಕಾಲಿಟ್ಟಿದ್ದ ಅಂಬೇಡ್ಕರ್ ಅಂಬೇವಾಡಿಯ ಪ್ರಾಥಮಿಕ ಶಾಲೆಗೆ ಆಗಷ್ಟೇ ಪ್ರವೇಶ ಪಡೆದಿದ್ದರು. ಮಹಾತ್ಮ ಗಾಂಧಿ ದಕ್ಷಿಣ ಆಫ್ರಿಕದಲ್ಲಿ ವಕೀಲಿ ವೃತ್ತಿ ನಡೆಸುತ್ತಿದ್ದರು. ಗಾಂಧೀಜಿ ಭಾರತದ ಸಾಮಾಜಿಕ-ರಾಜಕೀಯ ಕ್ಷೇತ್ರದಲ್ಲಿ ಇನ್ನೂ ಪ್ರವೇಶ ಮಾಡಿರಲಿಲ್ಲ. ಅವರು ಭಾರತಕ್ಕೆ ಮರಳುವ ಹೊತ್ತಿಗೆ ರಂಗರಾವ್ ಅವರ ಪಂಚಮಶಾಲೆಗಳಿಂದ ನೂರಾರು ದಲಿತ ವಿದ್ಯಾರ್ಥಿಗಳು ಶಿಕ್ಷಣ ಪಡೆದು, ಅನೇಕ ಕೈ ಕಸುಬುಗಳನ್ನು ಕಲಿತು ಹೊರಬಂದಿದ್ದರು. ಆದ್ದರಿಂದ ಕರಾವಳಿಯಲ್ಲಿ ಕುದ್ಮುಲ್ ರಂಗರಾವ್ ಪ್ರಾರಂಭಿಸಿದ ಈ ಸಾಮಾಜಿಕ ಜಾಗೃತಿ ಐತಿಹಾಸಿಕವಾಗಿ ಮಹತ್ವದ್ದು.

***

5. ಸಾರಿಗೆ ಇಲ್ಲದ ದಿನಗಳಲ್ಲಿ

ಕುದ್ಮುಲ್ ರಂಗರಾವ್ ಅವರು ತಮ್ಮ ದಲಿತೋದ್ಧಾರಕ ಕಾರ್ಯಕ್ರಮಗಳನ್ನು ನಡೆಸುತ್ತಿದ್ದ ಹತ್ತೊಂಬತ್ತನೆಯ ಶತಮಾನದ ಕೊನೆಯ ದಶಕಗಳಲ್ಲಿ ಕರಾವಳಿ ಜಿಲ್ಲೆಯಲ್ಲಿ ಸಂಚಾರಕ್ಕೆ ಕಾಲ್ನಡಿಗೆ, ಎತ್ತಿನಗಾಡಿ, ನದಿಗಳನ್ನು ದಾಟುವುದಕ್ಕೆ ದೋಣಿಗಳನ್ನು ಅವಲಂಬಿಸಬೇಕಿತ್ತು. ಜಿಲ್ಲೆಯಿಂದ ದೇಶದ ಇತರ ಭಾಗಗಳಿಗೆ ಸಂಪರ್ಕ ಕಲ್ಪಿಸುವುದಕ್ಕೆ ಬ್ರಿಟಿಷರು ಅಭಿವೃದ್ಧಿಪಡಿಸಿದ ರೈಲು ಮಾರ್ಗವೊಂದೇ ಉಪಾಯವಾಗಿತ್ತು. ಪಶ್ಚಿಮಘಟ್ಟದಲ್ಲಿ ಹುಟ್ಟಿ ಪಶ್ಚಿಮಾಭಿಮುಖವಾಗಿ ಸಾಗಿ ಅರಬ್ಬೀ ಸಮುದ್ರ ಸೇರುತ್ತಿದ್ದ ಇಪ್ಪತ್ತೆರಡು ನದಿಗಳು ಜಿಲ್ಲೆಯಲ್ಲಿದ್ದು ಅವುಗಳನ್ನು ದಾಟುವುದಕ್ಕೆ ಸಂಕವಾಗಲೀ ಸೇತುವೆಯಾಗಲೀ ಇರಲಿಲ್ಲ. ದೋಣಿಗಳಲ್ಲಿ ನದಿಗಳನ್ನು ದಾಟಬೇಕಿತ್ತು. ಈಗ ಬಂಟ್ವಾಳದಿಂದ ಮಂಗಳೂರಿಗೆ ಅರ್ಧ ಗಂಟೆಯಲ್ಲಿ ಸೇರುವಷ್ಟು ಸಾರಿಗೆ ಸೌಲಭ್ಯದಲ್ಲಿ ಸುಧಾರಣೆ ಆಗಿದೆ. ಆದರೆ, ಆಗ ನೇತ್ರಾವತಿ ನದಿಯಗುಂಟ ಬೆಳಗ್ಗೆಯಿಂದ ರಾತ್ರಿಯವರೆಗೆ ಇಲ್ಲವೇ ರಾತ್ರಿಯಿಂದ ಬೆಳಗಿನವರೆಗೆ ದೋಣಿ ಯಾನ ಮಾಡಬೇಕಿತ್ತು. ಅದಕ್ಕೂ ವ್ಯವಸ್ಥೆಯಿತ್ತು. ಬಂಟ್ವಾಳದಲ್ಲಿ ರಾತ್ರಿ ದೋಣಿ ಹತ್ತಿದವರು ಬೆಳಗಿನ ವೇಳೆಗೆ ಮಂಗಳೂರು ತಲುಪುತ್ತಿದ್ದರು. ಆಗಿನ ಪ್ರಯಾಣ ದರ ಮೂರು ಆಣೆಗಳಾಗಿತ್ತೆಂದು ಹಿಂದಿನ ದಾಖಲೆಗಳು ತಿಳಿಸುತ್ತವೆ. ಹಳ್ಳಿಯಿಂದ ಹಳ್ಳಿಗೆ ಹೋಗಲು ಎತ್ತಿನ ಗಾಡಿ ಅಥವಾ ಅನುಕೂಲವಂತರಿಗೆ ಕುದುರೆಯ ಜಟಕಾ ಗಾಡಿಗಳಿದ್ದವು. ಬಸ್ಸು ಸಂಚಾರ ವ್ಯವಸ್ಥೆ 1914ರಲ್ಲಿ ಬರುವವರೆಗೆ ಜಿಲ್ಲೆಯಲ್ಲಿ ಓಡಾಟಕ್ಕೆ ಕಾಲ್ನಡಿಗೆ ಅನಿವಾರ್ಯವಾಗಿತ್ತು. ಬೆಳ್ಳೆ ಸುಬ್ಬಯ್ಯ ಶೆಟ್ಟಿ ಎಂಬುವರು ಮಂಗಳೂರು ಉಡುಪಿ ಮಧ್ಯೆ ಸಂಚಾರಕ್ಕೆ ಆರಂಭಿಸಿದ ಜಟಕಾ ಗಾಡಿಗಳ ಸೇವೆ ಈ ಸಂಬಂಧದಲ್ಲಿ ಆಗಿದ್ದ ಪ್ರಮುಖ ಸುಧಾರಣೆ.

ಬ್ರಿಟಿಷ್ ಸರ್ಕಾರ ಟಪಾಲು ಸೇವೆಯನ್ನು ಆರಂಭಿಸಿದ್ದರೂ ಅದನ್ನು 1858ರಲ್ಲಿ ಜನಸಾಮಾನ್ಯರೂ ಉಪಯೋಗಿಸುವಂತೆ ಯೋಜಿಸಿದವರು ಜೆ.ಪಿ.ಬರ್ಲ್‌ಟನ್ ಎಂಬ ಅಧಿಕಾರಿ. ಆಗ ದಕ್ಷಿಣ ಕನ್ನಡ ಜಿಲ್ಲೆಗೆ ಇದ್ದುದು ಮಂಗಳೂರಿನಲ್ಲಿ ಒಂದೇ ಅಂಚೆ ಕಚೇರಿ. ಅದರಲ್ಲಿ ಒಬ್ಬ ಡೆಪ್ಯೂಟಿ ಪೋಸ್ಟ್ ಮಾಸ್ಟರ್, ಇಬ್ಬರು ಸಹಾಯಕರು, ಇಬ್ಬರು ಕಾಗದ ಪೇದೆಗಳು ಮತ್ತು 29 ರನ್ನರ್ ಗಳ ತಂಡ. ಕೇರಳದ ಕಣ್ಣಾನೂರು, ಮಡಿಕೇರಿ ಮತ್ತು ಹೊನ್ನಾವರ ಮಾರ್ಗದಲ್ಲಿ ಟಪ್ಪಾಲು ಹೋಗುತ್ತಿತ್ತು. 1911ರಲ್ಲಿ ಮಂಗಳೂರು ರೈಲ್ವೆ ಸ್ಟೇಶನ್ ನಲ್ಲಿ ರೈಲ್ವೆ ಮೇಲ್ ಸರ್ವಿಸ್ ಆರಂಭವಾಯಿತು. 1918ರಲ್ಲಿ ಪುತ್ತೂರು, ಉಡುಪಿ- ಕುಂದಾಪುರ ಮತ್ತು ಬೆಳ್ತಂಗಡಿ ಮಾರ್ಗಗಳಲ್ಲಿ ರನ್ನರುಗಳ ಬದಲಿಗೆ ಸುಬ್ಬಯ್ಯಶೆಟ್ಟರ ಖಾಸಗಿ ಜಟಕಾ ಗಾಡಿಗಳನ್ನು ಟಪ್ಪಾಲು ಸಾಗಿಸಲು ಉಪಯೋಗಿಸಲಾಯಿತು. 1929ರಿಂದ ಮಂಗಳೂರು- ಕುಂದಾಪುರ, ಆಗುಂಬೆ- ಕಾರ್ಕಳ ದಾರಿಗಳಲ್ಲಿ ಟಪ್ಪಾಲು ಸಾಗಣೆಗೆ ಬಸ್ಸುಗಳನ್ನು ಉಪಯೋಗಿಸಿದರು.

ನದೀ ಮುಖಜ ಭೂಮಿಗಳಲ್ಲಿರುವ ಬಂದರು ಪ್ರದೇಶಗಳಲ್ಲಿ ಹಾಯಿ ಹಡಗುಗಳ ಮೂಲಕ ಪರದೇಶಗಳಿಂದ ಸರಕುಗಳನ್ನು ತಂದು ಇಳಿಸುತ್ತಿದ್ದರು. ಅವನ್ನು ಒಳನಾಡಿಗೆ ಸಾಗಿಸುವುದಕ್ಕೆ ಎತ್ತಿನ ಗಾಡಿಗಳೇ ಗತಿಯಾಗಿದ್ದವು. ಇಂಥ ಪರಿಸ್ಥಿತಿಯಲ್ಲಿ ಹಂಚಿನ ಕಾರ್ಖಾನೆಗಳು, ಪ್ರಿಂಟಿಂಗ್ ಪ್ರೆಸ್ ಇತ್ಯಾದಿ ಉದ್ಯಮಗಳಲ್ಲಿ ತಯಾರಾದ ವಸ್ತುಗಳನ್ನು ಒಳನಾಡಿಗೆ ಸಾಗಿಸುವುದರಲ್ಲಿ ಅಂದಿನ ಉದ್ಯಮಿಗಳು ಯಶಸ್ವಿಯಾಗಿದ್ದರು. ಮುಂಬೈ ಪ್ರಯಾಣಕ್ಕೆ ಜಲಸಾರಿಗೆ ಇತ್ತು. 1845ರಲ್ಲಿ ಮುಂಬೈನಲ್ಲಿ ಆರಂಭವಾಗಿದ್ದ ಸ್ಟೀಮ್ ನ್ಯಾವಿಗೇಶನ್ ಕಂಪೆನಿ ಹಡಗು ಸಂಚಾರ ನಡೆಸುತ್ತಿತ್ತು. ಆಗಿನ ಪ್ರಯಾಣ ದರ ಒಂದನೇ ದರ್ಜೆಗೆ ಒಂದು ನೂರು ರೂಪಾಯಿ, ಎರಡನೇ ದರ್ಜೆಗೆ ಐವತ್ತು ರೂಪಾಯಿ ಮತ್ತು ಮೂರನೇ ದರ್ಜೆಗೆ ಎಂಟು ರೂಪಾಯಿ ಇತ್ತು.

ಮೊದಲನೇ ಮಹಾಯುದ್ಧ ಆರಂಭವಾದ ವರ್ಷವೇ (1914ರಲ್ಲಿ) ಮಂಗಳೂರಿನ ಇಬ್ಬರು ಉತ್ಸಾಹಿ ಉದ್ಯಮಿಗಳಾದ ನೆಲ್ಲಿಕಾಯ್ ವೆಂಕಟರಾವ್ ಮತ್ತು ಬೋಳಾರ ವಿಠ್ಠಲರಾವ್ ಎಂಬುವರು ಕೆನರಾ ಪಬ್ಲಿಕ್ ಕನ್ವೇಯನ್ಸ್ ಕಂಪೆನಿ ಲಿಮಿಟೆಡ್ ಎಂಬ ಮೋಟಾರು ವಾಹನ ನಡೆಸುವ ಖಾಸಗಿ ಸಂಸ್ಥೆಯನ್ನು ಆರಂಭಿಸಿದರು. ಇದು ದೇಶದಲ್ಲಿಯೇ ಪ್ರಪ್ರಥಮವಾಗಿ ಖಾಸಗಿ ವಲಯದಲ್ಲಿ ಆರಂಭವಾದ ಸಾರಿಗೆ ಸಂಸ್ಥೆ. ಈ ಸಂಸ್ಥೆ ಆರಂಭಿಸಿದ ಬಸ್ಸು ಮಂಗಳೂರಿನಿಂದ ಉಡುಪಿ ತಲುಪುವುದಕ್ಕೆ ಗುರುಪುರ ಸೇತುವೆಯಿಂದ ಕಾರ್ಕಳ ಮಾರ್ಗವಾಗಿ ಸಾಗಲು ಐದು ಗಂಟೆಗಳಷ್ಟು ಕಾಲ ತೆಗೆದುಕೊಳ್ಳುತ್ತಿತ್ತು. ಸ್ವಾತಂತ್ರ್ಯ ಬಂದ ನಂತರವಷ್ಟೆ ಉಳ್ಳಾಲದ ಶ್ರೀನಿವಾಸ ಮಲ್ಯರು ಲೋಕಸಭೆ ಸದಸ್ಯರಾಗಿ ಆಗಿನ ಪ್ರಧಾನಿ ಜವಾಹರಲಾಲ್ ನೆಹರೂ ಅವರಿಗೆ ನಿಕಟವರ್ತಿಯಾಗಿ ಅವಿಶ್ರಾಂತವಾಗಿ ಪ್ರಯತ್ನಿಸಿದ್ದರಿಂದ ಕರಾವಳಿಯ ಎಲ್ಲ ನದಿಗಳಿಗೂ ಸೇತುವೆಗಳಾದವು. ಜಿಲ್ಲೆಯ ಪ್ರಮುಖ ರಸ್ತೆಗಳಿಗೆಲ್ಲ ಡಾಂಬರು ಹಾಕಿ ಸಂಚಾರ ವ್ಯವಸ್ಥೆ ಸುಗಮವಾಯಿತು.

ಈ ಹಿನ್ನೆಲೆಯಲ್ಲಿ ರಂಗರಾವ್ ಅವರು ಮಂಗಳೂರಿನಲ್ಲಿ ಆರಂಭಿಸಿದ ಪಂಚಮರ ಶಾಲೆಗಳು ಜಿಲ್ಲೆಯ ನಾನಾ ಕಡೆ ಗುಡ್ಡಗಾಡುಗಳಲ್ಲಿ ನೆಲೆಸಿದ ದಲಿತರ ಹಲವು ಜಾತಿಗಳ ಮಕ್ಕಳಿಗೆ ಕಲಿಕೆಯ ಅವಕಾಶ ಕಲ್ಪಿಸಿದವು. ಮಂಗಳೂರಿನಿಂದ ಉಡುಪಿಗೆ ಹೋಗುವುದಕ್ಕೆ ದಿನಗಟ್ಟಲೆ ಹಿಡಿಯುತ್ತಿದ್ದ ಪ್ರಯಾಣದ ಅವಧಿಯಲ್ಲಿ ಅವರು ಈ ಎರಡೂ ಪ್ರಮುಖ ಪೇಟೆಗಳ ಸುತ್ತ ದಲಿತರಿಗಾಗಿ ಹಲವು ಶಾಲೆಗಳನ್ನು ತೆರೆದಿದ್ದು ವಿಸ್ಮಯಕಾರಿಯಾದ ಸಂಗತಿ. ಕಾಲುನಡಿಗೆ ಇಲ್ಲವೆ ಜಟಕಾ ಗಾಡಿಯಲ್ಲಿ ಒಂದು ಕಡೆಯಿಂದ ಇನ್ನೊಂದು ಕಡೆಗೆ ಪ್ರಯಾಣ ಮಾಡಬೇಕಿದ್ದ ಅಂದಿನ ದಿನಗಳಲ್ಲಿ ಅವರು ಜಿಲ್ಲೆಯ ಹಲವು ಕಡೆ ದಲಿತರಿಗಾಗಿ ಪ್ರತ್ಯೇಕ ವಸತಿ ಪ್ರದೇಶಗಳನ್ನು ಕಟ್ಟಿಸಿಕೊಟ್ಟು ಅವುಗಳ ಉಸ್ತುವಾರಿಯನ್ನು ನೋಡಿಕೊಳ್ಳುತ್ತಿದ್ದುದು ಪವಾಡಸದೃಶ ಘಟನೆಯಾಗಿ ಇಂದು ತೋರುತ್ತದೆ.

ರಂಗರಾವ್ ಅವರದು ದಲಿತರ ವಿಮೋಚನೆಯ ಕುರಿತಾಗಿ ತಪಸ್ಸಿನಂಥ ನಿಷ್ಠೆ. ಅವರನ್ನು ಸಾಮಾಜಿಕವಾಗಿ ಜಾಗೃತಗೊಳಿಸುವುದು ಶಿಕ್ಷಣದಿಂದ ಎಂಬುದನ್ನು ತಿಳಿದಿದ್ದ ಅವರು ಅದಕ್ಕೆ ಮೊದಲ ಆದ್ಯತೆ ನೀಡಿದ್ದರು. ಅವರು ಆರ್ಥಿಕ ಚೈತನ್ಯ ಪಡೆಯಬೇಕೆಂಬ ಕಾರಣಕ್ಕೆ ವಿವಿಧ ಕಸುಬುಗಳನ್ನು ಕಲಿಸಲು ವ್ಯವಸ್ಥೆ ಮಾಡಿದರು. ಅವರು ಉತ್ತಮ ನಾಗರಿಕರಾಗಿ ಸಮಾಜದಲ್ಲಿ ತಲೆ ಎತ್ತಿ ನಿಲ್ಲಬೇಕೆಂಬ ದೃಷ್ಟಿಯಿಂದ ಅವರಿಗೆ ನೈತಿಕ ಶಿಕ್ಷಣ ಮತ್ತು ಧಾರ್ಮಿಕ ಚಿಂತನೆಗಳ ಬೋಧನೆಗೆ ವ್ಯವಸ್ಥೆ ಕಲ್ಪಿಸಿದರು. ಅಸ್ಪೃಶ್ಯತೆಯ ಕಳಂಕ ಸಮಾಜದಲ್ಲಿ ಇರಕೂಡದೆಂದು ಅದರ ನಿವಾರಣೆಗೆ ತಾವೇ ಮುಂದಾಗಿ ಶ್ರಮಿಸಿದರು. ಜಾತಿ ವ್ಯವಸ್ಥೆಯ ತಾರತಮ್ಯ ಇರಕೂಡದು ಎಂದು ಶ್ರಮಿಸಿದರು. ತಮ್ಮ ಹೋರಾಟದ ಮಾರ್ಗವಾಗಿ ದಲಿತರೊಂದಿಗೆ ಸೇರಿದರು. ಅವರೊಟ್ಟಿಗೆ ಸಹಪಂಕ್ತಿಯಲ್ಲಿ ಊಟ ಮಾಡಿದರು. ಅವರ ಮಕ್ಕಳ ಮೈ ತೊಳೆದು ಸ್ವಚ್ಛತೆಯ ಮಾದರಿಯನ್ನು ತೋರಿಸಿದರು. ದಲಿತರ ಉದ್ಧಾರ ಮತ್ತು ಅನಾಥ ಮಹಿಳೆಯರ ಪುನರ್ ವಸತಿ ಕುರಿತಾಗಿ ಸ್ಪಷ್ಟತೆ ಇದ್ದ ರಂಗರಾವ್ ಅವರಿಗೆ ಅವರನ್ನು ಸ್ವಾವಲಂಬಿಗಳನ್ನಾಗಿ ಮಾಡಲು ಏನೇನು ಮಾಡುವುದು ಸಾಧ್ಯವೋ ಅದನ್ನೆಲ್ಲ ಮಾಡಲು ಅಪೇಕ್ಷೆಪಟ್ಟರು.

ಅಪಾರವಾದ ಮಾನವೀಯ ಅಂತಃಕರಣ ಇದ್ದ ರಂಗರಾವ್ ಅವರು ಏಕಾಂಗಿಯಾಗಿ ದಲಿತರಿಗೆ ಶಿಕ್ಷಣ ನೀಡುವ ಆಂದೋಲನವನ್ನು ಆರಂಭಿಸಿದರು. ಅವರಿಗೆ ನೆರವಿಗೆ ನಿಂತಿದ್ದವರು ಮೇಲು ಜಾತಿಯ ಉದಾರ ಮನಸ್ಕರು ಎಂಬುದು ಕುತೂಹಲಕರ. ಅವರಲ್ಲಿ ತಮ್ಮ ಸಮಸ್ತ ಸಂಪತ್ತನ್ನೂ ಕಾಂಗ್ರೆಸ್ ಮತ್ತು ಸ್ವಾತಂತ್ರ್ಯ ಹೋರಾಟಕ್ಕಾಗಿ ಧಾರೆ ಎರೆದ ಕಾರ್ನಾಡ್ ಸದಾಶಿವರಾಯರೂ ಸೇರುತ್ತಾರೆ. ಅವರು ಆರಂಭಿಸಿದ ಈ ಸುಧಾರಣಾ ಕಾರ್ಯಕ್ರಮಗಳನ್ನು ಮುಂದುವರಿಸಿಕೊಂಡು ಹೋಗುವ ರಚನಾತ್ಮಕ ದೃಷ್ಟಿಯ ಹೋರಾಟಗಾರರು ಬರಬೇಕಿತ್ತು. ಅದು ಅವರು ಉದ್ಧರಿಸಲು ಉದ್ದೇಶಿಸಿದ್ದ ದಲಿತ ಸಮುದಾಯದಿಂದ ಬಂದಿದ್ದರೆ ಹೆಚ್ಚು ಉಪಯುಕ್ತವಾಗುತ್ತಿತ್ತು. ಆದರೆ, ಶತಶತಮಾನಗಳಿಂದ ದೈಹಿಕ ಹಾಗೂ ಮಾನಸಿಕ ದಾಸ್ಯ, ಅಂಧಶ್ರದ್ಧೆ, ಹಿಂದಿನಿಂದ ಬಂದ ಕಟ್ಟಳೆಗಳ ಬಗೆಗಿನ ಅಚಲ ಶ್ರದ್ಧೆ ಮತ್ತು ಮೌಢ್ಯದ ಕತ್ತಲಿನಲ್ಲಿ ಮುಳುಗಿದ್ದ ದಲಿತ ಸಮುದಾಯಕ್ಕೆ ರಂಗರಾವ್ ಅವರು ನೀಡಿದ ಶಿಕ್ಷಣ, ವಿವಿಧ ಕಸುಬುಗಳನ್ನು ಕೈಗೊಳ್ಳಲು ನೀಡಿದ್ದ ಪ್ರಾಯೋಗಿಕ ತರಬೇತಿ, ಜಿಲ್ಲಾ ಮಂಡಲಿ, ಮುನಿಸಿಪಾಲಿಟಿಯಲ್ಲಿ ನೀಡಿದ ಪ್ರಾತಿನಿಧ್ಯ ಮೊದಲಾದವುಗಳಿಗೆ ಸಮರ್ಪಕವಾಗಿ ಸ್ಪಂದಿಸುವ ಸಾಮರ್ಥ್ಯ ಜಾಗೃತವಾಗಲಿಲ್ಲ. ಅವರು ಬದುಕಿದ್ದಾಗ ಅವರ ಶಾಲೆಗಳಿಂದ ಕಲಿತ ಒಬ್ಬ ದಲಿತನೂ ಮೆಟ್ರಿಕ್ ಪರೀಕ್ಷೆಯವರೆಗೂ ಬರಲಿಲ್ಲ. ಅದಕ್ಕೆ ಕಾರಣ ರಂಗರಾವ್ ಅವರು ಒದಗಿಸಿಕೊಟ್ಟ ಅವಕಾಶವನ್ನು ಬಳಸಿಕೊಳ್ಳಲು ವಿಫಲವಾದ ದಲಿತ ಸಮುದಾಯದ ದೌರ್ಬಲ್ಯ.

ಶಿಕ್ಷಣದ ಮಹತ್ವ, ಸ್ವಾವಲಂಬನೆಯ ಸಮಾಧಾನ, ಸರ್ಕಾರಿ ಉದ್ಯೋಗಗಳು ಒದಗಿಸುವ ಸಂರಕ್ಷಣೆ, ಜೀವನ ಶೈಲಿಯನ್ನು ಬದಲಿಸಿಕೊಳ್ಳುವ ಅಗತ್ಯ, ಎಲ್ಲರಂತೆ ಸಮಾಜದಲ್ಲಿ ಎದೆ ಎತ್ತಿ ನಿಲ್ಲುವಂಥ ಮನಃಸ್ಥಿತಿಗಳು ವ್ಯಕ್ತಿಯ ಅಂತರಂಗದಿಂದ ಜಾಗೃತವಾದಾಗ ಬದಲಾವಣೆಗಳು ಸಾಧ್ಯ. ಅಪಮಾನ, ಅಸಡ್ಡೆ, ಬಲವಂತದ ದುಡಿಮೆ, ಪರಿಸ್ಥಿತಿಗೆ ಅನುಗುಣವಾಗಿ ನಡೆದುಕೊಳ್ಳುವ ಸಹನಶೀಲತೆಗಳು, ಕರ್ಮಫಲದಿಂದಲೇ ನೀಚಜಾತಿಯಲ್ಲಿ ಹುಟ್ಟಿರುವುದಾಗಿ ಬಲವಾಗಿ ನಂಬಿಕೊಂಡವರಿಂದ ಯಾವ ಸುಧಾರಣೆಗಳೂ ಸಾಧ್ಯವಿಲ್ಲ. ರಂಗರಾವ್ ಅವರು ಆರಂಭಿಸಿದ ದಲಿತ ಸಮಾಜೋದ್ಧಾರದ ಕಾರ್ಯಗಳು ಒಂದು ಸಮುದಾಯದ ಆಂದೋಲನದಂತೆ ಕರಾವಳಿಯಲ್ಲಿ ಮುಂದುವರಿಯಲಿಲ್ಲ ಎಂದು ಡೆನಿಟ ಉಷಾಪ್ರಭ ಅವರು ಮಣಿಪಾಲ ವಿಶ್ವವಿದ್ಯಾಲಯದ ಗ್ರಾಮೀಣ ಅಧ್ಯಯನ ಕೇಂದ್ರಕ್ಕೆ ಸಲ್ಲಿಸಿದ ಸಂಶೋಧನಾ ಪ್ರಬಂಧದಲ್ಲಿ ವಿಶ್ಲೇಷಿಸಿದ್ದಾರೆ.

***

6. ಹೃದಯವಂತ

ರಂಗರಾವ್ ಅವರು ಅನನ್ಯವಾದ ಸಂವಹನ ಕೌಶಲ್ಯ ಹೊಂದಿದ್ದರು. ಶಿಕ್ಷಕರಾಗಿದ್ದು ನಂತರ ವಕೀಲಿ ವೃತ್ತಿಯನ್ನು ಯಶಸ್ವಿಯಾಗಿ ನಿರ್ವಹಿಸಿದ ಅವರಿಗೆ ಹಲವು ಭಾಷೆಗಳಲ್ಲಿ ಹಿಡಿತವಿತ್ತು. ಕನ್ನಡ, ಇಂಗ್ಲಿಷ್, ಕೊಂಕಣಿ ಮತ್ತು ತುಳುವಿನಲ್ಲಿ ನಿರರ್ಗಳವಾಗಿ ಮಾತಾಡುತ್ತಿದ್ದರು. ಉತ್ತಮ ವಾಗ್ಮಿಯೂ ಆಗಿದ್ದರು. ಬ್ರಹ್ಮಸಮಾಜದಲ್ಲಿ ಭಾಷಣ ಮಾಡಿದರೂ, ದಲಿತರ ಕಾಲೊನಿಗಳಲ್ಲಿ ಸಂಜೆ ಸಭೆಯಲ್ಲಿ ಮಾತನಾಡಿದರೂ ಒಂದು ರೀತಿಯ ಮನವೊಲಿಸುವ ಆಪ್ತತೆಯನ್ನು ಕೇಳುಗರು ಅನುಭವಿಸುತ್ತಿದ್ದರು. ಅವರ ಬರವಣಿಗೆಯ ಶೈಲಿಯೂ ಆಕರ್ಷಕವಾಗಿತ್ತು. ಆಗ ಮದ್ರಾಸ್‌ನಿಂದ ಪ್ರಕಟವಾಗುತ್ತಿದ್ದ ಪತ್ರಿಕೆಗಳಿಗೆ ಬರೆಯುತ್ತಿದ್ದರು. ಅವರ ಪತ್ರಿಕಾ ಬರಹಗಳು ಪರಿಣಾಮಕಾರಿಯಾಗಿರುತ್ತಿದ್ದವು. ಪುಸ್ತಕಗಳನ್ನು ಓದುವ ಅಭ್ಯಾಸವಿತ್ತು. ಅವರ ಸ್ವಂತ ಗ್ರಂಥಾಲಯ ಡಿಸಿಎಂ ಕಚೇರಿಯಲ್ಲಿತ್ತು. ಅಪರೂಪದ ಗ್ರಂಥಗಳನ್ನು ಅವರು ಸಂಗ್ರಹಿಸಿದ್ದರು. ಅವರ ಮನೆಯಲ್ಲಿಯೂ ಅಮೂಲ್ಯ ಪುಸ್ತಕಗಳ ಸಂಗ್ರಹವಿತ್ತು.

ಒಮ್ಮೆ ಡಿಸಿಎಂ ಕಚೇರಿಯಲ್ಲಿ ಅವರು ಇದ್ದಾಗ ಹಣದ ಅಡಚಣೆ ತೀವ್ರವಾಗಿದ್ದುದು ಗಮನಕ್ಕೆ ಬಂತು. ವಿದ್ಯಾರ್ಥಿನಿಲಯದ ಮಕ್ಕಳ ಊಟಕ್ಕೂ ಕುತ್ತಾಗುವ ಸಂಕಷ್ಟ ಅದು. ಆರ್ಥಿಕ ಬಿಕ್ಕಟ್ಟಿನ ಸಮಯದಲ್ಲಿ ಅವರಿಗೆ ನೆನಪಾದವರು ಬ್ರಿಟಿಷ್ ಉದ್ಯಮಿ ಮಾರ್ಗನ್. ಉಡುಪಿಯಲ್ಲಿ ನೆಲೆಸಿದ್ದ ಅವರು 'ಮಾರ್ಗನ್ ದೊರೆ' ಎಂದು ಸ್ಥಳೀಯರಲ್ಲಿ ಹೆಸರಾಗಿದ್ದ ಸಜ್ಜನ ವ್ಯಕ್ತಿ. ರಂಗರಾವ್ ಅವರು ಆರಂಭಿಸಿದ್ದ ಶೈಕ್ಷಣಿಕ ಕಾರ್ಯಕ್ರಮಗಳಿಗಾಗಿ ಉದಾರವಾಗಿ ನೆರವು ನೀಡಿದ್ದರು. ಡಿಸಿಎಂ ಕಚೇರಿಗೂ ಅವರು ಆಗಾಗ ದೇಣಿಗೆ ನೀಡುತ್ತಿದ್ದರು. ಅವರ ಶಾಲೆಗಳಿಗೆ ಅಗತ್ಯ ಸಲಕರಣೆಗಳನ್ನೂ ಕೊಡುಗೆಯಾಗಿ ನೀಡಿದ್ದವರು. ಅವರನ್ನು ನೆನಪಿಸಿಕೊಂಡ ರಂಗರಾವ್ ಅವರು ಅವರಿಗೆ ಸದ್ಯದ ಸಂಕಷ್ಟವನ್ನು ವಿವರಿಸಿ ಆರ್ಥಿಕ ನೆರವು ಕೋರಿ ಒಂದು ಪತ್ರವನ್ನು ತಕ್ಷಣವೇ ಬರೆಯುವಂತೆ ತಮ್ಮ ಕಾರ್ಯದರ್ಶಿ ಏಕಾಂಬರಯ್ಯ ಅವರಿಗೆ ತಿಳಿಸಿದರು.

ಏಕಾಂಬರಯ್ಯ ಪತ್ರ ಬರೆದು ಅದನ್ನು ಉಡುಪಿಯ ಕುಂಜಿಬೆಟ್ಟು ಪ್ರದೇಶದಲ್ಲಿ ನೆಲೆಸಿದ್ದ ತಮ್ಮ ಡಿಸಿಎಂ ಪಂಚಮಶಾಲೆಯ ಶಿಕ್ಷಕ ಗೋಪಾಲಕೃಷ್ಣ ಮಾಸ್ಟರ್ ಕೈಯಲ್ಲಿ ಕಳಿಸಿದರು. ಮಾರ್ಗನ್ ದೊರೆಯನ್ನು ಸಂಧಿಸಿದ ಗೋಪಾಲಕೃಷ್ಣ ಮಾಸ್ಟರ್ ಪತ್ರವನ್ನು ನೀಡಿದರು. ಅದನ್ನು ಓದಿದ ಮಾರ್ಗನ್ ದೊರೆ ಕೋಪದಿಂದ ಆ ಕಾಗದವನ್ನು ಮುದುರಿ ವಾಪಸು ಕೊಟ್ಟು 'ತಕ್ಷಣವೇ ಜಾಗ ಖಾಲಿ ಮಾಡು'ವಂತೆ ಗೋಪಾಲಕೃಷ್ಣ ಮಾಸ್ಟರ್‌ಗೆ ಆದೇಶಿಸಿದರು. ಅವರ ಪ್ರತಿಕ್ರಿಯೆಯಿಂದ ಕಂಗಾಲಾದ ಮಾಸ್ಟರ್ ವಾಪಸಾಗಿ ನೇರವಾಗಿ ರಂಗರಾವ್ ಅವರಲ್ಲಿ ಹೋಗಿ ಅಲ್ಲಿ ನಡೆದುದನ್ನು ವಿವರವಾಗಿ ಹೇಳಿದರು. ರಂಗರಾವ್ ಅವರು ಕಾಗದವನ್ನು ಪಡೆದು ಓದಿದಾಗ ಅದರಲ್ಲಿ ಆಗಿರುವ

ಪ್ರಮಾದ ಅರಿವಿಗೆ ಬಂದಿತು. ಏಕಾಂಬರಯ್ಯ ಬರೆದಿದ್ದ ಪತ್ರದಲ್ಲಿ ಹಣಕ್ಕಾಗಿ ಮನವಿ ಸಲ್ಲಿಸುವುದಕ್ಕೆ ಬದಲಾಗಿ ಹಣ ಕಳುಹಿಸುವಂತೆ ಆದೇಶಿಸಿರುವ ಧಾಟಿ ಇದ್ದುದನ್ನು ಕಂಡು ರಂಗರಾವ್ ಅವರು ತೀವ್ರವಾಗಿ ನೊಂದುಕೊಂಡರು. ಅದೇ ಪತ್ರದ ಹಿಂದುಗಡೆ ಆಗಿರುವ ಪ್ರಮಾದಕ್ಕೆ ವಿಷಾದ ಸೂಚಿಸಿ ಆರ್ಥಿಕ ನೆರವಿಗೆ ಮನವಿ ಮಾಡಿ ಅದೇ ಗೋಪಾಲಕೃಷ್ಣ ಮಾಸ್ಟರ್ ಅವರಿಗೆ ಪತ್ರವನ್ನು ಮಾರ್ಗನ್ ದೊರೆಗೆ ನೀಡುವಂತೆ ಹೇಳಿದರು.

ರಂಗರಾವ್ ಅವರ ಒಕ್ಕಣೆಯನ್ನು ನೋಡಿದ ಮಾರ್ಗನ್ ದೊರೆ ತಕ್ಷಣವೇ ಬೆಳ್ಳಿನಾಣ್ಯಗಳನ್ನು ಒಂದು ಟವೆಲ್‌ನಲ್ಲಿ ಗಂಟುಕಟ್ಟಿ ಅದನ್ನು ರಂಗರಾವ್ ಅವರ ಕೈಗೆ ಕೊಡುವಂತೆ ಪತ್ರವನ್ನು ತಂದಿದ್ದ ಗೋಪಾಲಕೃಷ್ಣ ಮಾಸ್ಟರ್‌ಗೆ ನೀಡಿದರು. ರಂಗರಾವ್ ಅವರು ಗಣ್ಯರೊಂದಿಗೆ ಹೊಂದಿದ್ದ ಸೌಹಾರ್ದ ಸಂಬಂಧಕ್ಕೆ ಇದೊಂದು ನಿದರ್ಶನ.

ಕಚೇರಿ ಕೆಲಸದಲ್ಲಿ ತಮ್ಮ ಸಿಬ್ಬಂದಿ ಚುರುಕಾಗಿರಬೇಕೆಂದು ರಂಗರಾವ್ ನಿರೀಕ್ಷಿಸುತ್ತಿದ್ದರು, ಒಂದು ಸಂದರ್ಭದಲ್ಲಿ ಅವರಿಗೆ ತುರ್ತಾಗಿ ಕೆಲವು ಪತ್ರಗಳು ಬೇಕಾಗಿದ್ದವು. ಕೋರ್ಟ್ ಹಿಲ್ ಶಾಲೆಯಿಂದ ಅವನ್ನು ಬೆಳಗ್ಗೆ ಹತ್ತು ಗಂಟೆಯ ಒಳಗೆ ತಮ್ಮ ಮನೆಗೆ ತಲುಪಿಸುವಂತೆ ಹಿಂದಿನ ದಿನವೇ ಹೇಳಿದ್ದರು. ಅದಕ್ಕೆ ನಿಯೋಜಿತನಾಗಿದ್ದವರು ದಡ್ಡಲಕಾಡು ಆನಂದ ಎಂಬ ಕಿರಿಯ ಗುಮಾಸ್ತ. ಡಿಸಿಎಂ ಕಚೇರಿಯಿಂದ ಹಾಗೂ ಕೋರ್ಟ್ ಹಿಲ್ ಶಾಲೆಯಿಂದ ಅಂಚೆಯ ಕಾಗದ ಪತ್ರಗಳನ್ನು ರಂಗರಾವ್ ಅವರ ಮನೆಗೆ ತಲುಪಿಸುವುದು ಆತನ ನಿತ್ಯದ ಕರ್ತವ್ಯವೂ ಆಗಿತ್ತು. ರಂಗರಾವ್ ಹೇಳಿದ ದಿನ ಆತ ಶಾಲೆಗೆ ಹೊತ್ತಿಗೆ ಮೊದಲು ಹೋದನಾದರೂ ಆ ದಿನವೇ ಶಾಲೆಯ ಹೆಡ್ಮಾಸ್ಟರ್ ಅವರು ಬರುವುದು ತಡವಾಯಿತು. ಅವರು ಬಂದ ನಂತರ ಕಾಗದ ಪತ್ರಗಳನ್ನು ಪಡೆದು ರಂಗರಾಯರ ಮನೆಯ ಬಳಿ ಹೋಗುವಾಗ ಹತ್ತು ಗಂಟೆ ಮೀರಿ ಹೋಗಿತ್ತು. ಸಹನೆಯ ಪ್ರತಿಮೂರ್ತಿಯಂತಿದ್ದರೂ ಆ ದಿನ ರಂಗರಾವ್ ಅವರು ತಡವಾಗಿ ಬಂದ ಆನಂದನಿಗೆ ತೀವ್ರವಾಗಿ ತರಾಟೆಗೆ ತೆಗೆದುಕೊಂಡರು. ಆತ ಸಮಜಾಯಿಷಿ ನೀಡಲು ಬಂದದ್ದನ್ನೂ ಕೇಳಿಸಿಕೊಳ್ಳದೆ ಬೈದು ಕಳುಹಿಸಿದರು. ಇದರಿಂದ ನೊಂದುಕೊಂಡ ಆನಂದ ತಾನು ತಡವಾಗಿ ಹೋಗುವುದಕ್ಕೆ ಕಾರಣರಾಗಿದ್ದ ಕೋರ್ಟ್ ಹಿಲ್ ಶಾಲೆಯ ಹೆಡ್ಮಾಸ್ಟರ್ ಅವರಲ್ಲಿ ಅದನ್ನೆಲ್ಲ ಹೇಳಿದ. ಹೆಡ್ಮಾಸ್ಟರ್ ಅವರಿಗೂ ಈ ಘಟನೆಯಿಂದ ಬೇಸರವಾಗಿ ಅವರು ರಂಗರಾವ್ ಅವರಿಗೆ ಪತ್ರವನ್ನು ಬರೆದು ತಮ್ಮಿಂದಾಗಿಯೇ ದಡ್ಡಲಕಾಡು ಆನಂದ ಅಂಚೆ ಪತ್ರಗಳನ್ನು ತಡವಾಗಿ ತಲುಪಿಸಿದ್ದೆಂದು ವಿವರಣೆ ನೀಡಿದರು. ನಿಜ ಸಂಗತಿ ತಿಳಿದ ರಂಗರಾವ್ ತಾವು ತಾಳ್ಮೆ ಕಳೆದುಕೊಂಡು ವರ್ತಿಸಿದ್ದರಿಂದ ಕಿರಿಯ ಗುಮಾಸ್ತೆ ಮಾನಸಿಕವಾಗಿ ನೋವುಣ್ಣಬೇಕಾಯಿತೆಂದು ಸಂಕಟಪಟ್ಟರು. ಆನಂದನನ್ನು ಕರೆಸಿಕೊಂಡು

ವಿಷಯವನ್ನು ಸರಿಯಾಗಿ ಕೇಳಿಸಿಕೊಳ್ಳದೆ ಆತನನ್ನು ದಂಡಿಸಿದ್ದಕ್ಕೆ ವಿಷಾದ ವ್ಯಕ್ತಪಡಿಸಿದರು. ಅದಕ್ಕೆ ಪರಿಹಾರವಾಗಿ ನಿತ್ಯವೂ ತಮ್ಮ ಮನೆಗೆ ಬಂದು ಬೆಳಗಿನ ಉಪಾಹಾರ ಸೇವಿಸುವಂತೆ ತಿಳಿಸಿದರು. ತಮ್ಮ ನಿತ್ಯದ ವರ್ತನೆಯಲ್ಲಿಯೂ ಹೃದಯವಂತಿಕೆಯನ್ನು ರಂಗರಾವ್ ಅವರು ಬಿಟ್ಟವರಲ್ಲ ಎಂಬುದಕ್ಕೆ ಈ ಘಟನೆಯನ್ನು ದಲಿತ ಚಿಂತಕ ಪಿ.ಕಮಲಾಕ್ಷ ನೆನಪು ಮಾಡಿಕೊಂಡಿದ್ದಾರೆ.

***

7. ಮಹಾತ್ಮರ ಹಾದಿ

ದೇಶದಲ್ಲಿ ಬ್ರಿಟಿಷರ ಆಡಳಿತ ಅಬಾಧಿತವಾಗಿ ನೆಲೆಗೊಳ್ಳುತ್ತಿದ್ದಂತೆ ಸುಧಾರಣೆಯ ಕ್ರಮಗಳೂ ಆರಂಭವಾದವು. ಅವುಗಳಲ್ಲಿ ಮೊದಲನೆಯದು ಶಿಕ್ಷಣಕ್ಕೆ ವ್ಯವಸ್ಥೆ. ಅದುವರೆಗೆ ಆಡಳಿತ ನಡೆಸುತ್ತಿದ್ದ ಸಂಸ್ಥಾನಗಳಲ್ಲಿ ಸಾರ್ವಜನಿಕ ಶಿಕ್ಷಣ, ಸಾರ್ವಜನಿಕ ಆರೋಗ್ಯ ಎಂಬ ಪರಿಕಲ್ಪನೆಗಳೇ ಇರಲಿಲ್ಲ. ವಿದ್ಯಾರ್ಜನೆ ಕೇವಲ ಮೇಲು ಜಾತಿಯವರ, ಅದರಲ್ಲೂ ಬ್ರಾಹ್ಮಣರಿಗೆ ಇದ್ದ ಅವಕಾಶವಾಗಿತ್ತು. ವರ್ಣಾಶ್ರಮ ಪದ್ಧತಿ ಭಾರತೀಯ ಸಮಾಜದಲ್ಲಿ ಹಾಸುಹೊಕ್ಕಾಗಿ ಬೇರು ಬಿಟ್ಟಿತ್ತು. ಅದರಂತೆ ವಿದ್ಯೆಗೆ ಅರ್ಹರಾದವರು ಬ್ರಾಹ್ಮಣ, ಕ್ಷತ್ರಿಯ ಮತ್ತು ವೈಶ್ಯರು ಮಾತ್ರ. ಕ್ಷತ್ರಿಯ ಹಾಗೂ ವೈಶ್ಯರಿಗೆ ಲೌಕಿಕ ವ್ಯವಹಾರಕ್ಕಾಗಿ ಎಷ್ಟು ಬೇಕೋ ಅಷ್ಟು ವಿದ್ಯೆಯನ್ನು ಅವರೇ ವೆಚ್ಚ ಮಾಡಿ ಪಡೆಯುವ ಪರಿಸ್ಥಿತಿ ಇತ್ತು. ಮೇಲುವರ್ಗದವರ ಸೇವೆಗಾಗಿಯೇ ಜನ್ಮ ತಾಳಿರುವರೆಂದು ಮೇಲಿನ ಮೂರೂ ವರ್ಗಗಳಿಂದ ಪರಿಗಣಿತರಾಗಿದ್ದ ಶೂದ್ರರು ತಮ್ಮ ಜೀವನ ಸಾರ್ಥಕತೆಯನ್ನು ಸೇವೆಯಿಂದಲೇ ಕಂಡುಕೊಳ್ಳಬೇಕಿತ್ತು. ಶೂದ್ರರಿಗಿಂತಲೂ ಕೊನೆಯ ಹಂತದಲ್ಲಿದ್ದ ಅಸ್ಪೃಶ್ಯರನ್ನು ಬಹುದೂರ ಇಟ್ಟಿದ್ದ ಅಂದಿನ ಸಮಾಜ ಅವರನ್ನು ನಾಲ್ಕು ವರ್ಣಗಳಿಗೂ ಹೊರತಾಗಿದ್ದ ಪಂಚಮರೆಂದು ದೂರ ಇರಿಸಿತ್ತು. ಅವರ ನೆರಳು ಸೋಕುವುದು ಕೂಡ ಅಪಶಕುನ ಎಂಬ ಭಾವನೆ ಮೇಲಿನ ವರ್ಗದವರಲ್ಲಿತ್ತು.

ಶೂದ್ರರಲ್ಲಿ ನಾನಾ ಜಾತಿ ಉಪಜಾತಿಗಳು. ಒಂದಲ್ಲ ಒಂದು ಕಸುಬುಗಳನ್ನು ಅವಲಂಬಿಸಿ ಬದುಕು ನಡೆಸುತ್ತಿದ್ದ ಈ ಬಹುಸಂಖ್ಯೆಯ ಜನ ತಮ್ಮ ಕಸುಬಿನಲ್ಲಿ ಪರಿಣತಿಯನ್ನು ಪಡೆದು ಅದನ್ನು ಮೇಲು ವರ್ಗದವರ ಸೇವೆಗೆ ಬಳಸುತ್ತಿದ್ದರೆ ಮುಂದಿನ ಜನ್ಮದಲ್ಲಿ ಉತ್ತಮ ಜಾತಿಯಲ್ಲಿ ಹುಟ್ಟಿ ಸದ್ಗತಿಯನ್ನು ಹೊಂದಬಹುದೆಂದು ಅವರನ್ನು ನಂಬಿಸಿದ್ದರಿಂದ ಅದರಲ್ಲಿಯೇ ಅವರು ತೊಳಲಾಡುತ್ತಿದ್ದರು. ವಿದ್ಯೆ ಏನಿದ್ದರೂ ಮೇಲಿನವರ ಸ್ವತ್ತು, ಅದು ತಮಗೆ ಈ ಜನ್ಮಕ್ಕೆ ಸಿಗುವಂಥದ್ದಲ್ಲ ಎಂದು ಶೂದ್ರರೂ, ಅತಿಶೂದ್ರರೂ, ಅಸ್ಪೃಶ್ಯರಾಗಿ ಕಾಡುಮೇಡುಗಳಲ್ಲಿ ಪ್ರಾಣಿಗಳಂತೆ ಬದುಕುತ್ತಿದ್ದ ದಲಿತರೂ ನಂಬಿಕೊಂಡಿದ್ದರು.

ಬ್ರಿಟಿಷರು ಇಲ್ಲಿ ಆಡಳಿತದಲ್ಲಿ ಭಾಗಿಯಾಗುವುದಕ್ಕೆ ಮೊದಲೇ ಆಗಮಿಸಿದ್ದ ಕ್ರಿಶ್ಚಿಯನ್ ಮಿಷನರಿಗಳು ತಾವು ನೆಲೆಸಿದ ಕಡೆಗಳಲ್ಲೆಲ್ಲ ದೇಶೀಯರಲ್ಲಿ ಕ್ರೈಸ್ತ ಮತದ ಪ್ರಸಾರ ಕಾರ್ಯ ಕೈಗೊಂಡಿದ್ದರು. ತಮ್ಮ ಮತಪ್ರಸಾರ ಕಾರ್ಯಕ್ಕೆ ಪ್ರಭುತ್ವದ ಬೆಂಬಲ ಸಿಕ್ಕಿದ ನಂತರ ಅವರ ಚಟುವಟಿಕೆಗಳು ಬಹುಮುಖವಾಗಿ ವಿಸ್ತರಣೆಯಾದವು. ದೇಶದ ಕೆಲವು ಕಡೆ, ನೇರವಾಗಿ ಆಡಳಿತ ನಡೆಸುತ್ತಾ ಉಳಿದೆಡೆ ಅಧೀನರಾದ ಅರಸರನ್ನು ನಿಯಂತ್ರಿಸುತ್ತಿದ್ದ ಬ್ರಿಟಿಷ್ ಸರ್ಕಾರ ಅನೇಕ ಸುಧಾರಣೆಗಳನ್ನು ಆರಂಭಿಸಿತು. ಅವುಗಳಲ್ಲಿ ಭಾರತೀಯ ಸಮಾಜದ ಮೇಲೆ ವ್ಯಾಪಕ ಪರಿಣಾಮ ಬೀರಿದ್ದು ಹೊಸಬಗೆಯ ಶಿಕ್ಷಣಕ್ಕೆ ಕಲ್ಪಿಸಿದ ಅವಕಾಶ. ಬ್ರಿಟಿಷ್

ಸರ್ಕಾರದ ಕಾಲದಲ್ಲಿ ಆರಂಭಿಸಿದ ಶಿಕ್ಷಣ ದೇಶದ ಎಲ್ಲ ಜಾತಿಗಳವರಿಗೂ ಮುಕ್ತವಾಗಿತ್ತು. ಕ್ರೈಸ್ತ ಮಿಷನರಿಗಳು ತೆರೆದಿದ್ದ ಶಿಕ್ಷಣ ಸಂಸ್ಥೆಗಳು ಆರಂಭದಲ್ಲಿ ಮತಾಂತರಗೊಂಡ ದೇಶೀಯರಿಗೆ ಉದ್ದೇಶಿತವಾಗಿದ್ದರೂ ಎಲ್ಲರಿಗೂ ಮುಕ್ತವಾಗಿದ್ದವು.

ಪಾಶ್ಚಾತ್ಯ ಸಂಪರ್ಕಗಳಲ್ಲಿ ಹೊಸ ಶಿಕ್ಷಣ ಕ್ರಮವೇ ಹೆಚ್ಚು ಪರಿಣಾಮಕಾರಿಯಾದದ್ದು. ತಮ್ಮ ಅನುಕೂಲಕ್ಕಾಗಿ ಬ್ರಿಟಿಷ್ ಸರ್ಕಾರವೂ ಮಿಷನರಿ ಜನರೂ ಇಂಗ್ಲಿಷ್ ಶಾಲೆಗಳನ್ನು ತೆರೆದರು. ಅವು ಕಲ್ಪಿಸಿದ ಮುಕ್ತ ಅವಕಾಶವನ್ನು ಎಲ್ಲರೂ ಬಳಸಿಕೊಳ್ಳಬಹುದಿತ್ತು. ಶಾಲೆಗಳಲ್ಲಿ ಅಧ್ಯಯನಕ್ಕಾಗಿ ರೂಪಿಸಿದ್ದ ಆಧುನಿಕ ವಿಜ್ಞಾನ, ಪ್ರಪಂಚ ಪರಿಚಯ, ಇಂಗ್ಲಿಷ್ ಸಾಹಿತ್ಯದ ಪರಿಚಯ, ಅದರ ಮೂಲಕ ದಕ್ಕಿದ ವಿಶೇಷ ತಿಳಿವಳಿಕೆ ಭಾರತೀಯರಿಗೆ ಹೊಸದೊಂದು ಜಗತ್ತನ್ನು ಅನಾವರಣಗೊಳಿಸಿದವು. ಹೊಸ ಶಿಕ್ಷಣಕ್ಕೆ ತೆರೆದುಕೊಂಡ ಭಾರತೀಯರಲ್ಲಿ ಲೌಕಿಕ ಹಾಗೂ ವ್ಯಕ್ತಿಗತ ದೃಷ್ಟಿಕೋನ ಮೂಡಿತು. ಶತಶತಮಾನಗಳ ಕಾಲದಿಂದ ಅಕ್ಷರ ಪ್ರಪಂಚಕ್ಕೆ ಪ್ರವೇಶ ಪಡೆಯದೆ ಇದ್ದ ಶೂದ್ರ ಹಾಗೂ ದಲಿತ ವರ್ಗಕ್ಕೆ ಬ್ರಿಟಿಷರು ಆರಂಭಿಸಿದ ಸಾರ್ವಜನಿಕ ಶಿಕ್ಷಣ ವ್ಯವಸ್ಥೆ ಹೊಸ ಬೆಳಕನ್ನು ತೋರಿತು. ಬ್ರಿಟಿಷರ ಶಿಕ್ಷಣ ಪದ್ಧತಿಗೆ ಮೊದಲು ಗುರಿಯಾದ ಬಂಗಾಳದಲ್ಲಿ ಅದು ಸಾಮಾಜಿಕ ಜಾಗೃತಿಗೆ ಆಸ್ಪದ ನೀಡಿತು. ಅಂದಿನ ಸಮಾಜದಲ್ಲಿ ಬೇರುಬಿಟ್ಟಿದ್ದ ಅನೇಕ ಅಮಾನವೀಯ ಆಚರಣೆಗಳನ್ನು ಪ್ರಶ್ನಿಸುವುದಕ್ಕೆ ಅವಕಾಶ ಕಲ್ಪಿಸಿತು. ಮುದ್ರಣ ಸೌಲಭ್ಯದ ಕಾರಣ ಅಸ್ತಿತ್ವಕ್ಕೆ ಬಂದ ಪತ್ರಿಕೆಗಳು ವೈಚಾರಿಕ ಜಾಗೃತಿಗೆ ಕಾರಣವಾದವು. ಸುಧಾರಣೆಗಳನ್ನು ತರುವುದಕ್ಕೆ ಒತ್ತಾಸೆ ನೀಡಿದವು. ಬ್ರಹ್ಮಸಮಾಜದಂಥ ಸುಧಾರಕ ಪಂಥಗಳು ಅಂದು ಪ್ರಚಲಿತವಿದ್ದ ಸಾಮಾಜಿಕ ಅನಿಷ್ಟಗಳ ವಿರುದ್ಧ ಜನತೆಯಲ್ಲಿ ಮತ್ತು ಸರ್ಕಾರದಲ್ಲಿ ಅರಿವು ಮೂಡಿಸಲು ಶ್ರಮಿಸಿದವು. ರಾಜಾರಾಮ ಮೋಹನರಾಯ್ ಆರಂಭಿಸಿದ ಸುಧಾರಣಾ ಕ್ರಮಗಳಿಂದ ಭಾರತೀಯ ಸಮಾಜದಲ್ಲಿ ಅತ್ಯಂತ ಅಮಾನುಷ ನಡವಳಿಕೆಯಾಗಿ ಆಚರಣೆಯಲ್ಲಿದ್ದ ಸತಿ ಪದ್ಧತಿ ಕಾನೂನಿನ ಮೂಲಕ ನಿಷೇಧಕ್ಕೆ ಒಳಗಾಯಿತು.

ಬ್ರಹ್ಮ ಸಮಾಜಕ್ಕೆ ಭಾರತೀಯ ಸನಾತನ ಪದ್ಧತಿಯಲ್ಲಿದ್ದ ಅನಿಷ್ಟಗಳನ್ನು ನಿವಾರಿಸಿ ವೇದಾಂತ ಸಿದ್ಧಾಂತದ ಆಧಾರದ ಮೇಲೆ ಹಿಂದೂ ಧರ್ಮವನ್ನು ಸುಧಾರಿಸುವ ಉದ್ದೇಶವಿದ್ದಿತು. ಅದಕ್ಕೆ ಬೇಕಾದ ಸುಧಾರಣೆಯ ಮಾರ್ಗಗಳನ್ನು ಅದು ಅನುಸರಿಸಿತು. ಅನಿಷ್ಟ ಜಾತಿಪದ್ಧತಿ, ಹಿಂದೂ ಸಮಾಜದಲ್ಲಿದ್ದ ವರದಕ್ಷಿಣೆಯ ಪಿಡುಗು, ನಾನಾಬಗೆಯ ನಿರ್ಬಂಧಗಳಿಗೆ ಒಳಪಟ್ಟಿದ್ದ ಮಹಿಳೆಯರನ್ನು ಸಮಾನ ಅವಕಾಶಗಳ ಮೂಲಕ ಉದ್ಧರಿಸುವುದು– ಇವೆಲ್ಲ ಬಂಗಾಳದ ಸಾಮಾಜಿಕ ಪುನರುಜ್ಜೀವನದ ಕಾಲದಲ್ಲಿ ಉದ್ದೇಶಿತವಾಗಿದ್ದ ಸುಧಾರಣೆಗಳಾಗಿದ್ದವು. ರಾಜಾರಾಮ ಮೋಹನರಾಯ್ ಅವರಂತೆ ಈ

ಸುಧಾರಣೆಯ ಮಾರ್ಗದಲ್ಲಿ ಲೇಖಕರಾದ ಈಶ್ವರಚಂದ್ರ ವಿದ್ಯಾಸಾಗರ, ಬಂಕಿಮಚಂದ್ರ ಚಟರ್ಜಿ ಮೊದಲಾದವರು ತಮ್ಮ ತಮ್ಮ ಕ್ಷೇತ್ರಗಳ ಮೂಲಕ ಸಾಗಿದರು. ಇವರು ಸೃಷ್ಟಿಸಿದ ಹೊಸಬಗೆಯ ಸಾಹಿತ್ಯ ಕೃತಿಗಳು ಬಂಗಾಳಕ್ಕೆ ಮಾತ್ರವೇ ಸೀಮಿತವಾಗಲಿಲ್ಲ. ದೇಶ ಭಾಷೆಗಳಲ್ಲಿ ಅನುವಾದಗೊಂಡವು. ಅವು ಪ್ರಕಟಗೊಳ್ಳುತ್ತಿದ್ದಂತೆಯೇ ಕನ್ನಡ, ಮರಾಠಿ, ತೆಲುಗು ಮೊದಲಾಗಿ ದಕ್ಷಿಣ ಭಾರತೀಯ ಭಾಷೆಗಳಿಗೂ ಅನುವಾದಗೊಂಡವು. ಸಾಂಸ್ಕೃತಿಕ ಕ್ಷೇತ್ರದಲ್ಲಿ ಜಾಗೃತಿ ಮೂಡಿಸುವುದರಲ್ಲಿ ಇವುಗಳ ಪಾತ್ರ ಮಹತ್ವದ್ದಾಗಿತ್ತು.

ಬ್ರಿಟಿಷರ ನೇರ ಆಡಳಿತಕ್ಕೆ ಒಳಪಟ್ಟಿದ್ದ ಮಹಾರಾಷ್ಟ್ರದಲ್ಲಿ 1848 ರಲ್ಲಿ ಆರಂಭವಾದ ಶೂದ್ರಾತಿಶೂದ್ರ ಬಾಲಕಿಯರ ಶಾಲೆ ಭಾರತೀಯ ಸಮಾಜದ ಇತಿಹಾಸದಲ್ಲಿ ಮಹತ್ವದ ಬದಲಾವಣೆಗೆ ಕಾರಣವಾಯಿತು. ಅದಕ್ಕೆ ಕಾರಣರಾದವರು ಮಹಾರಾಷ್ಟ್ರದಲ್ಲಿ ಶೂದ್ರರೆಂದು ಪರಿಗಣಿತವಾದ ಕ್ಷತ್ರಿಯ– ಮಾಳಿ ಜಾತಿಗೆ ಸೇರಿದ ಜ್ಯೋತಿರಾವ್ ಫುಲೆ ಅವರು.

1827ರ ಏಪ್ರಿಲ್ 11 ರಂದು ಪುಣೆ ಸಮೀಪದ ಹಳ್ಳಿಯೊಂದರಲ್ಲಿ ಗೋವಿಂದರಾವ್– ಚಿಮಣಾಬಾಯಿ ದಂಪತಿಗೆ ಎರಡನೇ ಮಗನಾಗಿ ಹುಟ್ಟಿದ ಜ್ಯೋತಿರಾವ್ ಒಂಬತ್ತು ತಿಂಗಳಲ್ಲಿಯೇ ತಾಯಿಯನ್ನು ಕಳೆದುಕೊಂಡು ತಂದೆ ಹಾಗೂ ಅವರನ್ನು ನೋಡಿಕೊಳ್ಳಲು ನೇಮಿಸಿದ್ದ ಸಗುಣಾಬಾಯಿ ಎಂಬ ದಾಯಿಯ ಆರೈಕೆಯಲ್ಲಿ ಬೆಳೆದರು. ಗೋವಿಂದರಾವ್ ಹೂವು ಬೆಳೆದು ಅವನ್ನು ಮಾರಲು ಪುಣೆಯಲ್ಲಿ ಒಂದು ಅಂಗಡಿಯನ್ನು ಇಟ್ಟಿದ್ದರು. ಪುಣೆಯಲ್ಲಿ ಸ್ಕಾಟಿಷ್ ಮಿಷನರಿ ಆರಂಭಿಸಿದ ಪ್ರಾಥಮಿಕ ಶಾಲೆಗೆ ಜ್ಯೋತಿರಾವ್‍ರನ್ನು ಸೇರಿಸಲಾಯಿತು. ಒಂದೆರಡು ವರ್ಷ ಕಳೆಯುತ್ತಿದ್ದಂತೆ ಅಂಗಡಿಯಲ್ಲಿ ಕೆಲಸಕ್ಕೆ ಸೇರಿಕೊಂಡಿದ್ದ ಬ್ರಾಹ್ಮಣ ಕಾರಕೂನನೊಬ್ಬ ಗೋವಿಂದರಾವ್ ಅವರ ತಲೆ ಕೆಡಿಸಿ ಶಾಲೆಯನ್ನು ಬಿಡಿಸುವಂತೆ ಮಾಡಿದ. ಶಾಲೆ ಬಿಟ್ಟು ಹೂವಿನ ಬೇಸಾಯಕ್ಕಾಗಿ ನಿತ್ಯವೂ ಹೊಲಕ್ಕೆ ಹೋಗುತ್ತಿದ್ದ ಜ್ಯೋತಿ ರಾವ್ ರಾತ್ರಿ ಹೊತ್ತು ಹಣತೆಯ ಮಂದ ಬೆಳಕಿನಲ್ಲಿ ಓದು ಮುಂದುವರಿಸಿದ್ದ. ಅದಕ್ಕೆ ತಕ್ಕಂತೆ ಗೋವಿಂದರಾವ್ ಅವರ ನೆರೆಯವರಾದ ಇಬ್ಬರು ವಿದ್ವಾಂಸರು ಶಿಕ್ಷಣದ ಮಹತ್ವವನ್ನು ತಿಳಿಯ ಹೇಳಿ ಜ್ಯೋತಿ ರಾವ್ ಮುಂದಿನ ಓದಿಗೆ ಒತ್ತಾಯಿಸಿದರು. ಓದಿನಲ್ಲಿ ಚುರುಕಾಗಿದ್ದ ಜ್ಯೋತಿರಾವ್ ಅಂದಿನ ಮಾಧ್ಯಮಿಕ ಶಾಲೆಯವರೆಗಿನ ಶಿಕ್ಷಣವನ್ನು ಪಡೆದರು. ಅವರು ಇಂಗ್ಲಿಷ್‍ನಲ್ಲಿಯೂ ನಿರರ್ಗಳವಾಗಿ ವ್ಯವಹರಿಸಬಲ್ಲಷ್ಟು ಕಲಿತರಲ್ಲದೆ, ಥಾಮಸ್ ಪೇನ್‍ನ 'ರೈಟ್ಸ್ ಆಫ್ ಮ್ಯಾನ್' ಗ್ರಂಥವನ್ನು ಓದಿ ಅದರಿಂದ ತುಂಬ ಪ್ರಭಾವಿತರಾದರು. ಅವರು ಮನಸ್ಸು ಮಾಡಿದ್ದರೆ ಆ ಓದಿಗೆ ಸರ್ಕಾರದಲ್ಲಿ ಉತ್ತಮ ವೇತನದ ನೌಕರಿಯನ್ನು ಪಡೆಯಲು ಸಾಧ್ಯವಿತ್ತು. ಅಂದಿನ ಪದ್ಧತಿಯಂತೆ 13ನೆಯ ವಯಸ್ಸಿಗೆ ಜ್ಯೋತಿರಾವ್ ಅವರ ಮದುವೆ ಆಗಿತ್ತು. ಅವರ ಕೈಹಿಡಿದವರು ಒಂಬತ್ತು ವರ್ಷದ ಸಾವಿತ್ರಿಬಾಯಿ.

'ರೈಟ್ಸ್ ಆಫ್ ಮ್ಯಾನ್' ಕೃತಿಯಲ್ಲಿ ನಿಗ್ರೋಗಳ ಗುಲಾಮಗಿರಿ ಮತ್ತು ಗಂಡಸರಿಂದ ಹೆಂಗಸರು ಅನುಭವಿಸುತ್ತಿದ್ದ ಗುಲಾಮಗಿರಿಯ ವಿವರಗಳನ್ನು ಓದಿ ಮರುಗಿದ ಜ್ಯೋತಿರಾವ್ ಅವರಿಗೆ ಸ್ವಂತವಾಗಿ ಎದುರಿಸಿದ ಸಾಮಾಜಿಕ ಅಪಮಾನಗಳು ಗಾಢವಾಗಿ ತಟ್ಟಿದವು. ಶೂದ್ರರಾದ ತಮ್ಮ ಸಮುದಾಯಕ್ಕೆ ಶಿಕ್ಷಣದಿಂದಲೇ ಬಿಡುಗಡೆ ಎಂಬ ಭಾವ ಮೊಳೆಯಿತು. ಅದಕ್ಕಿಂತಲೂ ಅವರನ್ನು ತೀವ್ರವಾಗಿ ತಟ್ಟಿದ್ದು ಮಹಿಳೆಯರ ಗೋಳು. ಜಾತಿ ಮತ ಭೇದವಿಲ್ಲದೆ ಮಹಿಳೆಯರ ಮೇಲೆ ವಿಧಿಸಿದ್ದ ನಿರ್ಬಂಧಗಳು. ಅವಿಚಾರಿ ಗಂಡಸರ ಕಾಲ್ತುಳಿತಕ್ಕೆ ಒಳಗಾಗಿ ಸೆರೆಮನೆಯ ಕೈದಿಯಂತೆ ಬದುಕುತ್ತಿರುವ ಮಹಿಳೆಯರ ಪ್ರತಿಭೆಯನ್ನು ಬೆಳಕಿಗೆ ತರುವ ಕೆಲಸಕ್ಕೆ ಅವರು ಮುಂದಾದರು. ಸಮಾಜಕ್ಕೆ ತನ್ನಿಂದ ಆಗುವ ಸೇವೆ ಮಾಡಬೇಕು, ಸಮಾಜದ ಋಣ ತೀರಿಸಬೇಕು ಎಂದು ಸಂಕಲ್ಪ ಮಾಡಿದರು.

ಅದರಂತೆ 1848ರ ಆಗಸ್ಟ್ ತಿಂಗಳಲ್ಲಿ ಪುಣೆಯಲ್ಲಿ ಶೂದ್ರಾತಿಶೂದ್ರ ಹೆಣ್ಣು ಮಕ್ಕಳಿಗಾಗಿ ಶಾಲೆಯನ್ನು ತೆಗೆದರು. ಅದರಲ್ಲಿ ಕಲಿಯಲು ಆಸಕ್ತಿ ವಹಿಸಿದರೆ ಹುಡುಗರಿಗೂ ಅದರಲ್ಲಿ ಅವಕಾಶ ಕೊಟ್ಟರು. ಅದರಲ್ಲಿ ಬೋಧಿಸಲು ಶಿಕ್ಷಕರು ಸಿಗದಿದ್ದಾಗ ಪತ್ನಿ ಸಾವಿತ್ರಿಬಾಯಿ ಅವರನ್ನು ಶಿಕ್ಷಕಿಯನ್ನಾಗಿ ರೂಪಿಸಲು ಅವರಿಗೆ ತಾವು ಮನೆಯಲ್ಲಿ ಶಿಕ್ಷಣ ನೀಡಿದರು. ಅವರನ್ನು ಸ್ವಂತವಾಗಿ ತರಬೇತುಗೊಳಿಸಿ ತಮ್ ಕನ್ಯಾಶಾಲೆಯ ಶಿಕ್ಷಕಿಯಾಗಿ ನೇಮಿಸಿಕೊಂಡರು. ಅದು ಪುಣೆಯ ಸನಾತನಿಗಳ ಪಿತ್ಥ ಕೆರಳಿಸಿತು. 'ಹೆಣ್ಣು ಓದುವುದೆಂದರೇನು? ಓದಿ ಸಾರ್ವಜನಿಕ ಸ್ಥಳದಲ್ಲಿ ದುಡಿಯುವದು ಎಂದರೇನು? ಇದರಿಂದ ಧರ್ಮಗ್ಲಾನಿಯಾಯಿತು' ಎಂದು ಹುಯಿಲೆಬ್ಬಿಸಿದರು. ಸಾವಿತ್ರಿ ಮಾಡುತ್ತಿರುವ ಕಾರ್ಯ ಅಪವಿತ್ರ, ಹಿಂದೂಧರ್ಮಕ್ಕೆ ಅಪಮಾನಕರ, ಅನಿಷ್ಟಕರ ಎಂದು ಪುಣೆಯಲ್ಲಿ ಹುಯಿಲೆದ್ದಿತು. ಮನೆಯಿಂದ ಶಾಲೆಗೆ ಹೋಗುತ್ತಿದ್ದ ಸಾವಿತ್ರಿಬಾಯಿ ಅವರ ಮೇಲೆ ಕಲ್ಲು ತೂರಿದರು. ಸೆಗಣಿಯ ನೀರನ್ನು ಎರಚಿದರು. ಉಗುಳಿದರು. ಕೆಸರು ಒಗೆದರು. ಅವಾಚ್ಯ ಶಬ್ದಗಳಿಂದ ನಿಂದಿಸಿದರು.

ಸಾವಿತ್ರಿಬಾಯಿ ಇದರಿಂದ ವಿಚಲಿತರಾಗಲಿಲ್ಲ. ತಮ್ಮ ಕೈ ಚೀಲದಲ್ಲಿ ಇನ್ನೊಂದು ಸೀರೆಯನ್ನು ಇಟ್ಟುಕೊಂಡರು. ತಾವು ಹೋಗುತ್ತಿದ್ದಾಗ ಸನಾತನಿ ದುಷ್ಕರ್ಮಿಗಳಿಂದ ಸೆಗಣಿ ನೀರು, ಕೆಸರಿನಿಂದ ಕೊಳೆಯಾಗುತ್ತಿದ್ದ ಸೀರೆಯನ್ನು ಶಾಲೆಗೆ ಹೋದ ನಂತರ ಬಿಚ್ಚಿ ಕೈ ಚೀಲದಿಂದ ತಂದಿದ್ದ ಇನ್ನೊಂದು ಸೀರೆಯನ್ನು ಉಟ್ಟುಕೊಂಡು ಮಕ್ಕಳಿಗೆ ಪಾಠ ಮಾಡುತ್ತಿದ್ದರು. ಶಾಲೆ ಮುಗಿಸಿ ಬರುವಾಗ ಬೆಳಗ್ಗೆ ಉಟ್ಟಿದ್ದ ಸೀರೆಯನ್ನು ಉಟ್ಟುಕೊಂಡು ಸನಾತನಿ ದುಷ್ಕರ್ಮಿಗಳು ಅಪಮಾನಕರ ಕುಕೃತ್ಯಗಳಿಗೆ ಸಿದ್ಧರಾಗುತ್ತಿದ್ದರು.

ಮೊದಲ ಶಾಲೆಗೆ ಸಿಕ್ಕ ಉತ್ತೇಜನದಿಂದ ಜ್ಯೋತಿರಾವ್ ಪುಣೆಯ ಗಾಜಿಪೇಟದಲ್ಲಿ ಇನ್ನೊಂದು ಶಾಲೆ ತೆರೆದರು. ತಮ್ಮ ಶಾಲೆಗಳ ಖರ್ಚುವೆಚ್ಚಗಳನ್ನು

ಸರಿದೂಗಿಡಲು ಸ್ಕಾಟಿಷ್ ಶಾಲೆಯಲ್ಲಿ ತಾವು ಅರೆಕಾಲಿಕ ಶಿಕ್ಷಕರಾಗಿ ದುಡಿದರು. ಪುರುಷರ ದೌರ್ಜನ್ಯಕ್ಕೆ ಗುರಿಯಾಗಿ ಬಸಿರಾಗುತ್ತಿದ್ದ ಬಾಲವಿಧವೆಯರಿಗಾಗಿ ಬಾಲಹತ್ಯಾ ಪ್ರತಿಬಂಧಕ ಗೃಹವೊಂದನ್ನು ತೆರೆದರು. ಅಸ್ಪೃಶ್ಯರ ಬಳಕೆಗಾಗಿ ಸಾರ್ವಜನಿಕ ಬಾವಿಗಳನ್ನು ಮುಕ್ತಗೊಳಿಸಿದರು. ಅಸ್ಪೃಶ್ಯತೆಯ ನಿವಾರಣೆಗೆ ಘೋಷಣಾ ಪತ್ರವೊಂದನ್ನು ರೂಪಿಸಿದರು. ಸರ್ಕಾರ ಅವರನ್ನು ಪುಣೆಯ ನಗರಪಾಲಿಕೆಯ ಸದಸ್ಯರಾಗಿ ನೇಮಕ ಮಾಡಿದಾಗ ಅದನ್ನು ವಹಿಸಿಕೊಂಡು ನಗರದ ಸರ್ವಾಂಗೀಣ ಅಭಿವೃದ್ಧಿಗಾಗಿ ಶ್ರಮಿಸಿದರು. ಮಹಿಳೆಯರು ಮತ್ತು ಶೂದ್ರಾತಿಶೂದ್ರ ಸಮುದಾಯದ ಹೆಣ್ಣುಮಕ್ಕಳಿಗೆ ಶಿಕ್ಷಣ, ಉದ್ಯೋಗ ತರಬೇತಿ, ಯಾವುದೇ ಸಮುದಾಯದ ಬಾಲವಿಧವೆಯರು ಅಕ್ರಮವಾಗಿ ಬಸಿರಾದರೆ ಅವರ ಹೆರಿಗೆಗೆ ಸೌಕರ್ಯ ಮತ್ತು ಅವರಿಂದ ಜನಿಸಿದ ಅನಾಥ ಮಕ್ಕಳ ಪಾಲನೆಗೆ ವ್ಯವಸ್ಥೆ- ಇತ್ಯಾದಿಯಾಗಿ ನಡೆಸಿದ ಸೇವಾ ಕಾರ್ಯಗಳಿಗಾಗಿ ಜ್ಯೋತಿರಾವ್ ಘುಲೆ ಅವರಿಗೆ ಪುಣೆಯ ಸಾರ್ವಜನಿಕರು 1888 ರಲ್ಲಿ ಸಮಾರಂಭ ಏರ್ಪಡಿಸಿ 'ಮಹಾತ್ಮ' ಎಂಬ ಬಿರುದನ್ನು ನೀಡಿ ಗೌರವಿಸಿದರು.

1848ರಿಂದ ತಾವು ನಿಧನರಾಗುವ 1890ರ ವರೆಗೆ ಜ್ಯೋತಿರಾವ್ ಘುಲೆ ಅವರು ಶೂದ್ರರು ಮತ್ತು ಮಹಿಳೆಯರ ಬದುಕಿನಲ್ಲಿ ಬೆಳಕನ್ನು ತರುವುದಕ್ಕೆ ಅಹರ್ನಿಶಿ ಶ್ರಮಿಸಿದ ಮಹಾತ್ಮರು. ದಲಿತರ ಬಾಳಿನಲ್ಲಿ ನವಚೈತನ್ಯ ತರುವ ಸೇವಾ ಕಾರ್ಯದ ಮುಂದುವರಿಕೆ ಎಂಬಂತೆ ಮಹಾತ್ಮ ಜ್ಯೋತಿರಾವ್ ಘುಲೆ ಅವರು ನಿಧನರಾದ ಎರಡು ವರ್ಷಗಳಲ್ಲಿ 1892ರಲ್ಲಿ ಕರಾವಳಿ ಜಿಲ್ಲೆಯ ಅಸ್ಪೃಶ್ಯರಿಗಾಗಿ ಮಂಗಳೂರಿನ ಉರ್ವ ಚಿಲಿಂಬಿಯಲ್ಲಿ ಹುಲ್ಲುಮನೆಯೊಂದನ್ನು ಬಾಡಿಗೆಗೆ ಪಡೆದು ತಮ್ಮ ಮೊಟ್ಟ ಮೊದಲ ಶಾಲೆಯನ್ನು ಆರಂಭಿಸಿದವರು ಕುದ್ಮುಲ್ ರಂಗರಾವ್ ಅವರು.

ಪಶ್ಚಿಮ ಕರಾವಳಿಯ ದಕ್ಷಿಣ ಕನ್ನಡ ಮತ್ತು ಕೇರಳದ ಭಾಗದಲ್ಲಿ ಅಸ್ಪೃಶ್ಯರ ಎದೆಯಲ್ಲಿ ಅಕ್ಷರ ಬಿತ್ತಲು ನಡೆದ ಪ್ರಯತ್ನ ಹತ್ತೊಂಬತ್ತನೆಯ ಶತಮಾನದ ಕೊನೆಯ ದಶಕಗಳಲ್ಲಿ ಬಹುಮಟ್ಟಿಗೆ ಏಕಕಾಲದಲ್ಲಿ ನಡೆದಿರುವುದು ವಿಶೇಷವಾಗಿದೆ. ದಕ್ಷಿಣ ಕನ್ನಡ ಜಿಲ್ಲೆಯಲ್ಲಿ ದಲಿತರಿಗಾಗಿ ರಂಗರಾವ್‌ರು ಶಾಲೆಗಳನ್ನು ತೆರೆದ ದಿನಗಳಲ್ಲಿಯೇ ನೆರೆಯ ಕೇರಳ ಸಮಾಜದಲ್ಲಿ ನಾರಾಯಣಗುರುಗಳು ಅಲ್ಲಿನ ಅಸ್ಪೃಶ್ಯರಿಗೆ ಪ್ರತ್ಯೇಕ ದೇವಾಲಯಗಳನ್ನು ಸ್ಥಾಪಿಸುವ ಮೂಲಕ ಮಾನಸಿಕ ಧೈರ್ಯ ತುಂಬುವುದಕ್ಕೆ ಯತ್ನಿಸಿದರು. ತಿರುವನಂತಪುರಕ್ಕೆ ಹತ್ತು ಕಿಲೋಮೀಟರ್ ದೂರದ ಚೆಂಬಳಂತಿ ಗ್ರಾಮದಲ್ಲಿ ಕುದ್ಮುಲ್ ರಂಗರಾವ್ ಅವರು ಹುಟ್ಟುವುದಕ್ಕಿಂತ ಕೇವಲ ಮೂರು ವರ್ಷ ಮೊದಲು 1856ರ ಆಗಸ್ಟ್ 28 ರಂದು ನಾರಾಯಣಗುರುಗಳು ಜನಿಸಿದರು. ಕೇರಳದಲ್ಲಿ ಆಳ್ವಿಕೆ ನಡೆಸುತ್ತಿದ್ದವರು ಬ್ರಿಟಿಷರ ಸಾಮಂತ ರಾಜರಾಗಿದ್ದರೂ ಅಲ್ಲಿನ ಶೂದ್ರರು ಮತ್ತು ದಲಿತರ ಬದುಕಿನಲ್ಲಿ ಮಧ್ಯಯುಗದಲ್ಲಿದ್ದ ಪಾಳೇಗಾರಿಕೆ ಕ್ರೌರ್ಯವೇ ವಿಜೃಂಭಿಸಿತ್ತು. ತಿರುವಾಂಕೂರು ಸಂಸ್ಥಾನದಲ್ಲಿ

ಜಾತಿ ಚೌಕಟ್ಟಿನಲ್ಲಿ ಮಾನವ ಶೋಷಣೆಯು ಅತಿರೇಕದ ಪರಮಾವಧಿಯನ್ನು ಮುಟ್ಟಿತ್ತು. ಜಾತಿಕಟ್ಟುಗಳ ಅಸ್ಪೃಶ್ಯತೆಯ ಭ್ರಮೆಯಿಂದ ಹುಚ್ಚಾಗಿದ್ದ ಕೇರಳದಲ್ಲಿ ನಂಬೂದಿರಿಗಳಿಂದ ಪರಯ 64 ಹೆಜ್ಜೆ, ಪುಲಯ 54 ಹೆಜ್ಜೆ, ಈಳವ 36 ಹೆಜ್ಜೆಗಳ ಅಂತರದಲ್ಲಿ ಸರಿದು ನಿಲ್ಲಬೇಕಿತ್ತು. ಈ ಸಂಪ್ರದಾಯವನ್ನು ಮೀರಿದವರು ಘೋರ ಶಿಕ್ಷೆಗೆ ಗುರಿಯಾಗುತ್ತಿದ್ದರು.

ಈ ಅತಿರೇಕ ಯಾವ ಮಟ್ಟಕ್ಕೆ ಹೋಗಿತ್ತೆಂದರೆ ನಂಬೂದಿರಿ ಬ್ರಾಹ್ಮಣನನ್ನು ತಮಿಳು ಬ್ರಾಹ್ಮಣ ಮುಟ್ಟಿದರೂ ನಂಬೂದಿರಿಗೆ ಮೈಲಿಗೆ ಆಗುತ್ತಿತ್ತಂತೆ. ದಕ್ಷಿಣ ಕನ್ನಡ ಜಿಲ್ಲೆಯಲ್ಲಿ ಸ್ಪೃಶ್ಯರಾಗಿರುವ ಈಳವರು (ಬಿಲ್ಲವರು) ಕೇರಳದಲ್ಲಿ ಅಸ್ಪೃಶ್ಯರಾಗಿದ್ದರು. ಅವರನ್ನು ಅವರ್ಣರು ಎಂಬ ಗುಂಪಿಗೆ ಸೇರಿಸಲಾಗಿತ್ತು. ನಂಬೂದಿರಿಗಳು, ನಾಯರ್‌ಗಳಲ್ಲದೆ ಉಳಿದ ಯಾವತ್ತೂ ಶ್ರಮಜೀವಿ ವರ್ಗವನ್ನು ಮೇಲು ಜಾತಿಯವರಾಗಲೀ, ಅವರ ಸರ್ಕಾರವಾಗಲೀ ಮನುಷ್ಯರು ಎಂದೇ ಪರಿಗಣಿಸಿರಲಿಲ್ಲ. ಅವರು ದಾರಿಯಲ್ಲಿ ನಡೆಯುತ್ತಿದ್ದರೆ ಅವರ್ಣರು ಅವರ ಹೇ ಹೇ ಕೂಗನ್ನು ಕೇಳಿದಾಕ್ಷಣ ದಾರಿಯಿಂದ ಹೆಜ್ಜೆಗಳ ಲೆಕ್ಕದಂತೆ ದೂರ ಸರಿದು ಕುಕ್ಕುರುಗಾಲಿನಲ್ಲಿ ಕುಳಿತುಕೊಳ್ಳಬೇಕಿತ್ತು. ಇಂಥ ಕಟ್ಟಳೆಗಳನ್ನು ಮುರಿದ ಸಂದರ್ಭಗಳಲ್ಲಿ ಕೆಳವರ್ಗದವರನ್ನು ಶಿಕ್ಷಿಸಲು ಮೇಲ್ವರ್ಗದವರಿಗೆ ಎಲ್ಲ ಅಧಿಕಾರವೂ ಇತ್ತು. ಇದಕ್ಕೆ ಸಾಕ್ಷಿಯಾಗಲೀ, ನ್ಯಾಯಾಧೀಶರಾಗಲೀ ಅಗತ್ಯವಿರಲಿಲ್ಲ. ಅವರ್ಣರು ಮೇಲು ಜಾತಿಯವರಿಗೆ ಎದುರಾದರೆ, ಗಂಡಸಾಗಲೀ, ಹೆಂಗಸಾಗಲೀ ತಮ್ಮ ಶರೀರದ ಮೇಲ್ಭಾಗದ ವಸ್ತ್ರವನ್ನು ತೆಗೆದು ಅರೆಬೆತ್ತಲೆಯಾಗಿ ತಾನು ಅವರ್ಣರೆಂದು ತೋರಿಸಬೇಕಿತ್ತು. ಅವರ್ಣರಿಗೆ ಕೊಡೆ, ಚಪ್ಪಲಿ, ಒಳ್ಳೆಯ ಬಟ್ಟೆ ಮತ್ತು ಮೊಣಕಾಲಿಗಿಂತ ಕೆಳಗಿನ ತನಕ ಮತ್ತು ಮೇಲ್ಜಾತಿಯವರ ಎದುರು ಎದೆಯ ಮೇಲ್ಭಾಗದಲ್ಲಿ ವಸ್ತ್ರ ಧರಿಸುವ, ಚಿನ್ನದ ಆಭರಣಗಳನ್ನು ಹಾಕಿಕೊಳ್ಳುವ ಹಕ್ಕು ಇರಲಿಲ್ಲ. ದೇವಸ್ಥಾನದ ಕೆರೆ, ಅಷ್ಟೇಕೆ, ಮೇಲುಜಾತಿಯವರ ಮನೆಗಳನ್ನು ಮುಟ್ಟಿದರೆ ಅವು ಮೈಲಿಗೆಯಾಗುತ್ತಿದ್ದವು. ಅಂಥವುಗಳನ್ನು ಶುದ್ಧಿ ಮಾಡುವ ಅಧಿಕಾರಿ ಕೇವಲ ನಂಬೂದಿರಿ ಬ್ರಾಹ್ಮಣರಿಗೆ ಇರುತ್ತಿತ್ತು. ಇದನ್ನು 'ಪುಣ್ಯಾವಹ' ಎಂದು ಕರೆಯುತ್ತಿದ್ದರಂತೆ. ಈ ಪುಣ್ಯಾವಹದ ಖರ್ಚುವೆಚ್ಚಗಳನ್ನು ಮೈಲಿಗೆ ಮಾಡಿದವರು ತೆರ ಬೇಕಾಗಿತ್ತು. ಖರ್ಚು ಕೊಡದಿದ್ದರೆ ಉಗ್ರವಾಗಿ ಶಿಕ್ಷೆಗೆ ಗುರಿಯಾಗುತ್ತಿದ್ದರು.

ಅವರ್ಣರ ಮೇಲೆ ಅಂದಿನ ಸರ್ಕಾರ ವಿಧಿಸುತ್ತಿದ್ದ ತೆರಿಗೆಗಳಂತೂ ಯಾವುದೇ ನಾಗರಿಕ ಆಡಳಿತದಲ್ಲಿಯೂ ಊಹೆಗೆ ನಿಲುಕುವಂತಿರಲಿಲ್ಲ. ಜಾತೀಯ ಕರ, ಉದ್ಯೋಗ ಕರ, ಮದುವೆಯ ಕರ, ಅಂಗಾಂಗಗಳ ಮೇಲೆ ಕರ, ಹದಿನಾರರಿಂದ ಅರವತ್ತು ವರ್ಷದೊಳಗಿನ ಗಂಡಸರಿಗೆ ತಲೆ ಕರ, ಆಭರಣಗಳನ್ನು ಧರಿಸಲು ಕರ. ಕೆಲವೊಮ್ಮೆ ಕರ ಕೊಟ್ಟರೂ ಕೆಲವೊಮ್ಮೆ ಅವರ್ಣರು ಚಿನ್ನ ಬೆಳ್ಳಿಯ ಆಭರಣ ಧರಿಸುವುದು ಧರ್ಮನಿಷೇಧವಾಗಿತ್ತು. ಸರ್ಕಾರಕ್ಕೆ ಹಣ ತೆರಿಗೆಯನ್ನು ಪಾವತಿ ಮಾಡಿದ ನಂತರವೇ ಅಂತ್ಯಕ್ರಿಯೆಗೆ ಅವಕಾಶ. ಮಗುವಿಗೆ ಹಾಲು

ಕುಡಿಸಲು ಸ್ತನ ತೆರಿಗೆ. ಅದನ್ನು ನಿರ್ಧರಿಸಲು ಸ್ತನಗಳನ್ನು ಅಳತೆ ಮಾಡಿ ಅವುಗಳ ಗಾತ್ರಕ್ಕೆ ಅನುಗುಣವಾಗಿ ತೆರಿಗೆ ಪಾವತಿ. ವಸ್ತ್ರಧಾರಣೆಯ ಕರ ಕೊಟ್ಟರೂ ಅವರ್ಣ ಹೆಂಗಸರು ಮೇಲುಜಾತಿಯ ಹೆಂಗಸರಂತೆ ಬಟ್ಟೆ ಧರಿಸುವಂತಿರಲಿಲ್ಲ. ಅವರ್ಣ ಹೆಂಗಸರು ಮೊಣಕಾಲಿಗಿಂತ ಸೀರೆ ಉಡುವುದು ಮತ್ತು ರವಿಕೆಯನ್ನು ತೊಡುವುದು ಶಾಸ್ತ್ರವಿರುದ್ಧವಾಗಿತ್ತು. ಅವರ್ಣ ಸ್ತ್ರೀಯರು ಸ್ತನಗಳನ್ನು ಮುಚ್ಚಿಕೊಳ್ಳಕೂಡದು ಎಂಬುದೂ ಕಾಯ್ದೆಯಾಗಿತ್ತು. ದಕ್ಷಿಣ ತಿರುವಾಂಕೂರಿನ ನಾಡವರ ಹೆಂಗಸರು ರವಿಕೆಯನ್ನು ತೊಡುವ ಹಕ್ಕನ್ನು ಸರ್ಕಾರದಿಂದ ಪಡೆಯುವುದಕ್ಕೆ ಹೋರಾಟ ನಡೆಸಬೇಕಾಯಿತು.

ತಿರುವಾಂಕೂರು ಬ್ರಿಟಿಷ್ ಸರ್ಕಾರದ ಅಧೀನಕ್ಕೆ ಒಳಪಟ್ಟ ಮೇಲೆ ಅದರ ಒತ್ತಾಯಕ್ಕೆ ಮಣಿದು 1865ರಲ್ಲಿ ಇಂಥ 105 ಕರಭಾರಗಳಿಂದ ಅವರ್ಣರನ್ನು ಮುಕ್ತಗೊಳಿಸಲಾಯಿತು. ಇದಕ್ಕೂ ಮೊದಲು ಸಂಸ್ಥಾನದಲ್ಲಿ ನಡೆಯುತ್ತಿದ್ದ ಗುಲಾಮರ ವ್ಯಾಪಾರವನ್ನು ಬ್ರಿಟಿಷ್ ಸರ್ಕಾರ ಕಾನೂನು ಮೂಲಕ ನಿಷೇಧಿಸಬೇಕಾಯಿತು. ಇಂಡಿಯನ್ ಪೀನಲ್ ಕೋಡ್ ಅಸ್ತಿತ್ವಕ್ಕೆ ಬಂದ 1862ರ ವರೆಗೂ ಕೇರಳದಲ್ಲಿ ಗುಲಾಮರ ವ್ಯಾಪಾರ ಅಬಾಧಿತವಾಗಿತ್ತು. ಕೇರಳದಲ್ಲಿ ಧಾರ್ಮಿಕ ಚಟುವಟಿಕೆ ನಡೆಸುತ್ತಿದ್ದ ಕ್ರೈಸ್ತ ಪಾದ್ರಿಗಳ ಪ್ರಯತ್ನದಿಂದ ಮನುಷ್ಯರ ಮಾರಾಟ ವಹಿವಾಟು ನಿಷೇಧಕ್ಕೊಳಗಾಯಿತು.

ಇಂಥ ಸಾಮಾಜಿಕ ಪರಿಸ್ಥಿತಿ ಇದ್ದ ಕೇರಳಕ್ಕೆ ಭೇಟಿ ನೀಡಿದ್ದ ಸ್ವಾಮಿ ವಿವೇಕಾನಂದರು ಅಲ್ಲಿನ ಅಸ್ಪೃಶ್ಯತೆಯ ಅತಿರೇಕಗಳನ್ನು ನೋಡಿ 'ಇಡೀ ಕೇರಳವೇ ಹುಚ್ಚಾಸ್ಪತ್ರೆಯಾಗಿದೆ' ಎಂದು ಜುಗುಪ್ಸೆಯಿಂದ ಹೇಳಿದ್ದರು. ಅಸ್ಪೃಶ್ಯರೂ ಸೇರಿದಂತೆ ದಮನಕ್ಕೆ ಒಳಗಾದ ಶೂದ್ರ ಸಮುದಾಯಕ್ಕೆ ಅಂದಿನ ಸರ್ಕಾರದಿಂದ ನ್ಯಾಯಬದ್ಧ ಸೌಲಭ್ಯಗಳು ಸಿಗುವುದಕ್ಕೆ ಏನು ಮಾಡಬಹುದು ಎಂದು ಸ್ವಾಮೀಜಿಯವರನ್ನು ಕೇಳಿದಾಗ 'ನಿಮ್ಮಲ್ಲಿಯೇ ಇರುವ ಧಾರ್ಮಿಕ ಪುರುಷರ ನೇತೃತ್ವದಲ್ಲಿ ಸಂಘಟನೆಯನ್ನು ಆರಂಭಿಸಿ' ರಚನಾತ್ಮಕ ಕಾರ್ಯಕ್ರಮಗಳನ್ನು ಹಮ್ಮಿಕೊಳ್ಳುವಂತೆ ಅವರು ಸಲಹೆ ನೀಡಿದ್ದರು. ಅದರಂತೆ, ನಾರಾಯಣ ಗುರುಗಳ ನೇತೃತ್ವದಲ್ಲಿ ಕೇರಳದಲ್ಲಿ ಶೂದ್ರರಿಗಾಗಿ ದೇವಾಲಯಗಳ ಪ್ರತಿಷ್ಠಾಪನೆ, ಶಿಕ್ಷಣಕ್ಕೆ ಆದ್ಯತೆ, ಸ್ಥಳೀಯ ವಸ್ತುಗಳಿಂದ ಕೈಗಾರಿಕೆಗಳ ಅಭಿವೃದ್ಧಿ ಮೊದಲಾದ ಕೆಲಸಗಳನ್ನು ಆರಂಭಿಸಲಾಯಿತು. ಸರ್ವರಿಗೂ ಶಿಕ್ಷಣ ಸಿಗಬೇಕು ಎಂದು ಹೇಳುತ್ತಿದ್ದ ಗುರುಗಳು ತಾವು ಪ್ರತಿಷ್ಠಾಪನೆ ಮಾಡಿದ ದೇವಾಲಯಗಳ ಸುತ್ತಮುತ್ತ ಶಿಕ್ಷಣ ಸಂಸ್ಥೆಗಳನ್ನು ತೆರೆಯಲು ಶಿಷ್ಯರಿಗೆ ಕರೆ ನೀಡಿದರು. ಕೆಲವು ಶಿಕ್ಷಣ ಸಂಸ್ಥೆಗಳನ್ನು ತಾವೇ ಸ್ಥಾಪಿಸಿದರು.

ಕುದ್ಮುಲ್ ರಂಗರಾವ್ ಅವರು ಮಂಗಳೂರು, ಉಡುಪಿಯಲ್ಲಿ ದಲಿತರಿಗಾಗಿ ಅನೇಕ ಸಂಸ್ಥೆಗಳನ್ನು ಆರಂಭಿಸಿ ನಡೆಸುತ್ತಿದ್ದ ದಿನಗಳಲ್ಲಿಯೇ ನಾರಾಯಣಗುರುಗಳೂ ಶೂದ್ರ ಸಮುದಾಯದ ಏಳಿಗೆಗಾಗಿ ಶ್ರಮಿಸುತ್ತಿದ್ದರು.

ಈ ಸಲುವಾಗಿ 1903ರಲ್ಲಿ ನಾರಾಯಣಗುರುಗಳ ಕಾರ್ಯಕ್ಷೇತ್ರವಾದ ಶಿವಗಿರಿಯಲ್ಲಿ 'ಶ್ರೀ ನಾರಾಯಣ ಧರ್ಮ ಪಾಲನಾ ಯೋಗಂ' (ಎಸ್‌ಎನ್‌ಡಿಪಿ) ಎಂಬ ಸಂಸ್ಥೆಯನ್ನು ಆರಂಭಿಸಲಾಯಿತು. ಇದು ರಂಗರಾವ್ ಅವರು ಡಿಸಿಎಂ ಸಂಸ್ಥೆಯನ್ನು ಆರಂಭಿಸಿದ ಆರು ವರ್ಷಗಳ ನಂತರ ಅಸ್ತಿತ್ವಕ್ಕೆ ಬಂದ ಸಂಸ್ಥೆ.

ದಕ್ಷಿಣ ಕನ್ನಡ ಜಿಲ್ಲೆಯಲ್ಲಿ ದಲಿತರಷ್ಟೇ ಹಿಂದುಳಿದಿದ್ದು ಮೇಲು ಜಾತಿಯವರ ದೇವಾಲಯಗಳಿಗೆ ಪ್ರವೇಶ ಇಲ್ಲದ ಬಿಲ್ಲವರು ತಮಗಾಗಿ ದೇವಾಲಯವೊಂದನ್ನು ಪ್ರತಿಷ್ಠಾಪಿಸಿ ಕೊಡುವಂತೆ ಶಿವಗಿರಿಗೆ ತೆರಳಿ ನಾರಾಯಣ ಗುರುಗಳನ್ನು ಪ್ರಾರ್ಥಿಸಿದಾಗ ಅದಕ್ಕೆ ಅವರು ಒಪ್ಪಿ ಮಂಗಳೂರಿಗೆ ಆಗಮಿಸಿದ್ದರು. ಅವರು ಮಂಗಳೂರಿಗೆ ಬಂದು ಕುದ್ರೋಳಿಯಲ್ಲಿ ಗೋಕರ್ಣನಾಥ ದೇವಾಲಯಕ್ಕೆ ಅಡಿಗಲ್ಲು ಹಾಕಿದ್ದು 1908ರಲ್ಲಿ (ದೇವಾಲಯ 1912ರಲ್ಲಿ ಪೂರ್ಣಗೊಂಡಿತು). ರಂಗರಾವ್ ಅವರು ಆ ವೇಳೆಗೆ ಡಿಸಿಎಂ ಸಂಸ್ಥೆಯ ಪಂಚಮರ ಶಾಲೆಗಳೂ, ಆಶ್ರಮಶಾಲೆಗಳೂ, ತರಬೇತಿ ಶಾಲೆಗಳೂ ಸಕ್ರಿಯವಾಗಿದ್ದವು. ಶೇಡಿಗುಡ್ಡೆ, ಕೋರ್ಟ್‌ಹಿಲ್ ಹಾಗೂ ಕೊಡಿಯಾಲ್ ಬೈಲ್‌ನಲ್ಲಿ ಪಂಚಮರ ಶಾಲೆಗಳಿದ್ದವು. ತರಬೇತಿ ಕೇಂದ್ರಗಳಿದ್ದವು. ಈ ಸ್ಥಳಗಳು ಕುದ್ರೋಳಿಗೆ ಹೆಚ್ಚಿನ ದೂರದಲ್ಲಿರಲಿಲ್ಲ. ಸಮಾಜದ ಹಿಂದುಳಿದ, ದೀನದಲಿತರಿಗೆ ವಿದ್ಯೆ ನೀಡಿ, ಅವರನ್ನು ಸ್ವಾವಲಂಬಿಗಳಾಗಿ ಆತ್ಮಗೌರವದಿಂದ ಬದುಕುವ ದಾರಿ ತೋರಿಸಿದ ಈ ಇಬ್ಬರೂ ವಿಭೂತಿ ಪುರುಷರು ಪರಸ್ಪರ ಭೇಟಿಯಾಗಿದ್ದರೇ ಎಂಬುದಕ್ಕೆ ದಾಖಲೆಗಳಿಲ್ಲ. ಕರಾವಳಿ ಪ್ರದೇಶದ ದೀನ ದಲಿತರಲ್ಲಿ ಸ್ವಾಭಿಮಾನ, ಆತ್ಮಗೌರವದ ಬದುಕಿಗೆ ದಾರಿ ತೋರಿದ ಈ ಮಾನವತಾವಾದಿಗಳು ಒಟ್ಟಾಗಿ ತಮ್ಮ ರಚನಾತ್ಮಕ ಕೆಲಸಗಳನ್ನು ಮುಂದುವರಿಸಿದ್ದರೆ ದಕ್ಷಿಣ ಕನ್ನಡ ಜಿಲ್ಲೆಯ ಚಿತ್ರಣ ತುಂಬ ಬದಲಾಗಬಹುದಿತ್ತು.

***

8. ಕುದ್ಮುಲ್ ರಂಗರಾವ್ ಅವರ ಜೀವನದ ಪ್ರಮುಖ ಘಟನೆಗಳು

ಜನನ : 1859 ರ ಜೂನ್ 29
ತಂದೆ: ದೇವಪ್ಪಯ್ಯ
ತಾಯಿ: ಗೌರಿ ಅಮ್ಮ
ತಮ್ಮ ತಂಗಿಯರು: ಆರು ಮಂದಿ

ಬಾಲ್ಯದ ವಿದ್ಯಾಭ್ಯಾಸ: 1875ರ ವರೆಗೆ ಕಾಸರಗೋಡಿನ ಸರ್ಕಾರಿ ಶಾಲೆಗಳಲ್ಲಿ

ಮಂಗಳೂರಿಗೆ ಕೆಲಸ ಅರಸಿ ಪ್ರಯಾಣ: 1875

1875–88 ಶಿಕ್ಷಕ ವೃತ್ತಿ ಗಳಿಸಿ, ಅದನ್ನು ನಿರ್ವಹಿಸುತ್ತಲೇ ಖಾಸಗಿಯಾಗಿ ಮೆಟ್ರಿಕ್ ಪರೀಕ್ಷೆ ಕಟ್ಟಿ ಉತ್ತೀರ್ಣರಾದದ್ದು, ನಂತರ ವಕಾಲತ್ ಪರೀಕ್ಷೆಯಲ್ಲಿ ತೇರ್ಗಡೆಯಾಗಿ ನ್ಯಾಯಾಲಯದಲ್ಲಿ ವಕೀಲಿ ವೃತ್ತಿ ನಡೆಸುವ ಅರ್ಹತೆ ಗಳಿಸಿ, ಶಿಕ್ಷಕ ವೃತ್ತಿ ತ್ಯಜಿಸಿ ನ್ಯಾಯವಾದಿಯಾದದ್ದು

1888: ಬೆಂದೂರು ಬಾಬು ಎಂಬ ದಲಿತ ಬೆಂದೂರಿನ ಮುಟ್ಟಿಕಲ್ ಶಾಲೆಯಲ್ಲಿ ನಾಲ್ಕನೇ ತರಗತಿ ಉತ್ತೀರ್ಣನಾಗಿ ಜಿಲ್ಲಾ ಕೋರ್ಟಿನಲ್ಲಿ ಪೇದೆಯಾಗಿ ನೇಮಕಗೊಂಡಿದ್ದು, ಅದಕ್ಕೆ ಮೇಲುಜಾತಿಯವರ ತೀವ್ರ ವಿರೋಧ ಎದುರಾಗಿ ರಂಗರಾವ್ ಅವರು ದಲಿತರ ಸಲುವಾಗಿ ಕೆಲಸ ಮಾಡುವ ಸಂಕಲ್ಪ ಮಾಡಿದ್ದು

1892: ಮಂಗಳೂರಿನ ಉರ್ವ ಚಿಲಿಂಬಿಯಲ್ಲಿ ಬಾಡಿಗೆ ಮನೆ ಹಿಡಿದು ಮೊಟ್ಟ ಮೊದಲ ದಲಿತರ ಶಾಲೆ ಆರಂಭ

1892–97: ಚಿಲಿಂಬಿ ಶಾಲೆಯನ್ನು ಮೇಲು ಜಾತಿಯವರ ವಿರೋಧದ ಕಾರಣ ಮುಚ್ಚಿದರೂ ಇತರ ಕಡೆ ಪಂಚಮರ ಶಾಲೆಗಳನ್ನು ಆರಂಭಿಸಿದ್ದು, ಅತ್ತಾವರ, ಬಾಬುಗುಡ್ಡೆ, ದಡ್ಡಲಕಾಡು, ಉಳ್ಳಾಲ, ಮೂಲ್ಕಿ ಮತ್ತು ಉಡುಪಿಯ ನೇಜಾರು ಹಾಗೂ ಬನ್ನಂಜೆಯಲ್ಲಿ ಶಾಲೆಗಳ ಆರಂಭ.

1897: ಕೊಡಿಯಾಲಬೈಲಿನಲ್ಲಿ ಡಿಪ್ರೆಸ್ಡ್ ಕ್ಲಾಸಸ್ ಮಿಷನ್ ಸ್ಥಾಪನೆ: ಇದರ ಮೂಲಕ ಪಂಚಮರ ಶಾಲೆ, ಆಶ್ರಮಶಾಲೆ, ದಲಿತ ಹೆಣ್ಣುಮಕ್ಕಳ ಶಾಲೆ, ಕರಕುಶಲ ತರಬೇತಿ ಸಂಸ್ಥೆ, ಅಬಲಾಶ್ರಮ ಮೊದಲಾವುಗಳ ನಿರ್ವಹಣೆಗೆ ವ್ಯವಸ್ಥೆ

1924: ಸನ್ಯಾಸ ಸ್ವೀಕಾರಕ್ಕೆ ನಿರ್ಧಾರ
1927: ಸನ್ಯಾಸ ಸ್ವೀಕರಿಸಿ ಸ್ವಾಮಿ ಈಶ್ವರಾನಂದ ಆಗಿದ್ದು
1929: ಜನವರಿ 30 ರಂದು ಹೃದಯ ಸಂಬಂಧಿ ಸಮಸ್ಯೆಯಿಂದ ನಿಧನ
1934: ಡಿಸಿಎಂ ಕಚೇರಿಗೆ ಮಹಾತ್ಮ ಗಾಂಧೀಜಿ ಭೇಟಿ; ಕುದ್ಮುಲ್ ರಂಗರಾವ್ ಅವರು ದಲಿತರ ಏಳಿಗೆಗೆ ಕೈಗೊಂಡ ವಿಧಾಯಕ ಕ್ರಮಗಳಲ್ಲಿ ತಮ್ಮ ಗುರುಗಳೆಂದು ಸಾರ್ವಜನಿಕ ಸಭೆಯಲ್ಲಿ ಘೋಷಿಸಿದ್ದು.

ಅನುಬಂಧ–2
ಡಾ.ಪಲ್ಪು ಕುರಿತ ಅಧ್ಯಯನಕ್ಕೆ ಪೂರಕ ಕೃತಿಗಳು

ಡಿವಿಜಿ ಸಮಗ್ರ ಕೃತಿಶ್ರೇಣಿ, ಸಂಪುಟ–1
ಶ್ರೀ ನಾರಾಯಣಗುರು ವಿಜಯದರ್ಶನ, ಲೇ: ಬಾಬು ಶಿವಪೂಜಾರಿ
ಕರ್ನಾಟಕದ ಸಮಗ್ರ ದಲಿತ ಸಾಹಿತ್ಯ ಚರಿತ್ರೆ, ಲೇ:
ಎನ್.ಚಿನ್ನಸ್ವಾಮಿ ಸೋಸಲೆ
ಅ ಸೋಶಿಯಲ್ ಹಿಸ್ಟರಿ ಆಫ್ ಇಂಡಿಯಾ: ಲೇ: ಎಸ್.ಎನ್.ಸದಾಶಿವಂ
ತುಳುನಾಡಿನ ಬಿಲ್ಲವರು– ರಮಾನಾಥ್ ಕೋಟ್ಯಾನ್

ಕುದ್ಮಲ್ ರಂಗರಾವ್ ಕುರಿತಂತೆ ಆಕರ ಗ್ರಂಥಗಳು

ಸುದರ್ಶನ: ಡಾ.ಟಿಎಂಎ ಪೈ ಗೌರವ ಗ್ರಂಥ (1977)

ದಲಿತೋದ್ಧಾರಕ ಕುದ್ಮಲ್ ರಂಗರಾವ್– ಪಿ.ಕಮಲಾಕ್ಷ (1992)

ಪೊಲಿ: ದಕ್ಷಿಣ ಕನ್ನಡ ಜಿಲ್ಲಾಡಳಿತ ಕೆನರಾ ಜಿಲ್ಲೆಯ ದ್ವಿಶತಮಾನೋತ್ಸ
ಸಂದರ್ಭದಲ್ಲಿ ಹೊರತಂದ ಸ್ಮರಣ ಸಂಚಿಕೆ (1999)

ಮಹಾತ್ಮ ಜ್ಯೋತಿರಾವ ಫುಲೆ– ಶಾ.ಮಂ.ಕೃಷ್ಣರಾಯ (2007)

ಶ್ರೀನಾರಾಯಣಗುರು ವಿಜಯದರ್ಶನಂ– ಬಾಬು ಶಿವಪೂಜಾರಿ (2008)

ಡೆನಿಟ ಉಷಾಪ್ರಭ ಮಣಿಪಾಲ ವಿಶ್ವವಿದ್ಯಾಲಯದ ಗ್ರಾಮೀಣ ಅಧ್ಯಯನ
ಕೇಂದ್ರಕ್ಕೆ ಸಲ್ಲಿಸಿದ ಸಂಶೋಧನಾ ಪ್ರಬಂಧ (2012)

ಈ ಎಲ್ಲ ಲೇಖಕರು ಹಾಗೂ ವಿದ್ವಾಂಸರಿಗೆ ಕೃತಜ್ಞತೆಗಳು.

ಅನುಬಂಧ–3

(ಎರಡೂ ವ್ಯಕ್ತಿಚಿತ್ರಗಳಿಗೆ ಪ್ರಕಟಣಪೂರ್ವದಲ್ಲಿ ವ್ಯಕ್ತವಾದ ಅನಿಸಿಕೆಗಳು)

ಡಾ.ಪಲ್ಪು ಅವರ ಜೀವನಗಾಥೆ ವಿಶಿಷ್ಟವಾಗಿದೆ. ಹೋರಾಟಗಳಿಂದ ಕೂಡಿದ್ದಾಗಿದೆ. ವೇದನೆಯಿಂದ ತುಂಬಿದ ಅದು ಬದುಕುವ ಹಕ್ಕಿಗಾಗಿ, ಸಮಾನತೆಗಾಗಿ ನಡೆದ ಐತಿಹಾಸಿಕ ಹೋರಾಟವಾಗಿದೆ. ಪ್ರತಿಭಾವಂತ ಪಲ್ಪು ಕರ್ನಾಟಕದ ಆಧುನಿಕ ಇತಿಹಾಸದಲ್ಲಿ ಎಲ್ಲ ಬಗೆಯಲ್ಲೂ ಮರವೆಗೆ ಸರಿಸಲ್ಪಟ್ಟವರು. ಅಂಚಿಗೆ ತಳ್ಳಲ್ಪಟ್ಟವರು. ಅಂಥವರ ಬದುಕಿನ ಚಿತ್ರಣವನ್ನು ಮರು ನಿರೂಪಿಸುವುದೆಂದರೆ ಇತಿಹಾಸವನ್ನು ಮಾನವೀಯ ನೆಲೆಯಿಂದ, ಅಂತಃಕರಣದ ಕಣ್ಣಿನಿಂದ ಮತ್ತೊಮ್ಮೆ ವ್ಯಾಖ್ಯಾನಿಸುವುದು, ಕಟ್ಟುವುದೆಂದೇ ಅರ್ಥ. ಅದನ್ನು ಇಲ್ಲಿ ಶ್ರದ್ಧೆ, ಪ್ರಾಮಾಣಿಕತೆಯಿಂದ ಮಾಡಿರುವುದು ಇಲ್ಲಿನ ಬರವಣಿಗೆಯಲ್ಲಿ ಎದ್ದು ಕಾಣುತ್ತದೆ. ಬಿಟ್ಟು ಹೋದ ಇತಿಹಾಸದ ಈ ಪುಟಗಳು ನಿಜಕ್ಕೂ ಅರ್ಥಪೂರ್ಣವಾಗಿವೆ. ಮೌಲ್ಯಯುತವಾಗಿವೆ. ಹಾಗೆ ಸೇರಿಸಲ್ಪಟ್ಟ ಪುಟಗಳು ಕನ್ನಡ ಓದುಗರಿಗೆ ಹೊಸ ಕಾಣ್ಕೆಗಳನ್ನು ಕೊಡುತ್ತವೆ ಎಂಬುದರಲ್ಲಿ ಸಂದೇಹವಿಲ್ಲ.

– ಸಂದೀಪ ನಾಯಕ

ಓದಿದೆ, ಚೆನ್ನಾಗಿದೆ, ವಂದನೆಗಳು

– ಡಾ.ನರಹಳ್ಳಿ ಬಾಲಸುಬ್ರಹ್ಮಣ್ಯ

ಅತ್ಯುತ್ತಮ ಮಾಹಿತಿಗಳು.

–ಕಾಳೇಗೌಡ ನಾಗವಾರ

ತಿಳಿಯದ, ಮೈ ನವಿರೇಳಿಸುವ ಅಂದಿನ ಸಾಮಾಜಿಕ ಚಿತ್ರಣ ಮಾಡಿಕೊಟ್ಟಿರುವುದಕ್ಕೆ ಧನ್ಯವಾದಗಳು.

–ಕೆ.ಟಿ.ತಿಮ್ಮಾರೆಡ್ಡಿ

ತುಂಬಾ ವಿಸ್ತೃತವಾಗಿ ಮಹನೀಯರು ನೀಡಿದ ಕೊಡುಗೆಗಳನ್ನು ಬಂಗಾಳ, ಮಹಾರಾಷ್ಟ್ರ, ಕರ್ನಾಟಕ, ಕೊನೆಯದಾಗಿ ಕೇರಳದಲ್ಲಿ ಆರಂಭಗೊಂಡ ಸುಧಾರಣೆಗಳನ್ನು ತಿಳಿಸಿದ್ದೀರಿ. ಓದುವಾಗ ಚರಿತ್ರೆಯ ವಿದ್ಯಾರ್ಥಿ ಎನ್ನುವ ಭಾವನೆ ಉಂಟಾಯಿತು.

– ಬಸಂತ್ ಪವಾರ್

ಮಹಾತ್ಮರ ನಿರಂತರ ಹೋರಾಟದ ಫಲದ ಪರಿಣಾಮ ನಮ್ಮ ಸಂವಿಧಾನದ ಸಮಾನತೆಯ ಮೂಲಕ ನಮಗೆ ಶಿಕ್ಷಣ ದೊರೆಯುತ್ತಿದೆ.

– ಎನ್.ಶ್ರೀನಿವಾಸ್

ಚಂದದ ಬರಹ.

– ಎಚ್.ದಂಡಪ್ಪ

ಉತ್ತಮ ಬರಹ.

– ತೇಜಸ್ವಿ ಕಟ್ಟೀಮನಿ

ಅಭಿನಂದನೆಗಳು.

– ಡಾ.ವೆಂಕೋಬರಾವ್, ಹೊಸಕೋಟೆ

ತುಂಬಾ ಉಪಯುಕ್ತ ಮಾಹಿತಿ ನೀಡಿದ್ದೀರಿ. 1918ನೇ ಶೃಂಗೇರಿ ಬಿಲ್ ಎಂಬ ಒಂದು ಐತಿಹಾಸಿಕ ಸಂಗತಿ ಇದೆ. ಅದು ನಮ್ಮ ಊರು ಶೃಂಗೇರಿಗೆ ಸಂಬಂಧಪಟ್ಟದ್ದು. ನಾಲ್ಮಡಿ ಕೃಷ್ಣರಾಜ ಒಡೆಯರ್ ಅವರ ಸಾರ್ವಜನಿಕ ಶಿಕ್ಷಣ ಕಾರ್ಯಕ್ರಮದಂತೆ ಶೂದ್ರರಿಗೂ ಶಿಕ್ಷಣ ಜಾರಿಗೆ ಬಂದಿತ್ತು. ಶೃಂಗೇರಿಯಲ್ಲಿ ಆಗ ಮಠದ ಜಹಗೀರ್‌ನ ಏಕೈಕ ಶಾಲೆಯಿತ್ತು. ಅದು ಬ್ರಾಹ್ಮಣರಿಗೆ ಮಾತ್ರ ಇತ್ತು. ಹೊಸ ಕಾಯ್ದೆಯಿಂದ ಒಕ್ಕಲಿಗರ ಮತ್ತು ಹಳೇಪೈಕದ ಈಡಿಗರ ಮಕ್ಕಳು ಶಾಲೆ ಸೇರಿದರು. ಬ್ರಾಹ್ಮಣರು, ಮಠದವರಿಗೆ ಈ ಜಾತಿಯವರು ಮುಟ್ಟಾಳುಗಳಾಗಿದ್ದರು. ಶಾಲೆಯಲ್ಲಿ ಕೆಳ ಶೂದ್ರ ಜಾತಿಯವರೊಂದಿಗೆ ಕೂರುವುದು ನಿಷಿದ್ಧವೆಂದು ಅವರು ಶಾಲೆಗೆ ಬಹಿಷ್ಕಾರ ಹಾಕಿದರು. ಕೊನೆಗೆ ಪ್ರಕರಣ ಮೈಸೂರು ಕೋರ್ಟ್ ಮೆಟ್ಟಿಲು ಏರಿತು. 1918ರಲ್ಲಿ ಒಕ್ಕಲಿಗರು, ಹಳೆಪೈಕದ ಈಡಿಗರಿಗೂ ಓದಲು ಅವಕಾಶ ಕೊಡಬೇಕು ಎಂದು ಮಠದವರ ವಿರುದ್ಧ ತೀರ್ಪು ಬಂದು ಆದೇಶವಾಯಿತು. ಅದರ ಪರಿಣಾಮ ನಮ್ಮ ಅಪ್ಪ, ದೊಡ್ಡಪ್ಪ ಎಲ್ಲಾ ಎ ಕ್ಲಾಸ್, ಬಿ ಕ್ಲಾಸ್, ಒಂದು, ಎರಡನೇ ಕ್ಲಾಸ್ ಅಂತ ಅಕ್ಷರ ಕಲಿತರು.

– ಕಲ್ಕುಳಿ ವಿಠಲ ಹೆಗಡೆ

ಲಕ್ಷ್ಮಣ ಕೊಡಸೆ

ಜನನ	: (ಸರ್ಕಾರಿ ದಾಖಲೆಯಂತೆ) 25ನೇ ಏಪ್ರಿಲ್ 1953
ತಂದೆ	: ಕರಿಯ ನಾಯ್ಕ, ತಾಯಿ: ಭರ್ಮಮ್ಮ
ಅಣ್ಣಂದಿರು	: ನಾಲ್ಕು ಮಂದಿ, ಅಕ್ಕಂದಿರು: ಇಬ್ಬರು, ಒಬ್ಬ ತಮ್ಮ
ಜನ್ಮಸ್ಥಳ	: ಶಿವಮೊಗ್ಗ ಜಿಲ್ಲೆ, ಹೊಸನಗರ ತಾಲ್ಲೂಕು, ಹುಂಚ ಹೋಬಳಿಯ ಮೂಗುಡತಿ ಗ್ರಾಮದ ಹಳ್ಳಿ ಕೊಡಸೆ.
ಕಾಯಂ ವಿಳಾಸ	: ಹೆದ್ದಾರಿಪುರ ಅಂಚೆ, ಹೊಸನಗರ ತಾಲ್ಲೂಕು, ಶಿವಮೊಗ್ಗ ಜಿಲ್ಲೆ, ಪಿನ್–577436
ಸಂಪರ್ಕ ವಿಳಾಸ	: 45, 2ನೇ ಅಡ್ಡರಸ್ತೆ, ನ್ಯೂ ಬ್ಯಾಂಕ್ ಕಾಲೊನಿ, ಕೋಣನಕುಂಟೆ, ಬೆಂಗಳೂರು– 560062
ಶಿಕ್ಷಣ	
ಪ್ರೌಢಶಾಲೆವರೆಗೆ	: ಹೊಸನಗರ ತಾಲೂಕಿನ ಕಣಬಂದೂರು ಸರ್ಕಾರಿ ಪ್ರಾಥಮಿಕ ಶಾಲೆ, ಜಂಬಳ್ಳಿ ಸರ್ಕಾರಿ ಪ್ರಾಥಮಿಕ ಶಾಲೆ, ರಿಪ್ಪನ್‌ಪೇಟೆ ಸರ್ಕಾರಿ ಪ್ರೌಢಶಾಲೆ.
ಪಿಯುಸಿ	: ಬೆಂಗಳೂರಿನ ರೇಣುಕಾಚಾರ್ಯ ಕಾಲೇಜು.
ಬಿ.ಎ (ಆನರ್ಸ್)	: ಬೆಂಗಳೂರಿನ ಸೆಂಟ್ರಲ್ ಕಾಲೇಜು.
ಎಂಎ (ಕನ್ನಡ)	: ಜ್ಞಾನ ಭಾರತಿ, ಬೆಂಗಳೂರು ವಿಶ್ವವಿದ್ಯಾಲಯದ ಕನ್ನಡ ಅಧ್ಯಯನ ಕೇಂದ್ರ.
ಕುಟುಂಬ	: ಪತ್ನಿ– **ಸ್ವರ್ಣಾಂಬ ಕೊಡಸೆ,** ವಿದ್ಯಾರ್ಹತೆ: ಬಿಎಸ್‌ಸಿ., ಬಿ.ಎ(ಆನರ್ಸ್)., ಎಂಎ., ಸಿಎಐಐಬಿ., ಕೆನರಾ ಬ್ಯಾಂಕಿನಲ್ಲಿ ಸೀನಿಯರ್ ಮೇನೇಜರ್ ಹುದ್ದೆಯವರೆಗೆ ಸೇವೆ ಸಲ್ಲಿಸಿ ಈಗ ನಿವೃತ್ತರು. ಇಬ್ಬರು ಗಂಡುಮಕ್ಕಳು;
	1. **ಶರತ್**: ಖರಗಪುರ ಐಐಟಿಯಲ್ಲಿ ಬಿ.ಟೆಕ್ (ಆನರ್ಸ್)., ಅಮೆರಿಕದ ಮಿಶಿಗನ್ ವಿವಿಯಿಚಿದ ಎಂಎಸ್. ಈಗ ಸ್ಯಾಮ್‌ಸಂಗ್ ಕಂಪೆನಿಯಲ್ಲಿ ಉನ್ನತ ಶ್ರೇಣಿಯ ಇಂಜಿನಿಯರ್– ವ್ಯವಸ್ಥಾಪಕ.
	2. **ಭರತ್**: ಮದ್ರಾಸ್ ಐಐಟಿಯಿಂದ ಬಿ.ಟೆಕ್ (ಆನರ್ಸ್)., ಬೆಂಗಳೂರಿನ ಐಐಎಂ ನಿಂದ ಎಂಬಿಎ., 2007ರಿಂದ ಲಂಡನ್‌ನಲ್ಲಿ ಹಣಕಾಸು ನಿರ್ವಹಣಾ ತಜ್ಞನಾಗಿ ಅಂತರರಾಷ್ಟ್ರೀಯ ಬ್ಯಾಂಕುಗಳಲ್ಲಿ ಸೇವೆ, 2016ರಿಂದ ಬೆಂಗಳೂರಿನಲ್ಲಿ ಗೋಲ್ಡ್‌ಮನ್ ಸಾಕ್ಸ್‌ನಲ್ಲಿ ಉಪಾಧ್ಯಕ್ಷ.

ಪತ್ರಿಕೋದ್ಯಮ :
ಬೆಂಗಳೂರಿನ ಜನಪ್ರಗತಿ ಮತ್ತು ಮಂಡ್ಯದ ಉದಯರವಿ ವಾರಪತ್ರಿಕೆಗಳಲ್ಲಿ ಒಟ್ಟು ಮೂರು ವರ್ಷ ಪ್ರಾರಂಭಿಕ ಸೇವೆ (1975ರಿಂದ 1978) ಪ್ರಜಾವಾಣಿ ಪತ್ರಿಕೆಯಲ್ಲಿ ಉಪಸಂಪಾದಕ, ವರದಿಗಾರ, ಮುಖ್ಯ ವರದಿಗಾರ ಹಾಗೂ ಸುದ್ದಿ ವಿಭಾಗದ ಮುಖ್ಯಸ್ಥನಾಗಿ 34 ವರ್ಷ ಹುಬ್ಬಳ್ಳಿ, ಮೈಸೂರು ಮತ್ತು ಮಂಗಳೂರು ವಿಭಾಗಗಳಲ್ಲಿ ಸೇವೆ. ಸಹಾಯಕ ಸಂಪಾದಕ ಹುದ್ದೆಯಲ್ಲಿ ಏಕಕಾಲದಲ್ಲಿ ಸಾಪ್ತಾಹಿಕ ಪುರವಣಿ, ಭೂಮಿಕಾ, ಸಿನಿಮಾರಂಜನೆ ಮತ್ತು ಶಿಕ್ಷಣ ಪುರವಣಿಗಳ ಉಸ್ತುವಾರಿ. ಸುವರ್ಣ ಕರ್ನಾಟಕ ವಿಶೇಷ(2006), ದೀಪಾವಳಿ ಸಂಚಿಕೆಗಳ ನಿರ್ವಹಣೆ. ಎರಡು ವರ್ಷ ಸಂಪಾದಕೀಯ ಉಸ್ತುವಾರಿ.

ನಿವೃತ್ತಿ : 30ನೇ ಏಪ್ರಿಲ್ 2012

ಸಾಹಿತ್ಯಕ ವಿವರ ಕಥಾ ಸಂಕಲನಗಳು:

1. ಬಲಿ (ಮಲ್ಲೇಪುರಂ ಜಿ. ವೆಂಕಟೇಶ ಅವರ ವಿಚಾರ ಪ್ರಕಾಶನ)– ಪ್ರತಿಗಳು ಮುಗಿದಿವೆ
2. ಮೈತ್ರಿ (1988) – ಪ್ರತಿಗಳು ಮುಗಿದಿವೆ
3. ವಿಚಾರಣೆ (ಬೆಂಗಳೂರಿನ ಕನ್ನಡ ಸಾಹಿತ್ಯ ಪರಿಷತ್ತಿನ ಪ್ರಕಟಣೆ)
4. ಅವ್ವ (ರಾಘವೇಂದ್ರ ಪ್ರಕಾಶನ, ಅಂಬಾರಕೊಡ್ಲ, ಅಂಕೋಲ, ಉತ್ತರ ಕನ್ನಡ ಜಿಲ್ಲೆ)
5. ಊರು–ಮನೆ (ಆಯ್ದ ಕಥೆಗಳ ಸಂಗ್ರಹ) ದೇಸಿ ಪ್ರಕಾಶನ, ನಂ.121, 13ನೇ ಮುಖ್ಯರಸ್ತೆ, ಎಂ ಸಿ ಲೇಔಟ್, ವಿಜಯನಗರ, ಹಂಪಿನಗರ, ಬೆಂಗಳೂರು–560040)

ಕಾದಂಬರಿಗಳು:

6. ಪಯಣ (ಬೆಂಗಳೂರಿನ ಸುಮುಖ ಪ್ರಕಾಶನ –2008; ಇದು ಮಂಗಳೂರು ವಿವಿ ಬಿಕಾಂ ತರಗತಿಗಳಿಗೆ ಪಠ್ಯವೂ ಆಗಿದೆ 2011–2014)
7. ಭೂಮಿ ಹುಣ್ಣಿಮೆ (ರೂಪ ಪ್ರಕಾಶನ, ನಂ.26, 11ನೇ ಬ್ಲಾಕ್, ಡಾ.ರಾಜ್ ಕುಮಾರ್ ರಸ್ತೆ, ನಜರಾಬಾದ್ ಮೊಹಲ್ಲ, ಮೈಸೂರು –570013)
8. ನೆರಳು (ತಳುಕಿನ ವೆಂಕಣ್ಣಯ್ಯ ಸ್ಮಾರಕ ಗ್ರಂಥಮಾಲೆ, ನಂ. 9, ರಮ್ಯ, ಗೋಕುಲಂ 3ನೇ ಹಂತ, ಮೈಸೂರು–570002)
9. ಪಾಡು (ತಳುಕಿನ ವೆಂಕಣ್ಣಯ್ಯ ಸ್ಮಾರಕ ಗ್ರಂಥಮಾಲೆ, ನಂ. 9, ರಮ್ಯ, ಗೋಕುಲಂ 3ನೇ ಹಂತ, ಮೈಸೂರು–570002)
10. ಹಾಲಪ್ಪ (ತಳುಕಿನ ವೆಂಕಣ್ಣಯ್ಯ ಸ್ಮಾರಕ ಗ್ರಂಥಮಾಲೆ, ನಂ. 9, ರಮ್ಯ, ಗೋಕುಲಂ 3ನೇ ಹಂತ, ಮೈಸೂರು–570002)

11. ಪಾಲು (ಲಹರಿ ಪ್ರಕಾಶನ, ನಂ.240, 5ನೇ ಮುಖ್ಯರಸ್ತೆ, 2ನೇ ಅಡ್ಡರಸ್ತೆ, ಕಾಫಿಬೋರ್ಡ್ ಲೇಔಟ್, ಹೆಬ್ಬಾಳ, ಕೆಂಪಾಪುರ, ಬೆಂಗಳೂರು –560024)
12. ಕಾಮಾಕ್ಷಿ ಸಂಸಾರನೌಕೆ (ಸಿರಿವರ ಪ್ರಕಾಶನ, ನಂ. ಎಂ37/ಬಿ, 8ನೇ ಕ್ರಾಸ್, ಲಕ್ಷ್ಮೀನಾರಾಯಣಪುರ, ಬೆಂಗಳೂರು–560021)
13. ಶ್ರೀ ಚೌಡೇಶ್ವರಿ ಪ್ರಸನ್ನ (ಸಿವಿಜಿ ಪ್ರಕಾಶನ, ಕಸ್ತೂರ ಬಾ ಭವನ, ಗಾಂಧಿಭವನ ಆವರಣ, ಕುಮಾರಪಾರ್ಕ್ ಪೂರ್ವ,ಬೆಂಗಳೂರು–560001)

ಸಂಪಾದಿತ:

14. ಕ್ರಿಸ್ತಾಂಜಲಿ (ಡಾ.ನರಹಳ್ಳಿ ಬಾಲಸುಬ್ರಹ್ಮಣ್ಯ ಜೊತೆ. ಕ್ರೈಸ್ಟ್ ಕಾಲೇಜು ಕನ್ನಡ ಸಂಘದ ಪ್ರಕಟಣೆ)
15. ಕನ್ನಡ ವಿಮರ್ಶಾ ವಿವೇಕ (ಬೆಂಗಳೂರಿನ ಸುಮುಖ ಪ್ರಕಾಶನ)
16. ಮಾಧ್ಯಮ (ಪ್ರಕಾಶಕರು: ಹಂಸಲೇಖ)
17. ಹಾಸು ಹೊಕ್ಕು (ಇತರರೊಡನೆ, ಸಿರಿವರ ಪ್ರಕಾಶನ)
18. ನೆಲದನಿ (ಎಚ್.ಎಸ್.ವೆಂಕಟೇಶಮೂರ್ತಿ ಅವರೊಂದಿಗೆ)
19. ಒಡನಾಡಿ ಅರಸು (ಕಾ.ತ.ಚಿಕ್ಕಣ್ಣ, ಡಾ.ಕೆ.ಷರೀಫಾ ಅವರೊಂದಿಗೆ)
20. ಸುಗಮಸಂಗೀತ ಸಂಪತ್ತು ವೈಕೆಎಂ–70 (ಡಾ. ನಾ. ದಾಮೋದರ ಶೆಟ್ಟಿ ಅವರೊಂದಿಗೆ)
21. ಸಂಗೀತ ಸಂಸಾರ ಸಾಧಕಿ ಬಿ.ಕೆ.ಸುಮಿತ್ರ 75 (ಡಾ. ನಾ. ದಾಮೋದರ ಶೆಟ್ಟಿ ಅವರೊಂದಿಗೆ)
22. ಮೆಕ್ಕಲು (ಸಮಕಾಲೀನ ಸಾಂಸ್ಕೃತಿಕ ಪರಿಸರ) (ಎಚ್. ದಂಡಪ್ಪ ಅವರೊಂದಿಗೆ)
23. ವಾರೆನೋಟ (ಚಿತ್ರ ಸಂಪುಟ.. ಎಚ್.ದಂಡಪ್ಪ ಅವರೊಂದಿಗೆ)
24. ಸಿದ್ಧಹಸ್ತ (ಎಂ.ಸಿದ್ಧರಾಜು ಗೌರವ ಗ್ರಂಥ)
25. ಸಂಗತ (ಎಚ್. ಎಂ. ರೇವಣ್ಣ ಗೌರವ ಗ್ರಂಥ), (ಕಾ. ತ. ಚಿಕ್ಕಣ್ಣ ಅವರೊಂದಿಗೆ)

ಸಂಕೀರ್ಣ:

26. ಮೆಲುಕು (ನೆನಪುಗಳ ಸಂಕಲನ. ಸುಮುಖ ಪ್ರಕಾಶನ)
27. ಬಲ್ಲಿದರೊಡನೆ (ಪತ್ರಿಕಾ ಭಾಷೆಯಲ್ಲಿ ಪರಿಚಯ, ವ್ಯಕ್ತಿತ್ವ, ವಿಮರ್ಶೆ, ಬೆಂಗಳೂರಿನ ದಾಮಿನಿ ಪ್ರಕಾಶನ)
28. ಟಿ.ಆರ್.ನರಸಿಂಹರಾಜು (ವ್ಯಕ್ತಿ ಚಿತ್ರ, ಕರ್ನಾಟಕ ಚಲನಚಿತ್ರ ವಾಣಿಜ್ಯ ಮಂಡಲಿ ಪ್ರಕಟಣೆ)

29. ಅಜಲು (ಪತ್ರಿಕಾ ಲೇಖನಗಳು, ಬೆಂಗಳೂರಿನ ಪ್ರೆಸ್ ಕ್ಲಬ್ ಪ್ರಕಟಣೆ)

30. ಕುವೆಂಪು ಮತ್ತು...(ವ್ಯಕ್ತಿ ಚಿತ್ರಣ, ವಿಮರ್ಶೆ, ಅನ್ನಪೂರ್ಣ ಪ್ರಕಾಶನ, ಸಿರಿಗೇರಿ, ಬಳ್ಳಾರಿ)

31. ರಾಜ ಉದ್ಯಮಿ ಜೆಪಿ (ವ್ಯಕ್ತಿ ಚಿತ್ರಣ, ಬೆಂಗಳೂರಿನ ಸ್ವರ್ಣವೇಣಿ ಪ್ರಕಾಶನ)

32. ಹಾಯಿ ದೋಣಿ (ತಳುಕಿನ ವೆಂಕಣ್ಣಯ್ಯ ಸ್ಮಾರಕ ಗ್ರಂಥಮಾಲೆ)

33. ಅಪ್ಪನ ಪರಪಂಚ (ಅಂಕಿತ ಪ್ರಕಾಶನ)

34. ಗೆದ್ದವರು (ವ್ಯಕ್ತಿ ಚಿತ್ರಣಗಳು, ಸಿವಿಜಿ ಪ್ರಕಾಶನ)

35. ಆಗು ಹೋಗು (ಮಾಧ್ಯಮ ಚಿಂತನೆ, ವಿಸ್ಮಯ ಪಬ್ಲಿಕೇಷನ್ಸ್, ಬೆಂಗಳೂರು–2012)

36. ಅಬ್ದುಲ್ ಹಮೀದ್ (ಜೀವನಚಿತ್ರ) ರಾಷ್ಟ್ರೋತ್ಥಾನ ಸಾಹಿತ್ಯ ಪ್ರಕಾಶನ)

37. ಸಹಪಥಿಕ (ಪ್ರವಾಸ ಕಥನ (ಐಸಿರಿ ಪ್ರಕಾಶನ)

38. ದಲಿತೋದ್ಧಾರಕ ಕುದ್ಮುಲ್ ರಂಗರಾವ್ (ನಾಡಿಗೆ ನಮಸ್ಕಾರ ಮಾಲಿಕೆ, ಕಾಂತಾವರ ಕನ್ನಡ ಸಂಘ)

39. ನಮ್ಮ ಜೆಪಿ (ಸಿರಿವರ ಪ್ರಕಾಶನ)

40. ದಿವಾಳಿ (ಅಂಕಣ ಬರಹಗಳ ಸಂಕಲನ, ವಿಕ್ರಂ ಪ್ರಕಾಶನ, ಬೆಂಗಳೂರು)

41. ಬೆಂಗಳೂರು ನಗರ ರಂಗದರ್ಶನ (ನಾಟಕ ಅಕಾಡೆಮಿ ಪ್ರಕಟಣೆ)

42. ಬಿ. ಜನಾರ್ದನ ಪೂಜಾರಿ ಅವರ ಆತ್ಮಕಥೆ 'ಸಾಲಮೇಳದ ಸಂಗ್ರಾಮ' ನಿರೂಪಣೆ

43. ಅಚ್ಚುಮೆಚ್ಚಿನ ಅಪ್ಪಾಜಿ (ಕೋಚೆ ನೆನಪು) ಸಂಪಾದನೆ

44. ದೀನ ಬಂಧು ಡಾ.ಪದ್ಮನಾಭನ್ ಪಲ್ಪು (ವ್ಯಕ್ತಿಚಿತ್ರಣ)

* * *

ಪಿಎಚ್‌ಡಿ:

1. ಲಕ್ಷ್ಮಣ ಕೊಡಸೆ ಅವರ ಕಾದಂಬರಿಗಳ ಅಧ್ಯಯನ ನಡೆಸಿ ಡಾ.ಎನ್. ಕೆ.ಶಾರದಾಂಬ ಅವರು ಮೈಸೂರು ವಿಶ್ವವಿದ್ಯಾನಿಲಯದಿಂದ ಪಿಎಚ್ ಡಿ ಪಡೆದಿದ್ದಾರೆ.

2. ಲಕ್ಷ್ಮಣ ಕೊಡಸೆ ಅವರ ಕಥಾ ಸಾಹಿತ್ಯದ ಅಧ್ಯಯನ ನಡೆಸಿ ಡಾ. ಬಿ.ಕೆ. ಪಂಡಿತ್ ಅವರು ಕಲಬುರಗಿ ವಿಶ್ವವಿದ್ಯಾಲಯದಿಂದ ಪಿಎಚ್ ಡಿ ಪಡೆದಿದ್ದಾರೆ.

ಪ್ರಶಸ್ತಿಗಳು:

1. ಮಂಗಳೂರಿನ ಸಂದೇಶ ಪ್ರತಿಷ್ಠಾನದಿಂದ ಸಂದೇಶ ಮಾಧ್ಯಮ ಪ್ರಶಸ್ತಿ– 2006

2. ಕರ್ನಾಟಕ ಮಾಧ್ಯಮ ಅಕಾಡೆಮಿಯಿಂದ ಮಾಧ್ಯಮ ಪ್ರಶಸ್ತಿ– 2011

3. ಕರ್ನಾಟಕ ರಾಜ್ಯೋತ್ಸವ ಪ್ರಶಸ್ತಿ –2014

4. ಕನ್ನಡ ಸಾಹಿತ್ಯ ಪರಿಷತ್ತಿನಿಂದ ಮಾಧ್ಯಮ ಕ್ಷೇತ್ರದ ಸಾಧನೆಗಾಗಿ ಕಿಟ್ಟಪ್ಪಗೌಡ ದತ್ತಿ ಪ್ರಶಸ್ತಿ 2015

5. ಕನ್ನಡ ಸಾಹಿತ್ಯ ಸಮ್ಮೇಳನದ ಅಧ್ಯಕ್ಷತೆ (ಹೊಸನಗರ ತಾಲ್ಲೂಕು 4ನೇ ಸಾಹಿತ್ಯ ಸಮ್ಮೇಳನ, ರಿಪ್ಪನ್‌ಪೇಟೆ– 2015)